நினைவுப் பாதை

நகுலன்

நினைவுப் பாதை

காலச்சுவடு பதிப்பகம்

அன்பார்ந்த வாசகருக்கு,

வணக்கம்.

காலச்சுவடு நூலை வாங்கியமைக்கு நன்றி.

நூலின் உள்ளடக்கம், உருவாக்கம், அட்டைப்படம் இன்ன பிற அம்சங்கள் பற்றிய உங்கள் கருத்துகளையும் ஆலோசனைகளையும் காலச்சுவடு வரவேற்கிறது. தகவல், எழுத்து, வாக்கியப் பிழைகள் தென்பட்டால் கட்டாயம் தெரிவித்து உதவுங்கள். நூல் தயாரிப்பில் கடும் குறைபாடு இருப்பின் மாற்றுப் பிரதி உங்களுக்குக் கிடைக்கக் காலச்சுவடு ஏற்பாடு செய்யும்.

மின்னஞ்சல்: *publisher@kalachuvadu.com*

காலச்சுவடு நாகர்கோவில் தலைமையகத்துக்கும் கடிதம் அனுப்பலாம்.

தங்கள்
எஸ்.ஆர். சுந்தரம் (கண்ணன்)
பதிப்பாளர் — நிர்வாக இயக்குநர்

நினைவுப் பாதை • நாவல் • ஆசிரியர்: நகுலன் • முதல் பதிப்பு: மார்ச் 1972 • காலச்சுவடு முதல் பதிப்பு: டிசம்பர் 2007, ஆறாம் (குறும்) பதிப்பு: செப்டம்பர் 2022 • வெளியீடு: காலச்சுவடு பப்ளிகேஷன்ஸ் (பி) லிட்., 669 கே. பி. சாலை, நாகர்கோவில் 629001

ninaivup paatai • Novel • Author: nakulan • Language: Tamil • First Edition: March 1972 • Kalachuvadu First Edition: December 2007, Sixth (Short) Edition: September 2022 • Size: Demy 1 x 8 • Paper: 18.6 kg maplitho • Pages: 232

Published by Kalachuvadu Publications Pvt. Ltd., 669 K.P. Road, Nagercoil 629001, India • Phone: 91-4652-278525 • e-mail: publications @kalachuvadu.com • Printed at: Adyar Students xerox Pvt. Ltd., No. 275 Habibullah Road, Triplicane high Road, Opp Triplicane Post Office, Triplicane, Chennai 600005

ISBN: 978-81-89945-13-8

09/2022/S.No.223, kcp 3790, 18.6 (6) uss

என்றும்
என் நினைவில்
நின்றகலாது
என் எழுத்து
உருவாக
என் தனி வழி நான்
செல்லத்
தன் வழி தான் செல்லும்
இகர முதல்விக்கு,

– நகுலன்

பதிப்புரை

நகுலனின் 'நினைவுப் பாதை' நாவலை கிளாசிக் பதிப்பாக வெளியிடுவதில் மிகுந்த மகிழ்ச்சி அடைகிறோம். 2007ஆம் ஆண்டு பிப்ரவரி மாதம் நகுலன் அவர்களிடம் அனுமதி பெற்று நூலாக்கப் பணியைத் துவங்கினோம். அனுமதி வாங்க உதவிய பேரா.கி.நாச்சிமுத்து அவர்களுக்கு நன்றி.

முன்னுரை

‘நினைவுப் பாதை’யின் மீள் வருகை

ஏன் எழுதவேண்டும்? யாருக்காக எழுத வேண்டும்? எழுதி எழுதி என்ன பிரயோஜனம்? என்று அடுக்கடுக்கான கேள்விகள் முளைத்தபடியே இருக்க எந்த ஒரு கேள்விக்கும் நியாயமான பதில் தர வாளாது எழுத்தாளன் தொடர்ந்து எழுதிக்கொண்டே இருக்கிறான். எழுத்தின் லகரி எழுத வைக்கிறது. எழுதியதைப் பிரசுரிப்பதில் உள்ள சங்கடங்களும் அரசியலும் எழுத்தாளனின் காரியத்துக்கு ஒத்துவராதவை. அதையும் மீறி அவனுடைய எழுத்து பிரசுரமான பிறகான வாசக மௌனம் அவனுக்குள் ஏற்கனவே எதிர்வாதிடும் கேள்விகளை உசுப்பிவிடுகின்றது. அங்கீகாரமின்றி, சன்மானமு மின்றி ஆத்மதிருப்திக்காக என்று ஒரு சமாதானத்தை வைத்துக் கொண்டு தொடர்ந்து எழுதும் ஒருவன் தன் மனக்கொதிப்பு களைத் தனக்குள்ளாகவே புதைத்துக்கொள்ள நேரிடுகிறது. சமூகத்தின் நோயைத் தனது நோயாக வரித்துக்கொண்டு அதே சமூகத்தின் எள்ளல்களுக்கும் நகைப்புக்கும் ஆளாகிறான்.

‘இனி எழுதுவதற்கு என்ன இருக்கிறது?’ என்று தொடங்கும் ‘நினைவுப் பாதை’ மேற்சொன்ன மனநிலை கொண்ட ஒரு எழுத்தாளனின் நாட்குறிப்பு எனலாம். நாவல் எழுதுவதைப் பற்றிய நாவல். சக எழுத்தாளர்கள், எழுத்துலகின் அரசியல், வாசக எதிர்வினை, பதிப்புச் சூழல் என்று எழுத்தின் பல்வேறு புறக்காரணிகள் குறித்த எளிமையான ஆனால் அடிப்படையான உரையாடல்களே இந்த நாவலைக் கட்டமைத்துள்ளன. ‘இருட்டில் புன்னகைக்கும்’ தமிழ் எழுத்தாளனின் அபத்த நிலையை,

எழுத்தாளனை மதிக்க மறுக்கும் சமூகத்தின் மெத்தனத்தை இந்த உரையாடல்கள் அடிக்கோடிட்டுக் காட்டுகின்றன.

35 ஆண்டுகளுக்கு முன்பு முன்வைக்கப்பட்ட இந்த விமர்சனங்கள் இன்றும் நம் சூழலில் செல்லுபடியாகின்றன என்கிற யதார்த்தம் பெரும் மனச்சோர்வை ஏற்படுத்துகிறது.

இந்த நாவலின் கதாபாத்திரங்கள் அனைவருமே எழுத்தாளர்கள். நகுலனின் வேறு வேறு பிரதிகள். தனக்குள்ளான விவாதங்களை விரித்தெடுக்க வசதியாகத் தன்னையே மீண்டும் மீண்டும் பிரதியெடுத்துக் கதாபாத்திரங்களாக உருவாக்கியுள்ளார். இக்கதாபாத்திரங்கள் ஒவ்வொருவருக்குமே தனிப்பட்ட புற அடையாளங்கள் உண்டு. அந்த அடையாளங்கள் அனைத்துமே குடும்ப உறவுகளின் நீக்குப்போக்குகள், தனிநபர் மீது செலுத்தும் ஆதிக்கம், எழுத்தாளன்மீது உருவாக்கும் நிர்பந்தங்கள் ஆகியன குறித்து விவாதிக்கும் பொருட்டே புனையப்பட்டுள்ளன. புறவுலகம் மனிதனின் அகவுலகில் ஏற்படுத்தும் அழுத்தங்களையும் அவற்றைக் கடந்துவர முடியாத இயலாமையின் மூர்க்கங்களையும் அடிச்சரடுகளாகக் கொண்ட இச்சந்தர்ப்பங்கள் நாவலில் அழுத்தமின்மையுடன் சித்தரிக்கப்பட்டுள்ளன.

பிளவுண்ட மனதின் பல்வேறு எல்லைகளில் மோதித் தெறிக்கும் சொற்கள் இணைந்தும் விலகியும் உருவாக்கும் உடைவுபட்ட ஒரு மொழி நாவலின் இறுதிப் பகுதியில் கையாளப்பட்டுள்ளது. தொடர்ச்சியற்ற மன அலைவுகளின் வேகத்திற்கு ஈடாக மொழியும் எழுச்சிகொண்டுள்ளது. சிற்சில சொல்லிணைவுகள் கவிதையின் ஆழத்தைத் தொட முனையும்போது வேறு சில அர்த்தமின்மையின் வெளியில் விரோத ஒலிகளாக நின்றுவிடுகின்றன.

நாவலின் இன்னொரு சரடாக விரியும் சுசீலாவின் மீதான காதல் எழுத்தின் காரணமாய் மனம் கொள்ளும் வெறுமையை நிரப்பும் காரணியாகியுள்ளது. நிறைவேறாத காதலும் நிறைவேறாத எழுத்தின் கனவுமாய் சேர்ந்து நாவலின் இறுதிப் பகுதியை அலைவுறும் மனதின் ஊசலாட்டமாக உருவாக்கியுள்ளன.

நாவலின் சம்பிரதாயமான மரபார்ந்த இலக்கணங்களை முற்றிலுமாக உதறிவிட்டு இந்த நாவல் *1972*ஆம் ஆண்டு வெளிவந்துள்ளது. எதிர்நாவல், அ-நாவல் என்ற இன்றைய கோட்பாடுகளை இந்த நாவலில் பொருத்திப் பார்க்க முடிகிறது. நாவலைப் பற்றி நாவலுக்குள் பேசுவது, நாவலை அதற்குள்ளாகவே விமர்சனத்துக்கு உள்ளாக்குவது, ஒரே கதாபாத்திரம் இன்னொன்றாகப் பிரதியுறுவது போன்ற இன்றைய *Meta*

நாவலின் எல்லா இலக்கணங்களையும் 'நினைவுப் பாதை' கொண்டுள்ளது. சிறுகதை குறித்த கவனமும் புதுக்கவிதை குறித்த விவாதங்களும் தமிழ்ச் சூழலை ஆட்கொண்டிருந்த அன்றைய காலகட்டத்தில் இந்த நாவலின் வரவு புரியாத ஒரு ஆச்சரியத்தை, மிரட்சியை மட்டுமே ஏற்படுத்தியுள்ளது. ஆனால் நவீன தமிழ் நாவலின் ஒரு தொடக்கத்தை அது ஏற்படுத்தியிருந்ததை இன்று உணர முடிகிறது.

தமிழ்ச் சூழலில் இன்று நகுலனைக் குறித்துக் கட்டமைக்கப் பட்டுள்ள தனிமை வெளியும் மறதியின் ஆழமும் இந்த நாவலின் வாசிப்பிற்கு மேலதிக அர்த்தங்களைச் சாத்தியப்படுத்தக் கூடும். தமிழின் முதல் எதிர்நாவல் என்று கொண்டாடப்படலாம். இதன் தொடர்ச்சியாகப் போதுமான முயற்சிகள் மேற்கொள்ளப் படவில்லை என்று விவாதிக்கலாம். நகுலனின் பிற படைப்பு களையும் இந்த நாவலுக்குள் பொருத்த முடியும் சாத்தியக் கூறுகளை ஆலோசிக்கலாம். இவை எல்லாவற்றையும் தாண்டி இந்த நாவல் இன்றும் தன் நவீனத்துவத்தை இழக்காமல் மேலும் மேலும் வாசிப்புச் சாத்தியங்களை விரித்தபடியே நிற்கிறது என்பதே இதன் சிறப்பு.

இன்றைய தலைமுறைக்கு நகுலன் ஒரு ரிஷி. தனிமையின் இருளிலும் நினைவின் அலைக்கழிப்பிலும் திளைத்திருந்த முதிய படைப்பாளி. அவருடைய பல கவிதை வரிகளும் மந்திரம் போல் திரும்பத் திரும்ப மீட்டப்படுகின்றன. அவரது வாழ்வின் அந்திமத்தில் அவரைச் சந்திக்கச் சென்ற நண்பர்கள் பலரும் அந்த அனுபவத்தைப் பதிவு செய்துள்ளனர். அப்பதிவு களில் நாம் உணரும் நகுலனையே 'நினைவுப் பாதை'யில் நகுலனாக, நவீனனாக, சிவனாக, நடராஜனாக, எஸ். நாயராக காண முடிகிறது. நினைவின் பாதை தவறிய அவரின் கால் தடங்கள் தடுமாற்றத்தின் லயத்துடன் திசைதவறிப் போகும் அபத்தமே அவரைப் பற்றிய பிரமிப்பாக மிஞ்சிவிடுகிறது.

புதுயுகத்தில் காலடி வைத்திருக்கும் இன்றைய தமிழ் நாவல்களுக்கிடையில் 'நினைவுப் பாதை'யின் மீள் வருகை, நாவல்களின் வடிவம், மொழி குறித்த புதிய சவால்களுக்கும் நகுலனைக் குறித்த மறுவாசிப்புக்கும் வழிவகுக்கும்.

எம். கோபாலகிருஷ்ணன்

1

21-3-'69 – 28-2-'70

இனி எழுதுவதற்கு என்ன இருக்கிறது, இனி எழுதவே கூடாது என்று இருந்தவன் இப்போது மறுபடியும் எழுதுகிறேன். இது மாத்திரமன்று; ஒருவித நியதியும் வகுத்துக் கொள்ளாமல்தான் எழுதுகிறேன். முதல் வாக்கியம் எழுதிய பிறகுதான் அடுத்த வாக்கியம். இப்படி அமையும் என்று அது அமையும்வரை எனக்குத் தெரியாது. இவ்வளவிற்கும் படிக்கிற புத்தகங்களுக்கும் பார்த்துப் பழகும் ஆட்களுக்கும் வரையறையோ கணக்கோ கிடையாது. நேற்று "நகுலன்" வந்திருந்தான். பேச்சோடு பேச்சாக நான் அவனிடம் "சி.சு.செல்லப்பா 'குருக்ஷேத்ரத்'தை விமர்சிக்கையில் உன் நாவலைப் பற்றி 'எல்லாம் எதற்கு' என்று எழுதியிருந்தாரே, பார்த்தாயா?" என்றேன்.

நான் அவனிடம்; "உன் நாவலைப் பற்றி அல்லவா எழுதியிருந்தார்?" என்று கேட்டேன்,

அவன் என்னிடம், "என்னிடமே உன் கைவரிசையைக் காண்பிக்கிறாயே? நகுலன் வேறு – நவீனன் வேறு என்பதை நான் நம்ப வேண்டுமா?" என்றான்.

"அப்படியானால் நாம் இருவரும் ஒருவரேதானா?"

"இதை நீ நம்புகிறாயா?"

"சரி. உன்னுடன் எனக்கு வாதாடுவதற்கு நேரமில்லை. அந்த மூன்று எழுத்துக்காரர் சொன்னதுதான் சரி."

அவன் போய்விட்டான். அவன் போன பிறகு நான் அவனைப் பற்றித்தான் நினைத்துக்கொண்டிருந்தேன். அவனிடம் பல பேச வேண்டும் என்றுதான் இருந்தது. ஆனால் நான் அவனுடன் எப்படிப் பேச முடியும்? நான் – நீ இருவரும் ஒருவரேதான் என்பவனுடன் எப்படிப் பேச முடியும்? எனக்கோ அப்படிப் பேசுவதில்தான் விருப்பம் என்றாலும்.

அதனால்தான் இந்த எனது ஐந்தாவது நாவலை டயரி வடிவத்தில் எழுதுகிறேன். இதற்கு முக்கியமான காரணம் எனக்கு நகுலனுடன் மனம் திறந்து பேச வேண்டும்; அவனுடன் அப்படிப் பேசுவதும் அவன்கூட இருக்கும்பொழுது பேசுவதும் சாத்தியமில்லை. ஏனென்றால் இந்த ஐம்பது வருஷ அனுபவத்தில் நான் வேறு எதைத் தெரிந்துகொண்டேனோ இல்லையோ, இதைத் தெரிந்துகொண்டேன். எந்த மனிதனும் உண்மையைப் பிரத்யட்சமாகப் பார்க்கப் பயப்படுகிறான். ஏனென்றால் அவன் இந்த நிமிஷத்தில் உண்மை என்று நம்புவது அடுத்த நிமிஷத்தில் பொய்யாகத்தான் இருக்கிறது. பிறகு உண்மை என்று ஒன்று இல்லை என்று சாதிக்கவும் முடியவில்லை. மேலும் இப்பொழுது நான் நாவல், கவிதை, சிறுகதை இவைகளைவிட டயரிக் குறிப்புக்களைத்தான் அதிகமாகப் படிக்கிறேன். இந்த மாதிரி டயரியில்தான் அனுபவத்தை அப்பட்டமாகச் சொல்ல முடியுமென்று. அதாவது வாழ்க்கையைப் பற்றி ஒரு பரஸ்பரமான சர்ச்சை.

வேடிக்கையாகத்தான் இருக்கிறது இல்லையா? வாழ்க்கை யிலும் சரி, இலக்கியத்திலும் சரி, எவ்வளவோ வகைகளும், வேறுபாடுகளும், இஸங்களும், இயக்கங்களும் இருக்கின்றன; அவைகளை விட்டு விட்டு இந்த மாதிரி டயரி எழுதுவதால் மாத்திரம் எதைத்தான் கண்டு பிடித்துவிட முடியும் என்ற கேள்வி நியாயம் என்றாலும் அவரவர் வழி அவரவர்க்கு. ஒவ்வொருவருக்கும் ஒவ்வொரு வழி. படிப்பில் நம்பிக்கை வைத்திருப்பவன் மனதை வண்டியில் கட்டி ஓட்டிக்கொண்டே இருக்க வேண்டும்; ஆனால் சச்சிதானந்தம் பிள்ளையைக் கேட்டால்; மனதின் குரல்வளையைத் திருகி எறிந்தால் அன்றி விடுதலை கிடையாது என்பார். எழுதுபவனுக்கு எழுத்துத்தான் கதி. நீங்கள் இந்த டயரியில் தயவு செய்து ஒருவித ஒழுங்கையும் எதிர்பார்க்க வேண்டாம். நானும் ஒருவித எதிர்பார்ப்புடன் எழுதவில்லை. ஒரு பத்திரிகையும் இதைப் பிரசுரிக்காது. அவர்களுக்கு வேண்டிய சரக்கு இதில் இல்லை. என்னுடைய அனுபவத்தில் ஒரு அளவை இங்கு அது அளவுகோலாக ஆகாமல் அதன் அளவிலே அதைப்

பார்க்க இதை ஒரு முயற்சியாகவே கருதுகிறேன். மேலும் இது டயரி என்பதால் அதையும் சொல்லி விடுகிறேன் – என்னைப் பற்றி ஒரு தவறான அபிப்பிராயம் – நான் வேண்டுமென்றே புரியாத வகையில் எழுதுகிறேன் என்று. அதுவும் இல்லை. என்னிடம் பலர் பல சமயங்களில் – எழுத்தாளர்கள்தான் – பலவாறு சொன்னார்கள்: "விமர்சனம் எழுது, கவிதை எழுது, ஆனால் கதை மாத்திரம் எழுதாதே" என்றார்கள். ஆனால் நான் அப்படி ஒன்றும் கதை எழுதுவதை நிறுத்திவிடவில்லை. எனக்குக் கற்பனையில் நம்பிக்கை யில்லை; ஏனென்றால் கற்பனை என்பதை இவர்கள் சூன்யம் என்று ஏகோபிக்கிறார்கள். நான் சூன்யவாதியில்லை. அனு பவத்தை அப்பட்டமாக மொழிபெயர்ப்பதைக் கலை இல்லை என்கிறார்கள். ஆனால் எனக்கு அனுபவம் இல்லாவிட்டால் எழுதவே தோன்றுவதில்லை. அப்படியானால் அனுபவத்தை எழுத்தில் வடிக்கையில் வரும் விளைவுதான் கற்பனை என்று தோன்றுகிறது. இதில் எங்கேயோ எதுவோ பிசகுகிறது மாதிரி இருக்கிறதோ? அப்படி ஒன்றுமில்லை; டயரி முழுவதும் படித்ததும் எல்லாம் சரியாகிவிடும். நாவலில் கதை முக்கிய மில்லை; பாத்திரம் முக்கியமில்லை; சமூக சித்திரம் முக்கிய மில்லை. பின் என்னதான் முக்கியம்? ஒருவேளை வார்த்தைகள்? ஒருவேளை மனதில் அழியாமல் நிற்கும், அணுக அணுக அகன்று செல்லும் அனுபவத்தின் அதீத இயல்புகள்? இந்த நாவலில் நான் உங்களுக்கு என்னைப் பற்றி, ஒரு கவிஞனைப் பற்றி, ஒரு நாவல் ஆசிரியனைப் பற்றி, ஒரு பெண்ணைப் பற்றி, மனதின் ஒரு அவச நிலையைப் பற்றிக் கூற விரும்பு கிறேன். இவர்கள் வாழ்க்கையை, இந்த அனுபவங்கள், கதையை விடச் சுவையாக இருக்கக்கூடுமென்று நினைக்கிறேன். நீங்கள் என்ன நினைக்கிறீர்களோ? ஆனால், என்றுதான் என்னால் உங்களைத் திருப்திப்படுத்த முடிந்திருக்கிறது? ஏன், இன்றுகூட உங்களைத் திருப்திப்படுத்த வேண்டும் என்று நான் எழுதும் இந்த நாவல்கூட உங்களைத் திருப்திப்படுத்தாது என்பது எனக்குத் தெரியாமல் இல்லை. ஏன், இன்றுவரையில் எனக்கே நான் எழுதியது ஒன்றும் அப்படித் திருப்திகரமாகப் பட வில்லை. பின் ஏன் எழுத வேண்டும்? நியாயமான கேள்வி. எழுதாமல்?

இந்த நாவல் முழுவதும் என்னைப் பற்றித்தான் எழுதுவதாகத் திட்டம். ஆனால் இந்த முதல் அதிகாரத்தில் என்னைப் பற்றிய சில தகவல்கள் கொடுக்க விரும்புகிறேன். ஏற்கனவே சொன்ன மாதிரி எனக்கு உத்திகளிலேயோ, இசங்களிலேயோ, இயக்கங்களிலேயோ நம்பிக்கை இல்லை. புதிய உருவங்களைச் செய்பவர்கள் செய்யட்டும். எனக்குத்

தெரிந்தது போதும். வார்த்தைகள் போதும். இதை எழுதும் எனக்கு வயது 47. அதாவது இன்னும் 3 வருஷங்களில் எனக்கு வயது 50. ஜாதியில் இந்தியன் இன்னும் திட்டவட்டமாகக் கூற வேண்டுமானால் தென்னிந்தியப் பிராமணன். என் வாழ்க்கையில் இதுவரையில் ஒன்றுமே அசாதாரணமாகவோ, திடுக்கிடும்படியாகவோ நடைபெறவில்லை. பள்ளிக்கூடத்திலும் சரி, கல்லூரியிலும் சரி, ஒருவர் கண்ணிலும் தென்படாமல், கடைசி பெஞ்சியில் காலங் கழித்திருக்கிறேன். யாவரையும் கவராத சாதாரணத்திலும் சாதாரணமாகத்தான் நான் இருந்திருக்க வேண்டும். அப்படிச் சொல்வதுகூடத் தவறு. நாலுபேர் கூட இருக்கும் ஒரு இடத்தில் நாலு விதமான சாதாரணப் பேர்வழிகள் அசாதாரணத்தைச் சிருஷ்டி செய்கிறார்கள் என்றுதான் சொல்ல வேண்டும். அவர்கள் அப்பொழுது – அதாவது புண்ணிய பூமியாம் இந்தப் பாரதநாடு சுதந்திரமடைவதற்கு முன் – ஒரு சுதேச சமஸ்தானத்தில்தான் இருந்தார்கள். அதுவும் அவர்கள் இருந்த சமஸ்தானத்தில் ஒரு வகையில் ஏழைகளெல்லாம் பணக்காரர்களாகவும், பணக்காரர்களெல்லாம் ஏழைகளாகவும் இருந்தார்கள் என்று சொல்ல வேண்டும். அவன் தகப்பனார் அவனைவிடச் சாதாரணத்திலும் சாதாரணமாகத்தான் இருந்தார் என்று சொல்ல வேண்டும். அவன் என்கிறேன். நான் என்கிறேன். நவீனன் என்கிறேன். நகுலன் என்கிறேன். இந்த உத்திப் பிழைகளை நீங்கள் பொறுத்துக்கொள்ள வேண்டும். சாரம்தான் சாராம்சம். அதாவது வார்த்தைகளைத் தாண்டி நிற்பது. என்னமோ எல்லாவற்றையும் உங்களிடம் சொல்லித் தீர்க்க வேண்டும் என்று ஒரு ஆத்திரம். அப்பா வுடைய பெயர் அப்பாவு. ஒருமாதிரிப் பெயர் இல்லையா? அப்படித்தான். இந்தச் சாதாரணம். சாதாரணம் என்பதை எல்லாம் கிளறிக் கிளறிப் பார்த்தீர்களானால் அது போகிற இடத்திற்கெல்லாம் போக உங்களுக்குத்தான் தெம்பு வேண்டும். அப்பாவு ஐயரின் தகப்பனார் – அதாவது எனது பாட்டா – இந்த சமஸ்தானத்திற்குத் திவானாக இருந்தார். அவர் தகப்பனார் காசுக்கடை நடத்தி வந்தார். விசுவநாத ஐயர், அதாவது பிற்காலத்தில் திவானாக ஆனவர், சமஸ்தானத்திலேயே முதன்முதலாக இங்கிலீஷில் பி.ஏ. பட்டம் வாங்கியவர். அவர் கல்லூரிக்குப் போவதுகூடக் குதிரை மேல்தான் என்றால் இப்பொழுது நம்புவது சற்றுச் சிரமமாகத்தான் இருக்கிறது. அவர் வீட்டு மாடியில் அவர் படிக்கிற காலத்திலேயே பிற்காலததில் டாக்டர், முன்ஸீப் ஆனவர்கள் வந்து போய்க் கொண்டிருந்தார்கள். சீமையிலிருந்து புதிது புதிதாக ஆங்கிலப் புஸ்தகங்கள் வந்து கொண்டிருக்கும்.

மக்காலேயின் சரித்திரம் முழுவதும், மக்காலேயைப் போலவே, அவருக்கு மனப்பாடம் என்று சொல்லுவார்கள். அவரிடம் மனுஸ்மிருதியின் ஆங்கில மொழிபெயர்ப்பும் இருந்தது. அவர் குடும்பமும் பெரிய குடும்பம். அவர் சாப்பாடுகூட மாடியில்தான். ராத்திரி 2 மணிவரை படிப்பார் என்று சொல்லுவார்கள். அவரிடம் ஒரு பெரிய வேட்டை நாய் இருந்தது. மேலும் விசுவநாத ஐயர் வேதவித்து. வெள்ளிக் கிழமை தோறும் ராமாயண சாஸ்திரி வீட்டிற்கு வந்து ராமாயணம் படிப்பதும் ஒரு மாமூல். அதே சமயத்தில் விசுவநாதய்யர்தான் முதன்முதல் அக்கிரகாரத்தில் சீமைச் சாராயத்தைத் தண்ணீர் மாதிரி குடித்தவர் என்றும் சொல்லு வார்கள். எப்படிச் செலவழித்தாரோ அதே மாதிரி மன்னன் நாலு கையாலும் சம்பாதித்தார் என்றும் சொல்லுவார்கள். அந்தக் காலத்தில் இப்பொழுது ஏக்கருக்கு 5,000, 10,000 என்று விலைபோகும் நிலம் 50, 100 என்று விலைக்குக் கிடைக்கும். அப்படி அவர் நிறைய நிலம் வாங்கி இருந்தார். கடைத் தெருவில் ஒரு வரிசை முழுவதும் அவர் உடைமை. வீடு முழுவதும் ஸ்திரீகள் – சகோதரிகள், விதவைகள், தூர உறவு என்று அண்டிய ஏழைகள். அந்தக் காலத்தில் பணக்காரன் ஏழை ஆவதும், ஏழை பணக்காரன் ஆவதும் ஒரு போக்கு என்று சொன்னேன் இல்லையா? ஞாபகம் இருக்கா? பேசுவது மாதிரியே எழுத வேண்டுமென்று ஒரு ஆசை; மேலும் "ஞாபகம் இருக்கா?" என்று உங்களைக் கேட்கும்பொழுது எனக்குச் சில விஷயங்களை ஞாபகத்திற்குக் கொண்டு வர வேண்டியிருக்கிறது! அப்படித்தான் அவர் வீட்டில் வண்டிக் காரனாக வந்து சேர்ந்த குப்பன் இப்பொழுது சொந்த வண்டி வாங்கிவிட்டான். ஆனால் விசுவநாத ஐயர் பாடுதான் திண்டாட்டமாகிவிட்டது. உங்களுக்குப் பணக்காரர்களுடன் பழக்கம் உண்டா, இல்லையா என்பது எனக்குத் தெரியாது. எனக்கு அப்படியும் இப்படியுமாக நிறைய உண்டு. அவர் களுடன் நீங்கள் எதைப் பற்றிப் பேசினாலும் அவர்கள் கடைசியில் அதைப் பற்றித்தான் – பணத்தின் மகிமையைப் பற்றித்தான் – பேசுவார்கள். அவர்களுக்கு அதனால் சந்தோஷமோ அமைதியோ கிடையாது. அவர்களே உங்களிடம் சொல்லு வார்கள் – பணத்தில் சுகமில்லை. நீ எதை விரும்புகிறாயோ அதுதான் உன் பந்தமாகிறது. அதனுள் நீ கட்டுப்பட்டுவிடு கிறாய். இதெல்லாம் விசுவநாத ஐயருக்குத் தெரியாததில்லை. அடிக்கடி சொல்வாராம் – "இப்படித் திவான் வேலை பார்ப் பதைவிட நாலு புஸ்தகம் எழுதிக் காசு சம்பாதிக்கத்தான் எனக்கு ஆசை" என்று. ஆனால் இதை அவர் பேச்சளவில் நிறுத்திக்கொண்டார். "நீ எதை வெறுக்கிறாயோ, எது உனக்குக்

நினைவுப் பாதை

கை வராதோ, அதை நீ மதிப்பது போல் உதாசினம் செய்கிறாய்." இதுவும் விசுவநாத ஐயருக்குத் தெரியும். அவர் மூத்த மனைவி இறந்ததும் அவர் இரண்டாவது தடவை மணம் புரிந்து கொண்டார். இதுவும் அந்தக் காலத்தில் சர்வ சாதாரணம். இருவர் மூலமும் அவருக்கு ஆளுக்கொரு பிள்ளை. அவ்வளவு தான் அவர் சம்பத்து. அவருக்கு 40 வயதில் ஆரம்பித்த வயிற்று வலி கடைசியில் அவர் உயிருக்கே உலை வைத்தது. அடிக்கடி மார்ஃபியா குத்திக் கொள்வது ஒரு மாமூல் ஆகிவிட்டது. உயிர் என்பதே வலியும் வலியின் நிவாரணமும் என்று ஆகிவிட்டது. இருந்தாலும் அவர் வெறி அடங்க வில்லை. ஏதாவது அழகான ஸ்திரீயைக் கண்டால் அவர் உடம்பு பறக்கும். தன் உற்ற சினேகிதராக இருந்த ஷண்முகம் பிள்ளையிடம், "என்னடா, என்னவோ வேதாந்தம், சித்தாந்தம் என்று கயிறு திரிக்கிறாயே! இதுதாண்டா ஈசுவர சிருஷ்டி. இதை அனுபவித்தால்தான் இந்த ஜன்மம் கடைத்தேறும்" என்பார். அப்படி அவர் ஈசுவர சிருஷ்டியைத் தன் இரண்டு மனைவிகளிடம் மாத்திரமில்லை, பலரிடமும் கண்டார். ஒரு தடவை இவருடைய ஈஸ்வர தியானத்தில் சண்முகவடிவு இவரது தங்க அரைஞாணை அவிழ்த்துத் தனக்கு மாலையாக மாட்டிக்கொண்டாள் என்று இவர் பெயரைச் சொல்பவர் களெல்லாம் சொல்வது வழக்கமாகிவிட்டது! ஆனால் ஒரு விஷயத்தில் அவர் அதிர்ஷ்டசாலியாகத்தான் இருந்தார். அவர் 50 வயதில் கண் மூடியதைத்தான் கூறுகிறேன். அவர் மகன் அப்பாவு – இளையாள் மகன் – அவர் போன பிறகு அதிகநாள் இருக்கவில்லை – அவர் குறைகளை எடுத்துக் கொண்டு; நிறைகளைச் சக்கை என்று ஒதுக்கிவிட்டான். அப்பா கள் குடித்தால் இவன் திருட்டுத்தனமாகப் பொடி போடுவான். இதற்குத் துணை நாலாவது வீடு நாராயணன். இவனைப் பற்றிப் பல கதைகள் உண்டு. வீட்டில் இங்கு அடிக்கடி வந்து பாட்டியிடம் பணம் வாங்கிப் போவான் – அவர்களுக்கு அவன் இருந்த தெருவில் ஒரு காலி மனை இருந்தது. அவனுக்கு அம்மா சொல்லித்தான் தெரியும் – இதுதான் அவன் காரியம் நடத்தும் இடம். வண்ணான் பையன், ரங்கு தீக்ஷிதரின் கடைசிப் பையன் – மூக்கும் முழியுமாக நன்றாக இருப்பான் – அவனுக்குப் பலாப்பழம் என்றால் உயிர் – இவர்களுடன் சகவாசம். நாராயணனுக்கு அப்பொழுது 20 வயது. படிப்பு வரவில்லை. படிப்பை நிறுத்திவிட்டான். முக்கால் வேளையும் விசுவநாத ஐயர் வீட்டில்தான் சாப்பாடு. ஒரு நாள் இவன் காலி மனையில் செய்யும் காரியத்தை யாரோ விசுவநாத ஐயரிடம் சொல்லி விட, இவனை அவர் தன் குதிரைச் சாட்டையால் விளாசி

விட்டார் என்று சொல்வார்கள். ஆனால் அப்பாவைப் பற்றிச் சொல்ல வந்தவன் எங்கேயோ போய்விட்டேன். அப்பாவுக்கு மூளையிருந்த அளவுக்குப் படிப்பில் கவனம் செல்லவில்லை. படிப்பவர்களைக் கண்டாலே ஒரு அலட்சியம். விழுந்து விழுந்து படிக்கிறது எல்லாம் நாலு காசு சம்பாதிக்கத்தானே, அது நம்பகிட்டே நிறையவே இருக்கு, என்பாராம். நிலத்தைக் குத்தகைக்கு விட்டு விட்டு அவர் நாட்டில் பெரிய மனுஷன் வேலையை எடுத்துக்கொண்டார், யார் வந்து கேட்டாலும் சில்லறை சில்லறையாகக் கடன் கொடுப்பார். அம்மா அவர்களிடம் அதைத் திருப்பிக் கொடுக்கும்படி கேட்டால், "பேசாமல் இருடி. பிச்சைக் காசு. இவன்கள் தரலேன்னா இந்தக் குடும்பம் படுத்து விடுமா?" என்பார். ஆனால் குடும்பம் படுத்துக் கொண்டுதான் இருந்தது. அம்மா காயலாகப் படுத்தாள். பணம் தண்ணீர் மாதிரி செலவழிந்தது. பிழைத்ததும் துரும்பாகிவிட்டாள். இந்தச் சமயத்தில்தான் அவர் மாமன் ஒருவன் வந்து சொத்துக்களை ஒவ்வொன்றாக விற்க யோசனை சொன்னது. அம்மாவுக்கு இது விஷயம் தெரிந்தும் தெரியா மலும் ஒன்றும் செய்ய முடியாது. அப்பாவு ஐயருக்கு வேறு என்ன தெரியுமோ தெரியாதோ இந்த மாதிரி சட்ட நட வடிக்கைகள் எல்லாம் அத்துபடி. என்றாலும் அவர் ஒன்றை யும் சட்டை செய்யவில்லை. இவைகள்தான் என்னுடைய குலம் கோத்திரம். ஆனால் உண்மையான கோத்திரம் வாதூல கோத்ரம் – எனக்கே தெரியாத குலம், தெரியாத – மனித குலம்?

இதையெல்லாம் ஏன் நான் எழுத வேண்டும்? அப்பாவைப் பற்றியும், பாட்டனாரைப் பற்றியும், ஊரைப் பற்றியும், அண்டிப் பிழைப்பவரைப் பற்றியும் எழுதுவதால் என்னைப் பற்றி என்ன தெரிந்துகொள்ள முடியும்? ஆனால் நான் எழுதுவது எல்லாமே என்னைப் பற்றி தெரிந்துகொள்ளத் தானே? இதை எழுதுகையில் ஞாபகம் வருகிறது. 10 அல்லது 15 வருஷங்களுக்குமுன் என்றுதான் நினைவு. கேசவமாதவன் அப்பொழுது அவன் கதைகள்மூலம் பிரபலமாகிக்கொண் டிருந்தான். இலக்கிய உலகில் முதல் ஸ்தானம் வகித்த ராமநாதன்கூட அவன் எதிர்காலம் பிரகாசமாக இருக்கும் என்றார். அவன் ஒரு நாள் இந்த ஊர் திவானாக இருந்த மாதவராயர் சிலையின் (மக்களாக நிறுவியது) கீழ் நின்று கொண்டு என்னைக் கேட்டது ஞாபகம் வருகிறது. "நவீனா, உனக்கு ஒரு நாவல் எழுத வேண்டும் என்று விருப்பம் இல்லையா?" என்றான். நான் என்ன சொன்னேன் என்பது கூட எனக்கு இன்று ஞாபகம் இல்லை. அன்றும், இன்றுபோல் என்னைப் பற்றி ஒருவரும் கவனிக்கவில்லை. அன்று நான்கு

பேர் என்னைத் தெரியாமலேயே அலட்சியம் செய்தார்கள் என்றால் இன்று நாலுபேர் என்னைத் தெரிந்து கொண்டே அலட்சியம் செய்கிறார்கள். அவ்வளவுதான் வித்தியாசம். இதைச் சொன்னபிறகு கேசவமாதவன் அவன் முதல் நாவல் எழுதிவிட்டான். நாவல் எப்படி இருந்தாலும் வாசகர்கள் நல்ல அபிப்பிராயம் கூறினார்கள். எனக்கு நாவல் முற்றிலும் திருப்திகரமாகப் படவில்லை. அன்று எனக்கும் கேசவமாதவ னுக்கும் ஏற்பட்ட மன விரிசல் இன்னும் சரிப்படவில்லை. இதைப் பற்றி நான் இன்னும் நினைத்துக் கொண்டிருக்கிறேன். ஒரு கட்டத்தில் (இன்று இதை நான் எழுதுகையில் எங்களுக்குக் கோடை விடுமுறை வகுப்பில் காச்சுமூச்சென்று கத்திக்கொண் டிருந்த பையன்கள் இன்னும் இரண்டு வாரங்களில் வரப் போகும் பரீட்சைக்கு விழுந்து விழுந்து படித்துக் கொண்டிருப் பார்கள். நான் என் கைக்கடிகாரத்தைப் பார்க்கிறேன். மணி சரியாக 10.45. எங்கும் ஒரே அமைதி. நான் இந்த நாவலை எழுதிக்கொண்டிருக்கிறேன்.) இதே மாதிரி சமயத்தில் நான் கேசவமாதவனை அவன் ஊரில் பார்க்கச் சென்றிருந்தேன். என் கையில் நான் எழுதியிருந்த நாவலின் கையெழுத்துப் பிரதி. அதை அவனிடம் படிக்கக் கொடுத்துவிட்டுத் திரும் பினேன். மீண்டும் சென்றேன். பிறகு சம்பாஷணை.

"நாவல் நன்றாக இருக்கிறது."

"அது மாத்திரம் போதாது."

"பின் ?"

"பிரசுரமாக வேண்டும்."

"ஒரு நல்ல நாவல் எழுதுவதும் அதைப் பிரசுரிப்பதும் ஆகிய இரண்டில் நான் முன்னதைத்தான் முக்கியம் என்று கருதுகிறேன்."

"என்றாலும் இந்த நாவல் பிரசுரமாக வேண்டும்."

"உன்னுடைய படம் ஒன்று அட்டைக்கு அணிகலனாக இருக்க வேண்டும்."

கூட இருந்த கேசவமாதவன் நண்பர் சாரதி சொன்னார், "உங்கள் டிகிரியைப் போடுவது உசிதம்."

"இரண்டும் வேண்டாம். ஆனால் கேசவமாதவன் முன்னுரை வேண்டும்."

"ஏன் ?"

"எனக்குத் தெரிந்தவரையில் பல பிரபலஸ்தர்களைவிட இவரால் இந்த முன்னுரையை நன்றாக எழுத முடியும்."

(இன்று இதை எழுதுகையில் எனக்குத் தோன்றுகிறது அன்றே இதைச் சொல்லியிருக்கலாம் என்று. எனக்குக் கேசவமாதவன் மீது மதிப்பு – இலக்கிய பூர்வமாக – இருந்தது என்பது ஒரு பக்கம் இருக்க, அவர் எனக்குச் செய்யும் – செய்த உதவிக்கு இதை நான் ஒரு நன்றி அறிவிப்பாகக் கருதினேன் என்றுகூடச் சொல்லலாம். ஆனால் இந்த "நன்றி", "நீதி", "மதம்", "கடவுள்", "கடமை", "கட்டுப்பாடு" என்ற வார்த்தைகளைக் கேட்டாலே கேசவமாதவனும், சாரதியும் விழுந்து விழுந்து சிரிப்பார்கள், அவர்கள் கணக்குப்படி இவைகளெல்லாம் மனிதனாகவே தன் அவசியத்திற்காகச் சிருஷ்டித்தவைகள். ஆனால் இதை எழுதும்பொழுது தோன்றுகிறது என் நன்றி உணர்ச்சிகூடப் பொருத்தமில்லாத ஒரு உறுத்தல் என்று. இது நிற்க.)

சாரதி (சிரித்துக்கொண்டே), "நீங்கள் அப்படி நினைக்கலாம். இவரும் ஒரு பிரபல ஆசிரியர் என்பது உங்களுக்குத் தெரியாதா?" கேசவமாதவன் ஒன்றும் சொல்லவில்லை. நான் ஒன்றும் பேசவில்லை, ஏனென்றால் எனக்கு அந்தமாதிரி அன்று மூளை வேலை செய்யவில்லை.

கேசவமாதவன்தான் தொடர்ந்து பேசினான், "ஆனால் ஒன்று. உன் முகவுரையில் இந்த நாவல் பிரசுர விஷயத்தில் நான் உதவி செய்ததாகக் குறிப்பிட வேண்டாம்."

"இல்லை, ஆனால் வேறுவகையில் உங்கள் பெயரைக் குறிப்பிடாமல் இருக்க முடியாது."

"அது உங்கள் இஷ்டம்."

இதன் பிறகு என் நாவல் வெளிவந்ததும், அது சிலரால் புகழப்பட்டதும், சிலரால் பழிக்கப்பட்டதும் வேறு விஷயம். ஆனால் இந்தச் சமயத்தில்தான் ஒருமுறை மீண்டும் கேசவமாதவனைச் சந்திக்க நேர்ந்தது. அப்பொழுது அவன் அவனது முதல் நாவலை எழுதிக்கொண்டிருந்ததாகச் சாரதி மூலம் தெரிந்தது. பேச்சுவாக்கில் கேசவமாதவன் என்னிடம், "இப்பொழுது நாலு பேர் உன்னைப் பற்றிப் பேச ஆரம்பித்துவிட்டார்கள்" என்றான்.

"ஏன்?"

"உன் நாவல் மூலம்."

எனக்கு இதைக் கேட்டதும் ஒரு மாதிரி இருந்தது. ஆனால் அதைக் காட்டிக் கொள்ளாமல், "உன் நாவல் எவ்வளவு தூரம் இருக்கிறது?" என்றேன்.

"ஒரு எழுத்தாளனும் இன்னொரு எழுத்தாளன் எழுத்தைப் பற்றி சிரத்தை காட்டுவதோ, அபிப்பிராயம் தெரிவிப்பதோ அவ்வளவு உசிதமில்லை."

"ஏன்?"

"அசிகை."

நான் ஒன்றும் சொல்லவில்லை. பின்னால் நடந்ததைத் தான் சொல்லிவிட்டேன். சச்சிதானந்தம் பிள்ளை ஞாபகம் எனக்கு மறுபடியும் வந்தது. அவர் என்னிடம் ஒரு தடவை சிரித்துக்கொண்டே கேட்டார், "நவீனா, மனிதன் கடைசிவரையில் தோற்றுக்கொண்டுதான் இருப்பான் என்பது உனக்குத் தெரியுமா?"

"ஏன்?"

"அவன் மனம்."

"அப்படி என்றால்?"

"அவன் இஷ்டப்படுகிறானோ இல்லையோ, அவன் மனம் சலித்துக்கொண்டேதான் இருக்கும். அவன் சாதனைக்கு அதுதான் காரணம். ஆனால்..."

"ஆனால்?"

"அதனால் ஒன்றின்மீது ஸ்திரமாக இருக்க முடியாது. அது அப்படி ஸ்திரமாக ஒரு அளவிற்காவது இல்லாவிட்டால் ஒன்றும் முடியாது."

"சொல்லுங்கள்."

"எனக்கு ஒரு சினேகிதர் இருந்தார், அவர் துணிக்கடை வியாபாரி. இப்பொழுது எல்லாம் சொல்கிறார்களே –எம்.வி.வி, சுந்தர ராமசாமி – அவர்களைப் போல் என்று வைத்துக் கொள்ளேன். அவன் என்னுடன் பேசிக்கொண்டே இருப்பான். ஆனால் யாராவது கடைக்குள் வந்தால் போதும், வருபவரிடம் தான் முழுக்கவனமும். இதில் என்ன விஷயம் என்றால் அவன் நம்மைப் புறக்கணிப்பதாக நாம் உணராத வகையில் நடந்துகொள்வான்."

"சொல்லுங்கள்."

"மனதை அப்படிப் பழக்கி வைத்திருந்தான். மனதைப் பழக்கினால் ஒழிய ஒன்றுமே சாத்தியமில்லை. என்றாலும் பிரம்மம்..."

"சரி ஆரம்பித்துவிட்டீர்களா?"

"அதிகம் பேசமாட்டேன். எவ்வளவுதான் மனதைப் பழக்கினாலும் மனம்தான் உன்னை ஆள்கிறது."

"புரியவில்லை."

"மனம் ஐம்பூதங்களின் பரிணாம விசேஷம்; அவைகளி லிருந்து வேறுபட்டதில்லை; கர்மேந்திரியம், ஞானேந்திரியம், தன்மாத்திரை என்று சொல்வதெல்லாம் அடிப்படையில் ஒன்றுதான். இன்னும் ஒன்று, கேட்க நீ சித்தமாயிருந்தால் சொல்லுகிறேன்."

"சொல்லுங்கள்."

"நல்ல ஆளப்பா நீ. எழுத்தாளனுக்கு எழுத்தைத் தவிர வேறென்ன? விட்டிஜென்ஸ்டின் சொன்னது ஞாபகம் இருக்கா? "தத்துவம் பேச ஆரம்பித்தால் வார்த்தைகளுக்குக் கொண்டாட்டம்தான்" என்று, இது இலக்கியத்திற்குத்தான் முற்றும் பொருந்தும் என்பது என் அபிப்பிராயம். பத்து இருபது வருஷங்கள்முன் – அப்பொழுதே எனக்கு இந்த அத்வைதக் கிறுக்கு உண்டு என்று வைத்துக்கொள்ளேன் – அப்பொழுது விடுமுறைக்கு என் அண்ணன் வீட்டிற்குச் சென்றிருந்தேன். அவன் விட்டிஜென்ஸ்டின் கொள்கையைச் சார்ந்தவன்; "சரிதாண்டா, இல்லாததைப் பற்றி அப்புறம் பேசலாம்; முதலில் உள்ளதைப் பற்றித் தெரிந்து கொள்" என்பான். அவனுக்கு ஒரு பெரிய கம்பெனியில் ஒரு பெரிய வேலை. அவன் வீட்டில் இருந்தால் காலையிலிருந்து இரவு வரை யாராவது வந்துகொண்டும் போய்க்கொண்டும் இருப்பார்கள். பாதிப்பேர் பெண்கள், பாதிப்பேர் ஆண்கள். எல்லோரும் மேல்தட்டைச் சார்ந்தவர்கள். ஆண்களைப் பார்த்தால் பெண்கள் மாதிரியும், பெண்களைப் பார்த்தால் ஆண்கள் மாதிரியும் இருக்கும். சிரித்துச் சிரித்துப் பேசிக்கொண்டிருப்பார்கள். ஆபீஸ்காரர்கள், அல்லாதவர்கள், இப்படிப் பலர். (இப்பொழுது மணி 1.40. துல்லியமான ஒளி வெய்யில், என்ன அமைதி. மனித வாடையே இல்லாத பிரகிருதி சௌந்தரியம். ஏதோ ஒரு பெயர் தெரியாத பறவை கத்திக் கொண்டிருக்கிறது.) ஒருத்தி தலைமயிரை வெட்டிக் கிராப் செய்துகொண்டிருந்தாள், பார்க்க ஒரு குள்ள வாத்து மாதிரி இருந்தாள். பேசிக்கொண்டே 'சவு'க் 'சவு'க் கென்று குள்ள வாத்து மாதிரியே நடந்துகொண்டிருந்தாள். அண்ணன்காரன் – அவன் பெயர் சிவஞானம் – அவளிடம் 'என்ன தாரா, கொஞ்சம் இளைத்துவிட்டாயே!' என்று கேட்டான். ஒரே சிரிப்பு.

வேறு ஒரு குரல்: 'ஷிவ்' (இது சிவஞானத்தை மேல்தட்டி லுள்ளவர் கூப்பிடும் முறை) இப்பொழுது டக்கி, ஸுப்ரதோ வுடன் திரிந்துகொண்டிருக்காளேமே!"

வேலைக்காரப் பையன் 'ஸார், போன்' என்று சிவஞானத் திடம் சொன்னான். அவன் திரும்பி வந்ததும் வாஸந்தி (சிவஞானத்தின் மனைவி) பீரோவைத் திறந்துகொண்டே

‘என்ன விஸ்கி, பிராந்தி அல்லது ஜின்?’ என்று கேட்டாள். குள்ள வாத்து ‘தண்டா பானி’ என்றதும் மறுபடியும் சிரிப்பு. வாஸந்தி திறந்த பீரோவை மூடிவிட்டாள். ஒரு மழை பெய்து ஓய்ந்த மாதிரி.

மறுபடியும் போன் அலறியது. வாஸந்தி சிவனிடம், “பந்தர்கார் தம்பதிகள்.”

சிவன், “வரச்சொல்.”

அவன் என்னிடம், “இப்படியே படுக்கையில் படுத்துக் கொண்டு இருந்தால்? நீயும் வாயேன்.”

நான் ‘வரவில்லை’ என்றேன்.

பந்தர்கார் கூர்மையான தாடி வைத்திருந்தான். வயது 30 தான் இருக்கும். அவன் மனைவி ஒரு அமெரிக்க ஸ்திரீ. புடவை கட்டிக்கொண்டிருந்தாள். மறுபடியும் பேச்சு. மறுபடியும் சிவன் மிஸஸ் பந்தர்காரிடம் ‘ஐ ஸே’ என்றான்.

மறுபடியும் சிரிப்பு.

பந்தர்கார், “இந்த யு.எஃப் கவர்ன்மென்ட் வந்ததும் ஷெயர்கள் எல்லாம் சரிந்து விட்டது பார்த்தாயா?” என்றான்.

சிவன், “செஸ்டர் பௌல்ஸுக்குப் பதில் வருகிறவன் எப்படி?”

இப்பொழுது சிவன் மூத்த மகள் அரங்கத்தில் நுழைந்தாள். அவள் வயது 18. அவளும் அந்த ஸ்திரீயும் பேசிக்கொண்டிருந்தார்கள்.

அவர்கள் போகும்பொழுது மணி 9. சிவன் என்னிடம் வந்து, “நாங்கள் சினிமாவுக்குப் போகப் போகிறோம். நீ வருகிறாயா?” என்றான்.

“இல்லை. நீங்கள் சென்று வாருங்கள்.” பத்து மணி ஆனதும் ஒரியாச் சமையற்காரன் என்னைச் சாப்பிடக் கூப்பிட்டான். சாப்பிட்டேன்.

சிறிது நேரங் கழித்துப் பையில் பர்ஸைப் போட்டுக் கொண்டு வெளியே சென்றேன். ஒரு முறை வெற்றிலை போட்டேன்.

முதலில் தென்பட்ட ஒரு புஸ்தகக் கடையில் நுழைந்தேன். வில்லியம் கார்லாஸ் வில்லியம்ஸனின் ‘பேட்டர்ஸன்’ தென் பட்டது. அதை வாங்கினேன். மறுபடியும் வீடு வந்தேன். மாடியிலிருந்து பார்த்தால் ஒரு பிரம்மாண்டமான மரம் எதிர்ச்சாரியில் தெரியும். அதைக் கொஞ்சநேரம் பார்த்துக் கொண்டே நின்றேன். வாசலில் கார் வரும் சப்தம். மறுபடியும்

என்னறையில் வந்து கட்டிலில் உட்கார்ந்துகொண்டேன். 'பேட்டர்ஸன்' ஒரு தடவை படித்ததுதான். அதை நான் ஏன் மறுபடியும் வாங்கினேன்? அதன் நீல அட்டையைப் பார்த்துக்கொண்டிருந்தேன். யாரோ வரும் சப்தம். சிவன். மணி 12. எல்லோரும் தூங்கிவிட்டார்கள். அவன் என்னிடம், "சினிமா நன்றாக இருந்தது" என்றான். "நீ இப்பொழுதும் அந்தச் சாமியாரைப் பார்க்கும் வழக்கம் உண்டா?" என்றான்.

"யார்?"

"அந்தத் தாண்டவராய சுவாமிகள்."

"அவர் போனவாரம் இறந்துவிட்டார்."

"நாங்கள் வருகிற வரையில் என்ன செய்துகொண்டிருந்தாய்?"

ஒரு தடவை வெற்றிலை போட்டேன். பேட்டர்ஸன் ஒரு பிரதி வாங்கிவிட்டு, ஏன் வாங்கினேன் என்று யோசித்தேன். சற்றுமுன் எதிர்வீட்டு மரத்தைப் பார்த்துக் கொண்டிருந்தேன் என்று சொன்னால் அவனால் அதைத் தாங்கிக்கொள்ள முடியாது என்பதால், "விஷேசமாக ஒன்றும் செய்யவில்லை" என்றேன்.

"என்ன செய்யப் போவதாக உத்தேசம்?" என்றான்.

தொடர்ந்து பேசினான், "கணிதத்தில் முதல் வகுப்பில் தேறியிருக்கிறாய். நல்ல வேலையில் இங்கேயே உன்னை வைத்துக் கொள்ளலாம்."

"தேவையில்லை."

"நீ வேறு எங்கேயாவது வேலைக்குப் பிரயத்தனம் செய்துகொண்டிருக்கிறாயா?"

"இல்லை."

"பின்?"

"அதைப்பற்றி நான் இன்னும் யோசிக்கவில்லை."

"ஏன்?"

"எதைப் பற்றியும் நான் அதிகமாக யோசனை செய்வதில்லை."

"அந்தச் சுசீலா விஷயம் என்னவாயிற்று?"

"அவளுக்குக் கல்யாணம் ஆகிவிட்டது." பிறகு அவன் போய்விட்டான். அதன் பிறகுதான் "நான் இதை எழுதினேன்" என்று சச்சிதானந்தம் பிள்ளை அவர் டயரியைத் திறந்து 23.3.'69 என்ற தேதிக் குறிப்பைக் காட்டினார். அதில் வருமாறு எழுதியிருந்தது.

நினைவுப் பாதை

“சிவன் மாதிரி என்னால் இருக்க முடியவில்லை. அவனுக்குத் தனியாக இருப்பது என்றால் சிறைவாசம். எனக்குத் தன்னுடன் தானே பேசிக்கொள்வதுதான் பிடிக் கிறது. ஆனால் இது சரியா? மனிதருடன் ஒட்டாமல் இருந்தால் அவர்களும் நமக்கு எட்டாமல் போய்விடுவார்கள். மனிதனை புரிந்துகொள்ளாதவன் எப்படிக் கடவுளைப் புரிந்து கொள்ள முடியும்? இதைப்பற்றித் தாண்டவராய சுவாமிகள் இருந்தால் கேட்டிருக்கலாம். இப்பொழுது நான் என்னையேதான் கேட்டுக்கொள்ள வேண்டும்.”

அந்த மரம் என்னைக் கவர்ந்தது. அதைப்பற்றி ஒரு “மோசமான” ‘தாகூர் கவிதை’ எழுதினேன். வருமாறு:

“மரம் ஒரு லக்ஷ்ய வடிவம்;
ஏனென்றால் அதனால் வேரூன்றி
நிற்கமுடியுமென்பதால்.”

“தண்ணீர் ஒரு லக்ஷ்ய வடிவம்;
ஏனென்றால் அதற்கு உயிரை
வளர்க்கும் ஆற்றல் உண்டு.”

“மரம் வளர்த்தவன் தண்ணீர்
ஊற்றுவான் என்பது பத்தாம் பசலிக்
கொள்கையாக இருக்கலாம். ஆனால்
எல்லாவற்றிற்கும் ஆரம்பமும்
அடிப்படையும் நம்பிக்கைதானே ?”

இந்தச் சச்சிதானந்தம் பிள்ளை ஞாபகம் இப்பொழுது வருகிறது. அவருடனிருந்த சகவாசம்தான் எனக்கு ஒரு நிலை அளித்தது என்றால் அது தவறில்லை. அவரிடம் கேசவ மாதவனுடன் ஏற்பட்ட மன விரிசலைப் பிரஸ்தாபித்ததும் அவர் பிரஸ்தாபித்ததையும் எழுதிவிடுகிறேன்.

“நவீனா உனக்கு இன்னும் உலகம் தெரியவில்லை. உன்னைப் பற்றி யாரோ “குருட்டு ஆந்தை” என்று எழுதினான் என்று சொன்னாயே. அவன் இரண்டு கண்ணுக்குப் பதிலாக நாலு கண்ணுடைய மகானாகத்தான் இருக்க வேண்டும். ஆனால், நவீனா, இரண்டு கண் வைத்துக்கொண்டே இவ்வளவு கஷ்டப்படும் நாம் நாலுகண் இருந்தால் என்ன செய்ய முடியும்? கேசவமாதவனுக்கும் உனக்கும் ஏற்பட்ட மனவிரிசலைப் பற்றி என்னவோ சொல்கிறாய்! எல்லா உறவுகளுமே அப்படித்தான். எனக்குத் தெரிந்த அரைகுறை அத்வைத ஞானத்தை வைத்துக்கொண்டு சொல்கிறேன். ஆதி சங்கரர் சொல்வாராம், காரண – காரியம் என்பதே ஒரு மயக்கம் என்று. எல்லாம் நாமாகச் சிருஷ்டித்துக் கொள்ளும் சம்பந்தங்கள், பந்தங்கள். காக்கை உட்காரப்

பனம்பழம் வீழ்ந்தது என்பது காரணம் என்று சொல்; அது தானாகவே விழுவதுதான். நமக்கு விபரீதமாகப் படுகிறது. இங்குதான் தர்க்க ஞானம் பின்வாங்குகிறது. சிலந்திக்கு எட்டுக்கால் என்றால், மனதிற்கு எவ்வளவு சிந்தனைகள் உண்டோ அவ்வளவு கால்கள். அது எப்பொழுதும் தப்புக் கணக்குப் போட்டுக்கொண்டே இருக்கும். விட்டிஜென்ஸ்டின் *"For philosophical problems arise when language goes on holiday"* என்றான். தத்துவத்தில் மாத்திரமில்லை; எல்லாவற்றிலும் தான். அவன் உன்னிடம் அவன் பதவியைப் பற்றி நீ ஒருவித முடிச்சுப் போடக்கூடாது என்று சொல்லுகையிலேயே அதைத்தான் அவனும் செய்கிறான். நீயும் செய்கிறாய். ஏனென்றால் உனக்கும் புஸ்தகம் எழுதுவதைப் போல் பிரசுரமும் வேண்டித்தானே இருக்கிறது. எழுதுவதற்கும் பிரசுரமாவதற்கும், ஒரு முடிச்சு. நன்றியுணர்ச்சிக்கும் எதையுமே நன்றாகச் செய்யாமலிருப்பதற்கும் ஒரு முடிச்சு. உனக்கு நீயே ஒரு முடிச்சு. நவீனா, என்றுதான் நீ இதிலிருந்து விடுபடப் போகிறாய்" என்றார்.

பத்து வருஷமாக எழுதிக்கொண்டிருக்கிறேன். எவ்வளவோ பேரைப் பார்த்தாகி விட்டது. சுசீலாவைப் பற்றி நினைக்கிற பொழுதே உடல் இன்னும் புல்லரிக்கிறது. ஆனால் வேறு எவரைக்காட்டிலும், எதைக்காட்டிலும் சச்சிதானந்தம் பிள்ளையைப் போல் என் மனதில் வேறு யாரும் சாசுவதமாக இல்லை என்றே சொல்ல வேண்டும். அப்படி அவர் என் மனதின் அடித்தளமாகிவிட்டார். அதனால்? இதைக் கேட்டால் அவர் சிரிக்க மாட்டாரா? நிச்சயம் சிரிப்பார்.

ஆனால் சச்சிதானந்தம் பிள்ளையைப் பற்றி நினைத்தால் நாவல் எழுத முடியாது. இது நாவலா? டயரியா? இதில் வருபவர்கள் நான் அறிந்து அனுபவித்த மனிதர்களா அல்லது வெறும் பிரமையில் தட்டித் தெறித்த உருவங்களா? அப்பாவு ஐயர் சாதாரணத்திலும் சாதாரணம் என்றேன். அவருடைய சில குணாதிசயங்கள் ஞாபகத்திற்கு வருகின்றன. சாப்பிட உட்காருகிறபொழுது (அப்பொழுது வீடு இருந்த நிலையில் ஒரு பலகைக்குக்கூட வகையில்லை) வேட்டியைப் புறந்தள்ளித் தான் தரையில் உட்காருவார் – வேட்டி அழுக்காகக் கூடாது என்று. அப்பொழுது எல்லாம் எனக்குச் சுரீர் என்று ஒரு உணர்ச்சி. வீட்டு நிலை எப்படி இருந்தாலும் கூட்டுக்கிச்சடி எல்லாம் வேண்டும். ரஸம், குழம்பு இவைகளுக்கு ஒரு உப்புக்கல் தூக்கலாகவோ, குறைவாகவோ இருக்கக் கூடாது. நன்றாகச் சாப்பிட்டுவிட்டு அதற்கு அறிகுறியாக ஒரு ஏப்பம் விட்டுக்கொண்டு மேல் மாடிக்குப் போய்விடுவார். சாயங் காலம் சகாக்கள் வருவார்கள் – முக்கியமாக நாலாவது

வீட்டு நாராயணன். பிறகு சீட்டுக் கச்சேரி. 8, 8.30 வரை நடக்கும். சில சமயம் சகாக்களுக்கு வீட்டிலேயே சாப்பாடு. சாப்பிட்ட பிறகு வீட்டை விட்டுப் போய்விடுவார். சில சமயம் அடுத்த நாள் காலையில்தான் வருவார். இதைப்பற்றி எனக்கு அன்று ஒன்றும் தெரியாது. தெரிந்த இன்று அதைப் பற்றி எனக்கு எழுதக் கூடிய தெம்பு கிடையாது. அம்மா என்றும் போல் ஒன்றும் பேசமாட்டாள். ஒரு முறை அவளிடம் யாரோ இதைப் பற்றிக் கேட்டபொழுது அவள், "அதைப் பற்றி என்னிடம் ஒன்றும் கேட்காதீர்கள்" என்று சுருக்கமாக விஷயத்தை முடித்துவிட்டாள். வயலில் அறுவடை சமயத்திற்கும், தேங்காய் வெட்டுக்கும் அவர் போவார். ஆனால் இந்த வாழ்வும் அவருக்குப் புளித்துவிட்டது. அதிகமாக ஆங்கிலத் துப்பறியும் நாவல்களைப் படிப்பார். மணி மணியான ஆங்கில எழுத்து. நேற்று அந்த நாவல்களில் ஒன்றை எடுத்துப் பார்த்தபொழுது அதன் கடைசிப் பக்கத்தில் கதையின் சாராம்சம், பாத்திரங்களைப் பற்றிய விமர்சனக் குறிப்புகள் இவைகள் எழுதப்பட்டிருப்பதைப் பார்த்தேன். சச்சிதானந்தத்தைக் கேட்டால் "எல்லாம் மனதின் சேஷ்டை" என்பார். இருக்கலாம். ஒரு வழி சரியான வழி போகலாம் என்று நினைக்கும் பொழுது மனம் அதற்கு மாறான ஓராயிரம் வழிகள் கை காட்டி அழைப்பதைக் காட்டுகிறது. ஒவ்வொரு வழியையும் மாறி மாறிப் பரீக்ஷை செய்ய மனம் விழைகிறது. எட்டுக்கால் பூச்சிக்கு எட்டுக்கால்கள்; மனதிற்கு எவ்வளவு சிந்தனைகள் இருக்கின்றனவோ அவ்வளவு கால்கள். அதனால்தானோ என்னவோ திடீரென்று ஒரு நாள் அப்பாவு ஐயர் கார்ப்பரேஷனில் ஒரு குமாஸ்தா வேலையில் அமர்ந்தார். ஒரு வேளை தன்னை ஆராதனை செய்யும், அண்டிப் பிழைத்துத் தன்னைச் சுரண்டித் தின்னும் கூட்டங்கள் – நாலாவது வீட்டு நாராயணனைப் போன்றவர்கள் – தனக்குப் பின்னால் தன்னைப் பரிகசித்தது இவர் காதுக்கு எட்டியதனால்தான் அவர் இப்படிச் செய்தார் என்கிறார்கள். பத்து வருஷம் இவ்வேலையில் இருந்தார். கடைசியாகக் கள்ளுக்கடையில் செத்துக் கிடந்த இவர் பிரேதத்தை நாலாவது வீட்டு நாராயணனும், வேறு சிலரும் வீட்டுக்கு எடுத்து வந்த காட்சி இன்னும் என் மனதை விட்டு அகலவில்லை. ஒரு முறை இதைப்பற்றிச் சச்சிதானந்தத்திடம் சொன்னதும் அவன் சொன்னது ஞாபகம் வருகிறது. "நவீனா, நீ வாழ லாயக்கற்றவன். வாழ்க்கை விவிதவர்ணங்கள் உடையது. அவைகளைத் தாண்டி நீ ஒரு ஐக்கியம் நாடுகையில்தான் எல்லாம் மறைந்து ஏக வெண்மை புலப்படும். அப்பாவு ஐயருடைய வாழ்க்கை ஏன் வியர்த்தமுடையது என்று நீ நினைக்கிறாய்? நீ இல்லையா? உன் தாயார் இல்லையா?

யாருக்கும் யாரும் ஜவாப்தாரி இல்லை. உனக்கு மாத்திரம் தான் நீ உத்திரவாதி. எதைப் பற்றியும் தீவிரமாகச் சிந்தனை செய்துகொள்ள நீ பழக வேண்டும். நன்மை – தீமை, சரி – தப்பு இவைகளை எல்லாம் தாண்டினால்தான் வாழ்க்கையை நீ புரிந்துகொள்ள முடியும். மனிதனைப் புரிந்துகொள் ளாதவன் எப்படிக் கடவுளைப் புரிந்துகொள்ள முடியும்? உன் அப்பா மேரி கொரல்லியும், எட்கார் வாலஸூம் படித்ததும், நீ காமுவும், ஸார்த்ரேயும் படிப்பதும் அடிப்படை யில் ஒன்றுதான்." அவன் ஏன் இப்படிச் சொன்னான் என்று நான் பல கட்டங்களில் நினைப்பதுண்டு.

ஆனால் அப்பாவு ஐயருக்கு இருந்த ஒரு பலம் என்னிடம் பலவீனமாக மாறியிருப்பதை நான் அறியாதவன் இல்லை. அன்று – சுசீலா, சுசீலா என்று தியானம் செய்துகொண்டு, அன்றுகூட – இருட்டின் சௌந்தர்யத்தில், மல்லிகை மலரின் நெடியில், விளக்கணையும் நேரத்தில், சுயபோதம் சோர்ந்து போகும் அதே தருணத்தில், வேறொன்று நெட்டித்தள்ள, விரும்பியும் விரும்பாமலும், வேண்டாம் என்று ஒன்று கூறினும், வேண்டுமே என்று மற்றொன்று கூற, எவ்வளவு சந்தர்ப்பங்களில் அங்கும் இல்லாமல் இங்கும் இல்லாமல் தத்தளித்த நேரங்களில், வளைக்கரங்கள் விபரீதமாக எள்ளி நகைக்க அப்பாவு ஐயரை நான் மதித்ததும் உண்டு. சச்சிதானந்தத்தைப் புரிந்துகொண்ட தருணங்கள் அவை; "உனக்கு நீயே ஒரு முடிச்சு; நவீனா, என்றுதான் நீ இதிலிருந்து விடுபடப் போகிறாய்?" மறுபடியும் ஞாபகம் வருகிறது. அப்பா இறந்த பிறகு சச்சிதானந்தத்தின் வீட்டிற்கு மீண்டும் ஒரு முறை சென்றிருந்தேன். அவன் என்னைப் பார்த்ததும் சிரித்துக்கொண்டே, "என்ன?" என்றான். "நீ சில நாட்கள் முன் சொன்னாயே, அப்பாவுடைய வாழ்க்கை அப்படி ஒன்றும் வியர்த்தம் இல்லை என்றாயே, அது எனக்குப் புரியவில்லை" என்றேன். அவன் மீண்டும் சிரித்தான்.

"ஏன் சிரிக்கிறாய்?"

"நமக்கு வேறு எது வராவிட்டாலும் இந்தக் குரு – சிஷ்ய பாவம் நன்றாக வந்திருக்கிறது. யார் பின்னாலாவது நடந்துகொள்ளத்தான் நாம் நூற்றாண்டுகளாகக் கற்றுக்கொண் டிருக்கிறோம். நீயும் என்னிடம் அடிக்கடி வந்துகொண்டிருக் கிறாய். இது ஆபத்தானது."

"இருந்தாலும் சொல்."

"நீயோ அது – இது என்று அதிகம் படிக்கின்றாய். நான் அதிகம் படிப்பதில்லை."

"சிந்திக்கிறாய்."

"அப்படியும் சொல்வதற்கில்லை. படிப்புக்கும் சிந்தனைக்கும் தொடர்புண்டு. இரண்டிலிருந்தும் தப்புவதற்குத்தான் நான் முயற்சித்துக்கொண்டிருக்கிறேன்."

"அப்படியானால் நான் உன்னிடம் வந்தே இருக்கக் கூடாது என்கிறாயா?"

"அப்படி நான் சொல்லவில்லை." அவன் மறுபடியும் சிரித்தான்.

"ஏன் சிரிக்கிறாய்?"

"இப்பொழுது உனக்கு 25 வயது இருக்கும் இல்லையா?"

"ஆமாம்."

"அதற்குள் நீ உனது முதல் நாவல் எழுதத் தொடங்கி விட்டாய் இல்லையா?"

"எப்படித் தெரியம்?"

"தெரியும் என்று வைத்துக்கொள்."

"நான் கேட்டதற்கும் நாம் இப்பொழுது பேசுவதற்கும் என்ன சம்பந்தம்?"

"உன்னுடைய அறியாமை விலகிக்கொண்டிருக்கிறது."

"எப்படி?"

"சிவராஜன் சொன்னான்."

"என்ன?"

"நீ இந்த நாவல் விஷயத்தைப் பற்றி அவனிடம் சொன்னதாக."

"வேறு ஏதாவது சொன்னானா?"

"அதுதானே சொல்லப் போகிறேன். உன் நாவல் குறைந்தது முந்நூறு பக்கமாவது இருக்க வேண்டும் என்று சொன்னானா?"

"ஆமாம்."

"நீ என்ன சொன்னாய்?"

"பக்கத்திற்கும் தரத்திற்கும் சம்பந்தம் இருப்பதாகத் தெரியவில்லை என்று சொன்னேன்."

"அவன் என்ன சொன்னான்?"

"அப்படி ஒன்றும் சொல்ல முடியாது என்று சுட்டிக் காட்டினான்."

"அப்புறம்?"

"அவன் மேலும் சொன்னான். தரம் – தரமின்மை என்பதைப் பற்றிப் பேச்சிருக்கட்டும். தரமான புஸ்தகம் மாத்திரம் போடுவதென்றால் நான் கடையை மூடுவதுதான் நியாயம். பணம் கொடுத்து வாங்குகிறவனுக்கு ஒரு அரைமணி நேரமாவது படிப்பதற்குச் சரக்கு வேண்டும். படிப்பவன் சுவையை நான் இப்படித்தான் இருக்க வேண்டும் என்று சொல்ல முடியாது."

"நீ என்ன சொன்னாய்?"

"நான் அவனுடன் இசைந்து போகவில்லை."

"இப்பொழுது என்ன செய்துகொண்டிருக்கிறாய்?"

"என் நாவலைத் தரம் குறையாமல் பக்கமும் குறையாமல் எழுத முடியுமா என்றுதான் முயன்றுகொண்டிருக்கிறேன்."

"அப்பொழுது அவன் சொன்னது சரிதானா?"

"அறுதியிட்டுச் சொல்ல முடியாது."

"ஏன்?"

"வேறு வகையில் பார்த்தால் – நான் தராசு பிடித்து வியாபாரம் செய்யும் வகையில் – சொல்லவில்லை – அவன் கூறுவதில் உண்மை இருப்பது மாதிரியாகத் தோன்றுகிறது."

"எப்படி?"

"எழுதுகிறவன் எழுத எழுதப் படிக்கிறவன் படிக்கிறான். நானும்தான் நிறையப் படித்திருக்கிறேன். நாவல் என்பதே லிஸ்ட் – தயாரிக்கும் விவரம்தான்."

"எப்படி?"

"ஊர், பேர், குலம், கோத்திரம் இப்படி ஒரு லிஸ்ட். சமுதாயம், தனி மனிதன், அரசியல் இப்படி ஒரு லிஸ்ட். மூன்று மனிதர்கள் உள்ளங்களில் மூன்று மணி நேரத்தில் எப்படி மூவாயிரம் சிந்தனைகள் உதிக்கின்றன என்பது ஒரு லிஸ்ட்."

"அந்த மூன்று எழுத்துக்காரர் கேட்டார் — எல்லாம் எதற்கு?"

"அவர் எப்படி இங்கு வந்தார்?"

"இதற்குப் பதில் சொல்?"

"இதை எழுதுவது 'நகுலன்' என்ற அடிப்படையில்."

"இதை எழுதுவது 'நவீனன்' இல்லையா?"

"நகுலன் இல்லாவிட்டால் 'நவீனன்' உண்டா?"

"நவீனன் இல்லாவிட்டால் 'நகுலன்' உண்டா என்றால் இருவரும் ஒருவரேதானா?"

"உன் அடிப்படையில் அப்படித்தானே?"

"வேறு ஒரு அடிப்படையில் இருவர்தானே?"

"ஆனால் நகுலனும் இல்லை; நவீனனும் இல்லைதானே?"

"உங்களுக்குத் தெரியுமே விட்டிஜென்ஸன் அடிப்படையில் உணர்ச்சி என்பதுகூட ஒரு களத்தை வைத்துக்கொண்டுதானே ஸ்தாபிக்க முடிகிறது?"

"நீங்கள் படிக்கவில்லை என்கிறீர்களே!"

"அப்படியானால் இதுகாறும் சொன்னதையே திருப்பிச் சொல்ல வேண்டியிருக்கும்."

"நாம் எதைப் பற்றிப் பேசிக்கொண்டிருந்தோம்?"

"அப்பாவு ஐயரின் வாழ்க்கையைப் பற்றி."

"இப்பொழுது எங்கெல்லாமோ போகின்றோம்?"

"அதாவது வார்த்தைகளால் வலை பின்னுகிறோம்."

"ஆனால் மேலே சொன்ன தத்துவ சாஸ்திரியின் அடிப் படையில் வார்த்தை என்பது தனியாக ஒன்றில்லை என்பது தானே."

"எனக்குத் தலை சுற்றுகிறது."

அவர் சிரித்தார்.

மேலும் சொன்னார், "இலக்கியம் எழுத்து என்பதெல் லாம் இந்த விதவிமானவைகளுக்கெல்லாமே ஊடும் பாவுமாக ஓடும் ஒரு சரடை எடுத்துக்காட்டுவதுதானே?"

"அது சரி. அப்பாவு ஐயர் . . ."

"சரி சொல்கிறேன். நான் அதிகம் படித்தவனில்லை என்று சொன்னேனே."

"ஆமாம்."

"ஒரு கதை சொல்கிறேன் கேட்கிறாயா?"

"சொல்."

"ஒரு ஊரில் ஒரு சாமியார்."

"ஊரின் பெயர்."

"அவசியமில்லை . . . அந்தச் சாமியார் விளம்பரமில்லா தவர், அவரிடம் ஒரு குடியானவன் வந்தான்."

"எதற்கு?"

"மனிதன் அதிகமாகக் கஷ்டப்படும்பொழுதுதான் எதையெல்லாம் செய்யக்கூடாது என்று நினைக்கிறானோ அதையெல்லாம் செய்கிறான்."

"சரி மேலும் சொல்."

"அவன் அந்தச் சாமியாரிடம் சென்று நின்றான். பிறகு அவர்களிருவரும் இவ்வாறு பேசினார்கள்:

"உனக்கு என்ன வேண்டும்?"

'வீட்டில் இருக்க முடியவில்லை. கட்டினவ எப்பவும் கூச்சலிடறா. மூத்த பையன் என்னைக் கண்டாக் கிட்டவரப் பயப்படறான்.'

'ஏன்?'

'அவ, அப்பன் குடியன் என்று சொல்லிக் கொடுத் திருக்கா?'

'அது சரிதானே.'

'ஆமாம். எனக்குத் தெரியும். ஆனா?'

'நான் என்ன செய்ய வேண்டும்?'

'எனக்குக் குடிக்காமல் இருக்க ஒரு வழி சொல்லித் தாருங்கள்.'

'ஒரு தடவை குடிக்கப் பழகினவன் அதை நிறுத்த முடியும் என்று நீ நினைக்கிறாயா?'

'முடியாது?'

'பின் ஏன் என்னிடம் கேட்கிறாய்?'

'நீங்க பெரியவங்க.'

'நான் சொன்னா மாத்திரம் உன்னால் முடியுமா?'

'அப்படிச் சொல்லாதீங்க.'

'என்ன செய்ய வேண்டும்.'

'ஒரு வழி காட்டுங்க.'

'நான் சொன்னாக் கேப்பயா?'

'சொல்லுங்க.'

'குடிக்கிறதை நிறுத்தாதே.'

'என்னங்க!'

'ஆமாம் குடிக்கிறதை நிறுத்தாதே.'

'எனக்குப் புரியலைங்க.'

நினைவுப் பாதை

'நீ போ, உனக்குப் புரியும் தனியாக.'

இந்தக் கதையைச் சொல்லிவிட்டு சச்சிதானந்தம் பேசாம லிருந்தான். நான் அவனிடம் "அப்புறம்?" என்று கேட்டேன். அவன் மீண்டும் சிரித்துக்கொண்டே "அடுத்த வாரம்வரை பொறுத்துக்கொள்ள முடியாதா?"

"எனக்குக் கோபம் வரும். விளையாடாதே."

"உன்னுடைய கோபத்தை நான் ஏன் சம்பாதித்துக் கொள்ள வேண்டும். அவன் அவரை அதற்குப்பின் வந்து பார்க்கவில்லை."

"இந்தக் கதைக்கும் நான் என் அப்பாவைப் பற்றிக் கேட்ட கேள்விக்கும் என்ன சம்பந்தம்?"

"கொஞ்சம் ஆலோசித்துப் பார்த்தாயானால் உனக்குத் தனியாகப் புரியும்."

சச்சிதானந்தம் சொன்ன இந்தக் கதை எனக்குப் பல கட்டங்களில் ஞாபகம் வருகிறது.

இந்தக் கதையை எழுதிய பிறகு ஒரு விஷயம் ஞாபகம் வருகிறது. அப்பா சாவதற்கு முன் – மூன்று நாட்களுக்கு முன் – என்னைக் கூப்பிட்டார். அப்பொழுது அவர் போதை யில் இருந்தார்.

"நவீனா, நீதானே, நவீனன்?"

நான் ஒன்'றும் பேசவில்லை.

"என்னடா பேசமாட்டேன் என்கிறாய்?"

"நான் திவான் விசுவத்தின் பிள்ளை அப்பாவுடா. ஏண்டா பயமா இருக்கா? கிட்ட வாடா. நம்ப புருஷன் இப்படி ஆகிவிட்டாரே என்று கவலைப்படறயா? போடி பைத்தியம்".

அவர் என்னை முத்தமிட வந்தார். எனக்கு என்ன செய்வது என்று தெரியவில்லை.

"அப்பா, யாரோ வராப்லெ இருக்கு."

"அட திருட்டுப்பயலே, எப்படா இப்படிப் பேசக் கத்துண்டே. ஏண்டா அப்பா செத்துப் போயிட்டா என்ன செய்வேடா? இந்தக் குடிகாரன் செத்தா நீ அழுவையாடா?"

அம்மாவுடைய "அம்பி, நீ இங்கே வா. அவருக்கு நினைவு தப்பியிருக்கிறது" என்ற குரல் என்னைத் தூக்கத்தி லிருந்து எழுப்புவதுபோல் எழுப்பியது. இந்த விஷயம் எனக்கு ஏன் இப்பொழுது ஞாபகம் வருகிறது என்று எனக்கே தெரியவில்லை. இத்துடன் கூடவே பிற்காலத்தில் சச்சிதானந்தம்

சொன்ன வேறு ஒன்றும் ஞாபகம் வந்தது. "நவீனா, நமது மெய்யடியார்களைப் பற்றிப் பலர் பலவிதமாக சொல் வார்கள். நீயும் கேட்டிருப்பாய். ராமகிருஷ்ணரும், ரமணரும் கான்ஸர் வந்து செத்துப்போனார்கள் என்பது உனக்குத் தெரிந்திருக்கும். ஆனால் அவர்கள் ஒருபொழுதும் கவலைக் கிருப்பிடம் கொடுத்ததில்லை. ராமகிருஷ்ணரிடம் அவரது சக்தியால் கான்ஸரைக் குணமாக்கக் கூடாதா என்றதற்கு அவர் சொன்னாராம், "நானும் மனிதன்தானே" என்று. ரமணர் கான்ஸரினால் கை விறகுக் கட்டையாக ஆன பொழுதும் சிரித்துக்கொண்டிருந்ததாகச் சொல்கிறார்கள். உங்கள் புது மோஸ்தர் மேல்நாட்டுத் தத்துவச் சாகை ஒன்று கூறும் பல்லவி "பிரகிருதி மனிதனை நிராகரிக்கிறது" என்றதைக் கேட்டால் அவர்கள் நிச்சயமாகச் சிரிப்பார்கள். அவர்களுக்கு எங்கிருந்து இந்தக் கட்டுக்கடங்காத அமைதியும் தன்னம்பிக்கையும் கிடைத்தது என்ற இன்பானுபவத்திலேயே ஒரு ஆயுள் முழுவதும் கடத்திவிடலாம்." இவ்வாறெல்லாம் சச்சிதானந்தம்பிள்ளையுடன் பேசியது ஞாபகம் வருகிறது.

எப்படி எப்படி எழுதினால் என்னைத் தெரிந்துகொள்ள லாம் என்றுதான் விதம் விதமாக எழுதிப் பார்க்கிறேன். இப்பொழுது கொஞ்சம் இந்த லிஸ்ட் விஷயமாகப் பார்த்தால் என்ன என்று தோன்றுகிறது. என் பெயர் நவீனன். வயது (இப்படிச் சொல்வது இப்பொழுது வழக்கமாகிவிட்டது) இன்னும் மூன்று வருஷங்கழிந்தால் 50. அதிக உயரமும் இல்லை; அதிகம் குள்ளமும் இல்லை. நிறம் சிவப்பு; "கூனல்" முதுகு. பத்து வருஷங்களுக்கு முன் வெற்றிலை, சிகரெட், எப்பொழுதாவது குடிப்பழக்கம். அதையும் விட அபூர்வமாகச் சில்லறை விபசாரங்கள் பழக்கம். விடாமல் வெற்றிலை போட்டுக் கொண்டிருந்ததால், உடம்பு எரிய ஆரம்பித்ததும், வெற்றிலைப் பழக்கத்தினால் வேறு ஒரு உறவினருக்குக் கான்ஸர் வந்ததனாலும், எனக்கு அகஸ்மாத்தாக உள் கன்னத்தில் சாதாரணமாக ஒரு புண் வர, அதைக் கான்ஸர் என்று பயப்பட்டு, டாக்டரிடம் ஓட, அவர் "அது இல்லை. ஆனால் புகையிலைப் பழக்கம் வேண்டாம்" என்று சொல்லி மாத்திரை கொடுக்க, நான்கு நாள் மரண பயத்தால் வெற்றிலைப் பழக்கத்தை விட்டு, மீண்டும் கொஞ்சமாக – அதிகமாக, வெற்றிலைப் பழக்கத்தை விட முடியாமல் தத்தளிக்கிறேன். இதை எதற்கு எழுதுகிறேன்? நான் பிரம்மச்சாரி, இன்று வரையில், கல்யாணமாகாதவன் என்ற அர்த்தத்தில்; உடை களைத் தரிப்பதில் அதிகச் சிரத்தையில்லை; சுத்தமாக, உடைகளையும் சரி, தேகத்தையும் சரி, வைத்துக் கொள்வதில் அவ்வளவு திறமையில்லை; கண்ணாடியில் பார்த்தால் நான்

அவ்வளவு அழகுடையவன் என்று சொல்ல முடியாது. அதிகமாக ஆட்களுடன் பழகுவதற்கும் முடியவில்லை. என்னவோ ஒரு கூச்சம்; தனிமை எனக்கு இஷ்டம். கல்லூரி யில் (அங்குதான் ஒரு விரிவுரையாளர் வேலை) கூட ஏதோ ஓரிரண்டு பையன்களுடன் உள்ள தாத்பரியம் பொதுவாக ஒரு வகுப்பிடம் இல்லை! வகுப்பிடம் துவேஷமோ, பயமோ இல்லாவிட்டாலும், பைஸைக்கிள் இல்லாமல் வெளியே போவதில்லை; பொழுது போகாவிட்டால் ஒவ்வொரு புஸ்தகக் கடையாக ஏறி இறங்குவது வழக்கம். திடீரென்று ஐந்து, ஆறு என்று புத்தகங்கள் வாங்குவது வழக்கம். பிறகு சச்சிதானந்தம் பிள்ளையின் சகவாசமாகத்தான் இருக்க வேண்டும், வாங்கின புஸ்தகங்களைப் படிக்கத் தொடங்குவது மாத்திரமின்றிப் படிப்பதற்குப் புஸ்தகம் வாங்க வேண்டுமா வென்று கேட்கிறேன். ஆனால் இந்த விஷயத்தில் சச்சிதானந்தம் பிள்ளை தோற்றுவிட்டார் என்றுதான் சொல்ல வேண்டும். அவர் மாத்திரம் இல்லை; ஒரு எழுத்தாளனாக வேண்டு மானால் அதிகமாகப் படிக்காதே என்று சொன்ன அனை வரும். எனக்குப் புத்தகங்களின் மத்தியில்தான் வாழ முடியும்; எந்த இடத்தில் நான் இருக்கிறேனோ என்னைச் சுற்றி அங்குப் புஸ்தகங்கள் இருக்க வேண்டும்; எழுதும் பொழுது கூடப் படித்த புஸ்தகத்திலிருந்து ஏதாவது ஒரு தொடர் ஞாபகம் வந்தால் அந்தப் புத்தகத்தை உடனே புரட்டிப் பார்ப்பது ஒரு பழக்கமாகி விட்டது. பல தடவை மோசமான புஸ்தகங்களை ஏமாந்து வாங்கியதுண்டு. 5 ரூபாய்க்கு வாங்கின புஸ்தகத்தை 8 அணாவுக்கு அல்லது 10 அணாவுப் பழைய புத்தகக் கடையில் விற்றுவிடுவதோ, அல்லது 4 அல்லது 5 புத்தகங்கள் (தரமில்லாதவை) கொடுத்து விட்டு ஒரு தரமான புத்தகத்தை வாங்குவதோ வழக்கம். இப்படி ஒரு தடவை பா.பா. வின் “பொன் மான்”, கி.கி.யின் “வெண்சாமரை” இவைகளைக் கொடுத்துவிட்டு (இவைகளை நான் வாங்க வில்லை; என் ருசி தெரியாத ஒரு பரிச்சயக்காரர் ஒரு சந்தர்ப்பத்தில் எனக்கு இவைகளைப் பரிசாக அளித்தார்) க.நா.சு.வின் “வாழ்ந்தவர் கெட்டால்” வாங்கினதாக ஞாபகம். ஆனால் இப்பொழுது இந்த ஏற்பாட்டையும் விட்டு விட்டேன். நீ செய்கின்ற ஒவ்வொரு காரியமும் உன்னை உனக்குப் புரிந்துகொள்ள உதவும் என்று அவர் சொன்னதிலிருந்து. மேலும் தோன்றுகிறது, ஒருவன் அவன் பெற்றோர்களுடன் குடும்பத்தினுள் பழகும் விதமும், அவனை அவனுக்குப் புரிந்து கொள்ள உதவும் என்று. நான் என் தகப்பனாருடன் அவர் இருந்த காலம்வரை அதிகம் பேசியதில்லை; ஓரிரு தடவை சண்டை போட்டதும் உண்டு. தாயாருடன் அதிகமாகப் பேசாவிட்டாலும் ஒரு அந்நியோந்நிய பாவம் இருந்தது

என்று நினைக்கிறேன். ஓரிரு சந்தர்ப்பங்களில் மனஸ்தாபமும் இல்லாமல் இல்லை. பெற்றோர்களுடன் இந்த மாதிரி சண்டை – சச்சரவு, கூட்டுறவு – பேச்சு வேண்டுமென்றே நினைக்கிறேன். தாயாருடன் என் உறவு உடன்பாட்டு முறையில் அமைந்திருந்ததுபோல் தகப்பனாருடன் அது எதிர்மறை – பாவத்தில் அமைந்திருந்தது என்று நினைக்கிறேன். அப்பொழுதெல்லாம் எனக்குப் பிடிக்காத காரியம், ஆனால் செய்ய வேண்டிய காரியம் ஏதாவது இருந்தால் அவர் அந்த மாதிரிக் காரியத்தைச் செய்வதால் லௌகீகமாக ஊதியம் இருக்குமென்பதால் அவரைக் கேட்டுச் செய்வதே வழக்கமாகிவிட்டது. இதைப் பற்றியும் சச்சிதானந்தம் பிள்ளையிடம் பேசியதிலிருந்து ஒன்று தெரிந்துகொண்டேன். எனக்குப் பிடித்தவருடன்தான் நான் பழக வேண்டும் என்று வைத்துக்கொண்டால் அது வாழ்க்கையிலிருந்து தப்பும் ஒரு முயற்சி. லோகாயதமாக ஜீவிக்க எதிர்மறைத் தத்துவத்துடன் இணங்கி வாழத்தான் வேண்டுமென்று தெரிந்துகொண்டேன். ஆனால் சச்சிதானந்தம் பிள்ளை போன்றவர்களுக்கு இது சாத்தியமாக இருக்கலாம்; என் போன்றவர்க்கு இது எழுத்தில்தான் முடிகிறதேயன்றி வாழ்க்கையில் முடிவதில்லை.

பல சந்தப்பங்களில் நான் ஒரு கோழை என்று எனக்குத் தோன்றுகிறது. யாருக்குக் குழைந்த மனம் இருக்கின்றதோ அவன் கோழை ஆகிறான். இதனால்தான் "வேண்டாம்", "முடியாது", "இல்லை" என்று சொல்ல வேண்டிய சந்தர்ப்பங்களில் இவைகளைச் சொல்லாமல் நான் அவஸ்தைப்பட்டிருக்கின்றேன்.

அப்படித்தான் அப்பாவு ஐயர் சாப்பிடும்பொழுது:

"நவீனா, ராமு ஐ.ஏ.எஸ் தேறிவிட்டான்." நான் இந்த ராமு அவர் அக்கா பிள்ளை இங்கு வந்தாலும் வராமல் போவதும் அங்கு ஒரு பண்டிகை விசேஷம் என்றாலும் அவரை மதிக்காமல் இருந்ததையும் அறிந்தவன் என்றாலும் அதனால் நமக்கென்ன? என்றிருப்பேன். ஆனால் அவர் விடமாட்டார்.

"நாலாவது ராங்."

"அம்மா, ரஸம் கொஞ்சம் கூடுதல்."

"பிரான்ஸுக்கு ஆப்ட் பண்ணணும் என்று என்னிடம் சொன்னான். நீ என்ன நினைக்கிறாய்?"

நான் கேட்காமலிருந்த மாதிரி இருப்பேன்.

ஆனால் அவருக்குப் பேசாமலிருக்க முடியாது.

“வக்கீல் ராமய்யர் செத்துவிட்டாராமே.” (வக்கீல் ராமய்யர் பிரசித்தி பெற்ற பெரிய பணக்காரர்கள் வக்கீல். அவரைப் பற்றி அவர் மனைவியை இணைத்துப் பல கதைகள் சொல்வார்கள்.) இதை ஞாபகத்தில் வைத்துக் கொண்டு தானோ என்னவோ நான் “கடைசியில் தப்பித்துக்கொண்டு விட்டார்” என்றேன்.

“என்னடா, உளறுகிறாய். தங்கமான மனுஷன்.” இந்த மாதிரித் தங்கமான மனிதர்களைப் பற்றியும் தங்கமான விஷயங்களைப் பற்றியும்தான் அடிக்கடி அவர் பேசுவார். நான் மௌனசாக்ஷி. சுந்தர ராமசாமி பாஷையில் சொல்வ தென்றால் மனிதனின் முக்கியமான பிரச்சனை சக மனிதர் களிடமிருந்து எப்படித் தப்புவது என்பதுதான். இப்படிப் பல.

என் அறை ஒரு “ட” போன்றது. நீளமான அறை. ஒரு கோடியில் பாத்ரூம். ஒரு நாற்காலி, ஒரு மேஜை, இரண்டு ஷெல்ஃபுகள், 6 பெட்டிகள், ஒரு கித்தான் சாய்வு நாற்காலி, அதன் அருகில் ஒரு சூரல் வட்டமேஜை, ஒரு உபயோகப் படுத்தாத கோளாம்பி, ஒரு படுக்கை விரித்த கட்டில், ஒரு டேபிள் பாஃன், ஒரு டைப்ரைட்டர், ஷெல்ஃபிலும் பெட்டி மேலும் அங்குமிங்கும் சிதறிக்கிடக்கும் புஸ்தகங்கள்.

ஒரு சமயத்தில் சூரல் நாற்காலியில் சுருண்டு கிடப்பது போல் சுகம் வேறு ஒன்றுமே கிடையாது என்று 18 ரூபாய் கொடுத்து அதை வாங்கினேன். இப்பொழுது அதில் அநேகமாக உட்காருவதே கிடையாது.

அப்பொழுது எல்லாம் ஆங்கிலத்தில் ஏதாவது எழுதினால் அதைக் கூலிக்கு டைப் செய்து பத்திரிகைகளுக்கு அனுப்புவது வழக்கம். அனுப்புவதெல்லாம் அநேகமாகத் திரும்பி வரும். ஆனால் நான் எழுதுவதும் டைப் அடிப்பதும் நிற்கவில்லை. அதனால் அப்பாவு ஐயர் சொன்னதன் பேரில் இந்த டைப் ரைட்டர் வாங்கினேன். இப்பொழுது நிலைமை சற்றுத் தேவலை. நான் நினைத்தது மாதிரி இல்லாமல் டைப் ரைட்டர் (பழகினது; ரூ. 350) விலையை எழுத்தின் மூலம் பத்து வருஷத்தில் ஈடுகட்டிவிட்டேன்.

கித்தான் சாய்வு நாற்காலியை உபயோகப்படுத்துகிறேன். இது வீட்டில் தச்சனைக் கொண்டு அப்பாவு ஐயர் செய்தது. அதைச் செய்யும்பொழுது கால்களையும் கைகளையும் நீட்டி வைத்துக்கொள்ளப் பக்கவாட்டில் பலகைச் சட்டங்கள் வைப்பது உசிதம் என்று சொன்னார். அப்படிச் செய்தால் சற்றுக் கூடுதல் சௌகரியம் கிடைக்கும் என்றார். நான் வேண்டாம் என்றதால் வைக்கவில்லை. இப்பொழுது

வைத்திருக்கலாம் என்று தோன்றுகிறது. ஆனால் கித்தான் நாற்காலி அப்படியேதான் இருக்கிறது.

கான்ஸர் பயத்தால் இப்பொழுது அதிகமாக வெற்றிலை போடுவது கிடையாது. அதற்கு முன்னால் அப்படியில்லை. சிறிது தண்ணீர் விட்டுக் கோளாம்பிகையைக் கட்டிலருகிலோ, கித்தான் சாய்வு நாற்காலி அருகிலோ வைத்திருக்கும். (இதைச் செய்வது வீட்டு வேலைக்காரி. அவள் குதிரை மாதிரி விரூபமாக இருப்பாள். அவளைப் பார்த்தால் ஒரு பெண்ணைப் பார்த்தால் சாதாரணமாக எழக் கூடிய கேள்விகள் எழா. குதிரை போன்ற சக்தி படைத்தவள்.) வெற்றிலை அதிகமாகப் போடுங் காலத்தில் அதன் விளிம்பு வரை எச்சிலும் புகை யிலைக் கொத்தும் துளும்பும். பதையில் கொப்புளங்கள்; அடி ஒரே ரத்த மயமாகிவிட்டது. இதிலிருந்து ஒரு துர்க்கந்தம், நெடி; அம்மா அடிக்கடி, "எதற்குத்தானோ இந்தப் பழக்கம்"; அவள் நன்றாகவும் அதை விளக்கமாட்டாள் என்று சொல்லி வாரத்தில் ஒரு முறை அம்மாவே அதை நன்றாகத் துலக்கி விட்டுத் தினமும் தண்ணீருடன் ஒரு துளி டெட்டாலும் விட்டு வைப்பாள். இப்பொழுது அந்தக் கோளாம்பி எனது கடந்த காலத்தின் ஒரு சின்னமாகத் தேங்கிவிட்டது.

புஸ்தகங்கள் சொந்தமாக வாங்கினவை, நூல்நிலையங் களிலிருந்து கடன் வாங்கியவை, முக்கால்வாசியும் கதாப் பிரதானமில்லாத நாவல்கள், கவிதைகள், சிறு கதைகள், தத்துவங்கள் இப்படிப்பட்டவை. படிக்க வேண்டும் படிக்க வேண்டும் என்று இதுவரையிம் நான் முற்றிலும் படிக்காதவை மகாபாரதம் (ம.வி.ரா. பதிப்பு), வால்மீகி ராமாயணம், பைபிள். ஆனால் இவைகளையும் படிப்பேன். இப்பொழுதெல்லாம் கான்ஸர் பயத்தால் வெற்றிலை போடுவதைத் தவிர்த்த பிறகு *Julian Symons, Nickolas Blake, Simenon Joyce Porter* இவர் களின் *crime* நாவல்களைப் படிக்கிறேன். இப்பொழுது டயரிகளைப் படித்துக்கொண்டிருக்கிறேன்.

அறையின் சுவர்களில் ஒரு படமாவது கிடையாது. மேஜைக்கு, மேஜை விரிப்பு கிடையாது. இப்பொழுதெல்லாம் மேஜையும் வெறும் சூன்யமாக இருப்பதைத்தான் விரும்பு கிறேன்.

எழுதுகோலும் காகிதமும் மாத்திரம்தான் அங்கிருக்க வேண்டும்.

கொடியில் பார்த்தால் கதர் வேஷ்டி, கதர் ஷர்ட் (இமிடேஷன் கதராக இருக்க வேண்டும் என்று யாரோ சொன்னதாக ஞாபகம்.) முறுக்கிவிட்ட ஜட்டி. வேஷ்டியும்

ஷர்ட்டும் சேர்ந்து 12 ரூபாய் அடங்குமென்பதால் – வேறு காந்தி பக்தி, தேசப்பற்று என்பதாலோ அன்று.

வெளியில் செல்லும்போது கைக்கடிகாரமும் பர்ஸும் இல்லாமல் கிளம்புவது கிடையாது. செருப்பில் இரு ஜதை. ஒன்று அறுந்து போனால் இன்னொன்று. இதெல்லாம் பொருளாதார வசதியைக் காட்டுகிறதா?

ஒரு மனிதன் தின்பதைச் சொன்னால் அவன் குணத்தைக் கூறலாம் என்று சொல்கிறார்கள். இது வாஸ்தவம்தானா? எனக்குப் பழங்களிலும் காய்கறிகளிலும் மேல் நாட்டு வகைகள்தான் விருப்பம். வெயில் காலத்தில் ஆரஞ்சு மிகவும் தித்திப்பாக இருக்கும் என்பது வாஸ்தவம்தானா?

சாப்பிடுவதில்கூட எனக்கும் அப்பாவு ஐயருக்கும் வித்தியாசம் உண்டு.

அவர் சாப்பாட்டை ரஸித்துச் சாப்பிடுவார். எனக்கும் ருசியுண்டு. ஆனால் ஏதோ சாப்பிட வேண்டும் என்றுதான் சாப்பிடுகின்றேன். இப்படித்தான் சாதாரணகதியில் இயங்கும் மாமூல் வாழ்க்கைச் சலனங்களை நான் ஒதுக்கிக்கொண்டே போகிறேன். இது ஒரு எழுத்தாளனாக விரும்புபவனுக்கு விரும்பத் தகுந்த ஆரோக்கியமான தகுதிதானா? தெரியாது. ஆனால் என் குணத்தை என்னால் மாற்ற முடியுமென்று தோன்றவில்லை. தனியாக மாறினால்தான் உண்டு.

மாலை 4 மணிக்கு வீட்டில் இருக்க முடிவதில்லை. சைக்கிளை எடுத்துக்கொண்டு எங்கேயாவது இருள் வரும் வரை சென்று வருவது வழக்கமாகிவிட்டது.

அதற்குமுன் ஒன்று சொல்ல மறந்துவிட்டேன். வீட்டுக் காம்பௌண்டில் தென்னை, பலா, செம்பருத்தி, பவள மல்லிகை முதலிய இருக்கின்றன. வாசலில் ஒரு துளசி மாடம்.

இந்த ஊரில் மேடும் பள்ளமுமாகத்தான் ரஸ்தாக்கள். வெளியில் சென்றால் ஆபீஸ் போகிறவர்களைத் தவிர சராசரி மனிதன் வேஷ்டியும் சட்டையும்தான் அணிந்துகொள்கிறான். அழகான ஸ்திரீகளைச் சற்று அதிகமாகவே பார்க்கலாம். கிருஸ்துவப் பெண்களும் சரி, நாயர் ஸ்திரீகளும் சரி, முக்கால் வாசிப்பேர்கள் புடவைகள்தான் உடுத்திக்கொள்கிறார்கள். சில நாயர் பெண்கள் வெளியில் வரும்பொழுது புடவையும் வீட்டில் இருக்கும்பொழுது வேஷ்டியும் உடுத்திக் கொள் கிறார்கள். ஆனால் கீழ்த்தட்டில் இருக்கும் பெண்கள் முக்கால் வாசிப்பேர்களும் முண்டுதான்; வெளிமுண்டின் கீழ் ஒரு அடிமுண்டும் உண்டு. இங்குள்ள மனிதர்கள் ஐம்பது சதமான

மாவது வெற்றிலைப் பழக்கமுடையவர்கள். இங்கு பல பாதிரிகளைப் பார்க்கலாம். அவர்கள் கௌன் அணிந்து கொள்கிறார்கள். கௌனின் அடியில் கால்சராய். இங்கு அதிகமாக ரிக்ஷாக்கள் கிடையாது. காலையில் சந்தைக்குக் காய்கறி கொண்டு செல்லும் பெண்களைப் பார்க்கலாம். மாலையில் மீன் விற்கும் பெண்கள் தலையில் கூடையைச் சுமந்துகொண்டு இரு கைகளையும் வீசிக்கொண்டு வேகமாகச் செல்வதைப் பார்க்கலாம். இவர்களில் ஒருத்தியாகத்தான் கருத்தம்மாவும் இருந்திருக்க வேண்டும்.

நான் வெளியில் போனால் அநேகமாக சைக்கிளை மிகவும் ஜனசஞ்சாரமுள்ள இடங்களில் உருட்டிக்கொண்டு போவதுதான் வழக்கம். இந்த ஊரில் புஸ்தகக் கடைகள் எனக்குத் தெரிந்தவரை 10 கடைகள் அடுத்தடுத்து இருக் கின்றன – சற்று அதிகம் மாத்திரம் என்பதில்லை, புஸ்தகங் களும் அதிகம். தனி நபர் புஸ்தகம் வாங்கும் வழக்கம் இங்கிருக்கிறது. நூல் நிலையங்களும் ஐந்தாறு இருக்கின்றன.

இப்படி மாலையில் செல்கையில் நான் அடிக்கடிப் பார்த்துப் பேசிப் பழகுவது, நான் முன்னர் கூறிய ஒரு கவிஞன், ஒரு நாவலாசிரியன், ஒரு பெண்; எல்லாவர்க்கும் எல்லாவற்றிலும் ஊடே நான். இவர்களைப் பற்றியும் இவைகளைப் பற்றியும் பின்னர்.

என்னை நானே இன்னும் எவ்வாறு அறிந்துகொள்ள முடியும்? உங்களுக்கு எப்படி அறிமுகப்படுத்த முடியும்? ஒரு மனிதனும் ஒரு வியாதியுமில்லாமல் இருக்க முடியாது என்கிறார்கள். கேசவ மாதவன் என்னிடம் தன் பிராண னுக்கே ஆபத்து என்ற ஒரு வியாதியின் முகாந்திரம், தான் படுத்த படுக்கையாக இருந்த காலத்தில்தான் தன் நாட்டம் இலக்கியத்தில் சென்றது என்று சொல்லியிருக்கிறான். எனக்குத் தெரிந்த சில இலக்கிய கர்த்தாக்களும் ஒன்று உள் வக்கிரம் அல்லது தேக விகாரம் உடையவர்களாகத்தான் இருக்கிறார்கள். ஒருவர் பேசிக்கொண்டே இருப்பார்; அவரிட மிருந்து உங்களுக்கு விடுபட முடியாது; இவ்வளவு லயிப்புடன் ஒரு மனிதன் தன்னுடன் தானே பேசிக்கொண்டிருப்பதைப் பார்த்திருக்கமாட்டீர்கள். ஒருவர் நடந்ததையும் நடக்காததை யும் ஒரே நிலையில் வைத்துப் பேசுவார். ஒருவருக்கு உங்களுடன் பேசிக்கொண்டிருக்கும்பொழுதே திடீர்திடீ ரென்று கோபம் வரும். ஒருவர், "நான்தான் பி.பி.பி. என்னை விட யார்தான் எழுதிவிட்டார்கள். நான் இப்பொழுது எழுதுவதெல்லாம் முன்பு எழுதியதற்கு உறைபோடக் காணாது என்கிறார்கள். சுத்தப் பொய்" என்பார். இன்னொருவர், "நான் பெண்களை எழுதியதைப் போல வேறு யார் சார்

எழுதுகிறான்? பெண், ஐயோ, அது தெய்வம் சார். சதைப் பிண்டம்தான் தெய்வாம்சம் சார்" என்பான். இன்னொருவர், "எனக்கு நோபிள் பிரைஸ் கிடைத்தால் நான் அதை வாங்கிக் கொள்ளமாட்டேன் சார். அது என்னை அவமதிப்பதாகும். எனக்கு முன் நானே விரும்பிப் படிக்கும் ஆசிரியர்களுக்குக் கொடுக்காமல் எனக்கு மாத்திரம் கொடுத்தால் நான் அதைப் பெற்றுக்கொள்ள முடியுமா?" என்பார். வேறொருவர், "நவீனா, சரியான சமயத்திற்கு வந்தாய். இப்பொழுதுதான் இந்தக் கதையை எழுதி முடித்தேன். அதிகமில்லை. நூறு பக்கம்தான். கேட்டுவிட்டுப் போய்விடு" என்பார். இன் னொருவர், "உங்கள் ஊருக்கு வந்தால், நான் சொல்வது புரிகிறதா? "ராத்திரிக்குச் சரியான இடமாகப் பார்த்துச் சொல்" என்று சொல்லிப் புன்னகை புரிவார்.

ஆனால் என்னுடைய இத்தகைய வியாதிகளைப் பற்றி நான் இப்பொழுது பேசவில்லை. என் ஞாபகத்திலிருக்கிற வரை எனக்குக் கீழ்க் கொடுக்கும் பட்டியலில் காணும் வியாதிகள் வந்திருக்கின்றன. சின்னம்மை, சிரங்கு, மஞ்சள் காமாலை, உருத்தெரியாத வயிற்று வலி, ஆஸ்மா. மேலும் என் குறியில் சதை வளர்ந்திருந்ததால் "அதை" அறுக்கவும் வேண்டியிருந்தது. பல கட்டங்களில் அப்பட்டமான வலியை அனுபவித்திருக்கிறேன். எனக்கு ஒருமுறை பைத்தியம் பிடித்தது. அதைப் பற்றிப் பின்.

பொறுத்துக் கொள்ளுங்கள். இதை எழுதும்பொழுது எனக்குத் தாறுமாறாகச் சில "சிந்தனைகள்" ஞாபகத்தில் வருகின்றன. இவைகளுக்கெல்லாம் என்ன அர்த்தம். நம்பிக்கை, கல்லை வைரமாக்கும் என்று சொன்னவன் யார்? சச்சிதானந்தம் பிள்ளை சொல்லும் பல குட்டிக் கதைகளில் ஒன்று வருமாறு:

மூன்று சிறுவர்கள் பேசிக்கொண்டிருந்தனர்.

முதல் பையன்: எங்கப்பா என்ஜினியர். அவருக்கு மாதம் 1000 ரூபாய் சம்பளம்.

இரண்டாவது பையன்: எங்கப்பாவுக்கு பாஃக்டரியில் நைட் ட்யூட்டி, ராத்திரி முழுவதும் தூங்காமல் இருப்பார்.

மூன்றாவது பையன்: எங்கப்பா நன்னாச் சாப்பிடுவார்.

இந்தக் கதையைச் சொல்லிவிட்டுச் சச்சிதானந்தம் பிள்ளை தனக்கு அந்த மூன்றாவது பையனைத்தான் பிடித் திருக்கிறது என்று சொல்லிச் சிரிப்பார்.

ஸைமன் வீல் தன் டயரிக் குறிப்பு ஒன்றில் வருமாறு எழுதியிருந்தாள்:

கலவி வெறியில் காதலர் ஒருவரில் ஒருவர் இரண்டற ஐக்கியமாக விழைகின்றனர். ஆனால் இதன் விளைவாக இவர் மூலம் உருவெடுக்கும் ஒரு உயிர் தங்களிருவரை விட முற்றிலும் வேறுபட்ட ஒரு உயிர் ஆவதை அவர்கள் அறிகிறார்கள்.

என்னதான் எழுதினாலும் எப்படித்தான் எழுதினாலும் அப்படி ஒன்றும் வரவேண்டியது எளிதில் வந்துவிடுகிறதா? எழுதுவது என்பதே வார்த்தைகளால் வலைபின்னுதல்தானா? ஆனால் நான் ஏன் எழுதுகிறேன்? பெக்கட் சொன்ன மாதிரி; எழுத ஒன்றுமில்லை; எழுத முடியவில்லை; ஆனால் எழுதிக் கொண்டே இருக்கின்றேன்.

எழுத எழுத எங்கு போகின்றோம் என்பதுதான் கேள்வி?

அல்லது செல்லப்பா கேட்டமாதிரி “எல்லாம் எதற்காக?” ஆனால் இருப்பதை எதற்காக என்று யார்தான் கேட்க முடியும்; இருப்பவை 64 உத்திகள் என்றால் 65வது உத்திக்கு அவசியமில்லை என்று வந்துவிடுகிறதா?

இன்னும் என்னைப் பற்றி என்ன எழுத இருக்கிறது என்று கேட்கலாம். அதே கேள்வியைக் கேட்டுக்கொண்டுதான் நான் தொடர்கிறேன். இதுகாறும் எழுதியதிலிருந்து அப்படி என் உருவம் முழுவதும் வந்துவிட்டதா என்ன?

முதன்முதலில் அன்று வீடு இருந்த நிலையில் படித்து முடிந்தபிறகு வாலிபத்திற்குரிய உத்வேகத்துடன் ஒரு வேலை தான் புருஷ லக்ஷணம் என்று வேலைக்கு இவர்கள் சொல்வது மாதிரி “ஆலாகப் பறந்தேன்.” ஒரு வேலையும் கிடைத்தது – அதாவது இரண்டாவது மகாயுத்தம் நடந்த சமயம். ஆங்கிலத்தில் சொல்வதுமாதிரி துப்பாக்கிக்கு உணவு போட்டுக் கட்டுமா? அப்படியாக யுத்த சமயத்தில் பூனாவில் பல குமாஸ்தாக்களுள் ஒருவனாகவும், அதன் பிறகு ஆறு மாதம் கழிந்தபிறகு இங்கு ஒரு பாங்கில் 5 வருஷம் ஒரு குமாஸ்தாவாகவும் அதன் பிறகு திருச்சியில் ஒரு கல்லூரியில் 6 மாதம் ஒரு உதவி விரிவுரையாளராகவும் அதை ராஜி வைத்தபிறகு ஆங்கில எம்.ஏ. தனியாகப் படித்து இங்கு மூன்றாம் வகுப்பில் தேறியதால் பட்டதாரி வகுப்பில் “தீண்டாதார் இனத்தில்” பட்டு ஒரு 13 வருஷம் ட்யூட்டராகவும், இப்பொழுது 5 வருஷமாக ஒரு விரிவுரையாளராகவும் இருந்து வருகிறேன். இதற்கு நடுவில் பாங்கிலிருந்து ராஜி செய்த பிறகு அண்ணாமலைச் சர்வகலாசாலையில் தமிழ் எம்.ஏ. இரண்டு வருஷம் படித்து இரண்டாம் வகுப்பில் தேறியதும்தான் திருச்சியில் ஒரு ஆறு மாதம் உதவி விரிவுரையாளராக இருந்தது என்பதையும் குறிப்பிட வேண்டும்.

யுத்த சமயம் மாதச் சம்பளம் ரூ. 80 – பிறகு பாங்கில் ரூ.40 – பிறகு கல்லூரியில் 80 – 120. இப்பொழுது 400. பழைய காலத்தில் 40லிருந்து 400 வரை என்பது ஒரு மனிதனின் திறமைக்கு ஒரு அறிகுறியாகத்தான் இருந்தது என்று சொல்ல வேண்டும். இப்பொழுது சம்பளத்தொகையின் புனருத்தாரணம் எல்லாம் விலைவாசியின் ஏற்றத் தாழ்வுகளைக் குறிப்பது மாத்திரமின்றிக் காந்தியின் சத்தியாக்கிரகம், கூட்டுப்பேரத் தின் சக்திவாய்ந்த ஆயுதமாக மாறிவிட்டது என்பதுதான் காரியம். அரசியல் போக்கில் தனி மனிதன் ஏதாவது ஒரு கட்சியையோ கூட்டத்தையோ பின்பற்றினாலொழியத் தன் சுயத் தன்மையைக் காப்பாற்றிக்கொள்ள முடியாது என்ற நிலைமை. அப்படியானால் அரசியலில் எந்தப் பாகு பாட்டிலும் தனி மனிதன் தனித்தன்மை க்ஷீணித்துவிட்டது என்று அர்த்தமா? சுதந்திரத்திற்குப் பிறகு நாம் எந்தத் துறையிலும் கேள்விகளைத்தான் சிருஷ்டி செய்து கொண்டிருக் கிறோமா? ஆனால் பாரதி பாஷையில் கூறுவதென்றால் கேள்விகள் இனியவை; மாற்றம் தாங்காத விடைகளைவிட!

இதை எல்லாம் எழுதும் பொழுது பல ஞாபகத்திற்கு வருகிறது. பூனா, மகாராஷ்டிரம், சிவாஜி இவையொன்றும் என் பிரக்ஞையில் இப்பொழுது வரவில்லை. ஆனால், பூனாவில் போல் வேறு எங்கும் நான் பெண்கள், முதிய ஸ்திரீகள் ஸைக்கிளில் சாரிசாரியாக விரைந்து செல்வதைக் கண்டதில்லை. ஒவ்வொரு ஹோட்டலிலும் பணம் வசூலிக்கும் கௌண்டரில் எப்ஸம்ஸால்ட் விலைக்கு வைத்திருப்பதையும் பார்த்திருக்கிறேன்! மற்றப்படிக் காரியாலயத்தில் கண்டிராக் டர்கள் பில்லை எழுதி நகல் செய்வதுதான் வேலை. மற்றப்படி முதல் தேதி க்யூவில் நின்று வீட்டுக்கு மணி ஆர்டர் அனுப்புவது! நான் ஒரு எறும்பு, ஒரு திவலை அரிசிக்காகச் சுறுசுறுப்பாக வேலை செய்துகொண்டிருந்தேன். என்னைப் போல் ஆயிரம் எறும்புகள். நாங்கள் பகிர்ந்துகொள்ளும் அறைகள் எறும்புப் புற்றுகள்! காரியாலயத்தில் ஒரு சம்பவம் ஞாபகம் வருகிறது, ஒரு வயோதிகர் கால்சராயும் தலைப் பாகையும் அணிந்துகொண்டிருப்பவர் என்னைப் பார்க்கும் பொழுதெல்லாம் “ரோஜா, எட்வர்ட் ரோஜா நீ!” என்பார். பூனாவில் ராஸ்தாப்பேட்டில் நடக்கும் பொழுது பட்டணத் திலோ, திருச்சியில் ஒரு அக்கிரகாரத்தில் நடமாடும் ஒரு பிரக்ஞை. திருச்சியில் வேலை கிடைத்ததே ஒரு விசேஷம். வேலைக்கு மனுப்போட்ட பிறகு அங்குள்ள கல்லூரித் தலைவருக்கும் கல்லூரி உப–தலைவருக்கும் உள்ள போட்டியில் வேற்றாளான எனக்குக் கல்லூரித் தலைவர் வேலை கொடுத்தார்! நான் அங்கு சென்றபொழுது அங்குள்ள நண்பர்

மூலம் உப-தலைவர் வீட்டிற்குச் சென்றேன்! அவர், "கேரளத்திலிருந்து தமிழ் படிப்பிக்க ஆளா?" என்று சொல்லிச் சிரித்தது இப்பொழுதும் ஞாபகம் வருகிறது. பிற்காலத்தில் தெரிந்தது, இந்தத் தலைவர் – உப தலைவர் காய்ச்சல் எல்லாக் கல்லூரிகளிலும், ஏன் எல்லாத் துறைகளிலுமே ஆட்சி செலுத்துகிறது என்பது அனுபவ சத்தியம். அதற்கு அடுத்த படியாக ஞாபகம் வருவது எங்கள் தமிழ்ப் பேராசிரியர். அவர் ஒரு தெலுங்கர். பெரிய குடும்பம். முகக்ஷவரம் செய்து கொள்ளமாட்டார். வேலையான அன்றே என்னைத் தேடிக் கொண்டு வந்துவிட்டார். ஹாஸ்டலில் என்னை அழைத்துக் கொண்டு போய், வேலைக்காரனைக் கூப்பிட்டு அறையைச் சுத்தமாக்கச் சொல்லி, என் படுக்கை சாமான் எல்லாவற்றை யும் வைக்கச் சொல்லிவிட்டு ஹோட்டலுக்கு அழைத்துக் கொண்டு போனார். அங்கு வந்திருந்த வேறு சில "சக தொழிலாளிகள்" என்னை ஒருவித அனுதாபப் பார்வையுடன் பார்த்த மாதிரி எனக்குத் தோன்றியது. ஹோட்டலில் அவர் பில்லுக்குப் பணத்தைக் கொடுக்கப் பைக்குள் கையைப் போட்டதும், நான் கொடுக்கிறேன் என்றதும் அவர் சரி என்றுவிட்டார். பிறகு ராத்திரி ஏழு மணிக்கு என் அறைக்கு வந்தார். என்னவோ தன் குடும்பத்தில் ஒருவனாகத்தான் என்னுடன் பழகினார். என்னைத் தன் வீட்டிற்கு ஒரு நாள் வந்து சாப்பிட வேண்டும் என்றார். "என்ன தங்கமான மனுஷன்" என்று நான் எனக்குள் சொல்லிக்கொண்டேன். போவதற்கு முன் என்னவோ எங்கள் இருவருக்கும் முக்கிய மல்லாத விஷயத்தைப் பிரஸ்தாபிப்பதைப் போல், "பின், நவீனா, ஒரு ஐந்து ரூபாய் இருந்தால் கைமாத்தாக் கொடு. சம்பளம் வாங்கினதும் கொடுத்து விடுகிறேன்" என்றார். நான் கொடுத்தேன். தங்கம் இல்லை பித்தளைதான் என்று எனக்குள் சொல்லிக்கொண்டேன். அடுத்த நாள் ஆசிரியர்கள் அறைக்குள் நுழைந்ததும் சுந்தரமய்யர் – பேராசிரியர் பெயர் அது – கீழ் அடுத்த பேராசிரியர் – அவர் பெயர் ராஜமய்யர் – என்னைத் தனியாகக் கூப்பிட்டு, "நேற்று நான் உன்னைச் சுந்தரமய்யருடன் ஹோட்டலில் பார்த்தேன். அவரிடம் ஜாக்கிரதையாக இரு. கடன் கேட்டால் கொடுக்காதே. திரும்பி வராது" என்றார். "நான் ஐந்து ரூபாய் கொடுத்திருக்கிறேன்" என்றேன். "சரி, இனிமேல் ஜாக்கிரதையாக இரு" என்றார். நான் எனக்குள் எறும்புகளும் தசாவதாரம் எடுப்பதுண்டு என்றேன். ஒரு வாரம் கழிந்த பிறகு சுந்தரமய்யர் என்னிடம் வந்து தமிழ் வசனப் புத்தகத்தைக் கொடுத்து ஒரு பகுதியைச் சுருக்கமாக எழுதித் தரச் சொன்னார். நான் "சார், அது மாத்திரம் என்னால் முடியாது" என்றேன். பின்னர் அது அவர் எழுதும் கைடுக்கு என்று தெரிந்தது. "பரவாயில்லை"

என்று போய்விட்டார். அடுத்த மாதம் முதல் வாரம் அவர் – சுந்தரமய்யர் – ஆசிரியர்கள் ஒவ்வொருவரையும் அணுகு வதையும் அவர்கள் விலகி விலகிப் போவதையும் கண்டேன். இரவில் என் அறைக்கு வந்து "நவீனா, இதில் ஒரு கையெழுத்துப் போடு" என்றார். அது கடனுக்கு ஜாயின்ட் கையெழுத்து. நான் இந்த மாதிரி விவகாரத்தில் என்னை இணைக்க வேண்டாம் என்றேன். நான் "முடியாது", "இல்லை" என்று சொல்லக் கற்றுக்கொண்டு விட்டேன். இருந்தாலும் எனக்கு இதெல்லாம் சற்றுக் கஷ்டமாகத்தான் இருந்தது. முதலில் அவர் வாங்கிய 5 ரூபாயை அவர் திருப்பித் தர வில்லை. ஆனால் நான் அங்கிருந்த வரையில் அவர் என்னிடம் கடைசிவரை என்னையும் அவர் குடும்பத்தில் ஒரு அங்கத் தினராகத்தான் கருதினார் என்று சொல்ல வேண்டும். அப்படியாக 5 ரூபாய் கொடுத்து இந்த அனுபவத்தைச் சம்பாதித்துக்கொண்டேன் என்று சொல்லலாமா? அந்த மூன்று எழுத்துக்காரர் "வெறும் வார்த்தைகள்" என்று சொல்லக் கூடும். ஆனால் எழுத்தாளனுக்கு வார்த்தையைத் தவிர வேறு என்ன இருக்கிறது?

பிறகு சிதம்பரம். "ஒருமுறை தில்லை சென்றார் திரும்பி வருவாரோ" என்பது சிதம்பரம் ஜெயராமன் பாடும் பாட்டு. சிதம்பரத்தில் ஒரு பக்கம் அரிசி மண்டியும் கோவிலும் கடைத்தெருவும். மறுபுறம் அண்ணாமலை சர்வகலாசாலை. நடுவில் ரயில் தண்டவாளம். பூனாவில் வரிவரியாகப் பெண்கள் சைக்கிள் சவாரி செய்வதைக் கண்டேனென்றால், சிதம்பரத்தில் குடுமிகளையும் நாமங்களையும் விபூதியையும் கண்டேன். யுத்த சமயத்திற்கு முன் சாப்பாடு கல்லூரி ஹாஸ்டலில் நன்றாக இருந்ததாக நினைவு. தமிழைப் படித்ததைவிட வேறு என்னவெல்லாமோ படித்ததாக நினைவு. இங்குதான் *Proust*இன் பிரசித்தி பெற்ற நாவல் வரிசையைப் படித்தேன். இப்பொழுது மனம் "சுசீலா, சுசீலா" என்று மனனம் செய்வதைப் போல் அப்பொழுது ஒரு சக மாணவனைச் சுற்றி அலைந்தது. ஒரு பெண் மாத்திரமன்று ஒரு ஆணும் அழகாக இருந்தால் அவனைச் சுற்றியும் ஜனங்கள் எறும்பு மாதிரி மொய்ப்பதைக் கண்டேன். அவனிடம் அப்படி ஒரு வசீகரம் இருந்தது. என்னுடைய பழக்கதோஷமாகத்தான் இருக்க வேண்டும், அவனையும் எழுதும் பைத்தியம் பிடித்துக்கொண்டது. ஆனால் அவன் அதிர்ஷ்டசாலி; சராசரிப் பேர்வழி. நான் அவனைச் சுற்றியது அவனுக்கு ஒரு வேடிக்கை. (நாங்கள் இருவரும் அறைத் தோழர்கள். எல்லோரும், அதாவது இந்த மாதிரி என் தோழன் சாரங்கனைச் சுற்றியவர்கள் என்னைப் பொறாமைக்

கண்ணுடன் பார்த்ததுமன்றி இரவு 10 மணி, 12 மணி என்று கதவைத் தட்டிச் சோதனை செய்யவும் ஆரம்பித் தார்கள். அதனால் நான் தூங்கும் பொழுதுகூட அறைக் கதவைத் திறந்து வைத்துவிடுவது வழக்கமாய்விட்டது. ஒரு நாள் காலை என் படுக்கையில் யாரோ படுத்துக்கொண் டிருப்பதாக ஒரு உள்ளுணர்வு தட்ட விழித்துப் பார்க்க ஒரு முரட்டு நாய் என்னருகில் படுத்துக்கொண்டிருந்தது!) இப்பொழுது ஞாபகம் வருகிறது. நான் அவன் காலைச் சுற்றியதுபோல், சாரங்கன் அவன் பக்கத்து வீட்டுப் பெண் காலைச் சுற்றிக்கொண்டிருந்தான். ஒருமுறை அவள் தகப்பனுடன் பட்டணம் சென்றதும் அவள் வண்டிக்கு அடுத்த கம்பார்ட்மெண்டில் பட்டணம் சென்று அவள் தகப்பனார் இறங்கிய வீட்டில் ஒரு முறை அவளைப் பார்த்துவிட்டுத் திரும்பினான்! இதற்குள் இவன் காணாமல் போன விவரம் ஹாஸ்டல் முழுவதும் தெரிந்துவிட்டது நான் இதைக் குறித்து அவனை அடிக்கடி பரிகாசம் செய்வேன் இளமைதான் எவ்வளவு அசட்டுத்தனமானது! எவ்வளவு இனியது! ஒரு பெண்ணின் அழகிய முகத்தைக் கண்டு மனம்தான் என்னவெல்லாம் கற்பனைக் கோட்டைகள் கட்டுகிறது! ஆனால் இந்தத் தங்கமெல்லாம் வெறும் பித்தளை தான்! இன்று இந்த சாரங்கன் ஒரு கல்லூரி ஆசிரியன்; தலை முற்றிலும் வழுக்கை, மூன்று குழந்தைகள், ஜனரஞ்சித மான எழுத்தாளன். அந்தச் சாரங்கனா இவன் என்று என்னை நானே கேட்டுக்கொள்கிறேன்! ஆனால் நான் மாத்திரம் என்ன? அதைப் பற்றிப் பின்னர். மண்ணில் எறும்புகள் சாரிசாரியாகச் செல்கின்றன. பாம்பு இழையும் வரிகள்; மணல் புற்றுகள்.

பிறகு சிதம்பரத்தில் ராமநாதனைக் கண்டது. ராமநாதன், ராமநாதன், ராமநாதன் மனம் மனனம் செய்கிறது. என்னை யறியாமல் நான் யாரைத் தேடிக்கொண்டிருந்தேனோ அவரைக் கண்டுவிட்டதாக உணர்ந்தேன். ராமநாதனைக் கண்டதும் ஒரு இணைப்பு அங்கிருப்பதை உணர்ந்தேன். என்னுள் ஏதோ ஒன்று கூறியது ஆயிரம் சச்சிதானந்தம் பிள்ளைக்கு நிகர் ஒரு ராமநாதன் என்று. அப்படி அவர் என்னதான் செய்தார்; எப்பொழுது போனாலும் எழுது வதைப் பற்றி மணிக்கணக்காகப் பேசிக்கொண்டிருப்பார். நான் பேசுவதையும் கவனித்துக் கேட்பார். தான் எழுதியதைப் படித்துக் காட்டுவார். நான் எழுதியதை அவரால் ஏற்றுக் கொள்ள முடியவில்லை; என்றாலும் எழுது, எழுது என்று தான் சொன்னார். ஒருநாள் போகாவிட்டால் "நேற்று ஏன் வரவில்லை?" என்று கேட்பார். அவருடைய குறைபாடு

களை நான் அறிவேன்; ஒருமுறை அவைகளைப் பற்றிக்கூட அவரிடம் கேட்டேன். அப்பொழுது அவர் சொன்னது இன்று இதை எழுதும் பொழுது காதில் ஒலிக்கிறது. "நவீனா, எழுத்தாளன் என்ன செய்தாலும் அவனை நீ புரிந்துகொள். அவனுக்கு அறிந்தும் பொய் சொல்வது ஒரு நிர்ப்பந்தம். இந்த நிலைகெட்ட சமூகத்தில் தன் நிலையைக் காப்பாற்றிக் கொள்ள எந்த ஆத்ம கிருத்தியத்தையும் அவன் செய்யத் தயங்கமாட்டான். இதெல்லாம் உனக்குப் போகப் போகத் தெரியும்" என்றார். இன்று எனக்குத் தெரிகிறது: அவர் குறைபாடுகளை அவர் மிகைப்படுத்தியே சொன்னார். அவரைப் போல எழுத்தின் தரத்தைக் காப்பாற்றியதை நான் வேறு யாரிடமும் கண்டதில்லை; ஏனென்றால் ராமநாதன் போன்றவர்கள் அன்பு என்றால் என்ன என்பதை எனக்குச் சொல்லிக்கொண்டிருந்தார்கள். என்னிடமிருந்து வாங்கிக் கொள்ள நிறைய இருக்கிறது, எடுத்துக்கொள் என்று சொல்லாமல் சொன்னார். நானும் தாராளமாகவே வாங்கிக்கொண்டேன். சின்னச் சின்ன எறும்பே நீ என்னை இந்தப் பரவசத்தில் ஆழ்த்திவிட்டு எங்கே செல்கிறாய்? வேலை செய்யச் சாவகாச மில்லாமல் நின்னுடன் பேசிக் காலந்தாழ்த்த மாட்டேன், ஆலைமேல் லீலை புரியும் கண்ணன்போல், சர்க்கரைக் கடலில் கரைந்த சர்க்கரைப் பதுமைபோல் எழுத்தில் நான் கரைந்துவிட்டேன். என் சிந்தனையால் நான் சாகமாட்டேன். இதைப் படிக்கும் நண்பரே, என்னால் ராமநாதனைப் பற்றி எழுதுவதற்குப் போதிய தெம்பில்லை. இத்துடன் நிறுத்திக் கொள்கிறேன். தில்லை நடராஜன் ஒரு காலைத் தூக்கி நடனமாடுகின்றான். அவன் பாத தாளத்தில் அரக்கர்கள் அழிகின்றனர் இல்லையா?

ராமநாதன் பெயர் சொல்லிச் செல்கின்றேன். வார்த்தை களை நான் வரித்துவிட்டேன். என் ஜன்ம சாபம் தீர்ந்து விட்டது. எங்கு சென்றாலும் சிதம்பரம் என்ற இரகசியம் என்னைத் தொடரும், ராமநாதனும் சச்சிதானந்தம் பிள்ளையும் என் உடன்பிறப்புகள்.

வார்த்தைகளே, நீங்கள் என்னை எங்கே அழைத்துச் செல்கிறீர்கள்?

கடைசியாக எந்த மண்ணில் ஆதி சங்கரர் கால் வைத்து நடந்தாரோ அங்கு வந்து விட்டேன். எங்கு போனாலும் இங்குதான் வருகின்றேன். "நவீனன்" என்கின்றேன்; "நகுலன்" என்கின்றேன். ஆனால் நான் யார் யாரைச் சந்திக்கின் றேனோ நான் அவர் அவர் ஆகின்றேன் – ராமநாதன், சச்சிதானந்தம் பிள்ளை, சாரதி, கேசவ மாதவன், சுசீலா

இன்னும் இப்படியாக இப்படியாக. அதனால்தான் இக்கணம் பச்சைப் புழு, மறுகணம் சிறகடிக்கிற வண்ணத்திப் பூச்சி.

ஒருமுறை என்னை இங்கு பார்க்க வந்த சாரதி தெருவில் பேசிக்கொண்டே சென்றவன் திடீரென்று என்னிடம், "நவீனா, எனக்கு இங்கு வரவே பிடிக்கவில்லை" என்றான். "ஏன்?" என்றேன். "உங்கள் ஊரில் பெண்கள் எவ்வளவு அழகாக இருக்கிறார்கள் தெரியுமா? அவர்களைப் பார்த்தால் என் மனம் நிலை தடுமாறுகிறது" என்றான். என் அடி மனம் அரற்றியது. பாரதியின் சாயை எறும்பே நீ என்னை ஏன் இப்படிச் சுருண்டு கடிக்கின்றாய்? இதனால் நீ அல்லவா முடிவை அடைவாய். ஆனால் சாரதி இங்கு எப்பொழுதாவது வந்து செல்பவன். அப்படியில்லை அடியோடி. ஒற்றை நாடித் தேகம்; மிக மெலிந்தும் நெடியவன் என்ற மயக்கத்தை ஊட்டவண்ணாத சிறிய ஆகிருதி. அவன் உரக்கச் சிரித்ததை நான் கேட்டதே இல்லை. எப்பொழுதும் மனதிற்குள்ளேதான் சிரித்துக்கொண்டிருப்பான். அவன் பேச்சில் வார்த்தைகள் விஷமச் சிரிப்புப் புரிகின்றன. ஞாபகத்திலிருந்து குறிப்பெடுக் கின்றேன்.

"அவர் புனைபெயர்?"

"புதுமைப்பித்தன்."

"ஏன்?"

"அவருக்குப் புதுமையில் அவ்வளவு ஈடுபாடு."

"புதுமையைக் கண்டால் அவருக்குப் பைத்தியம் பிடித்துவிடுமென்றல்லவா நினைத்தேன்."

இது ஒரு வகை.

பேசிக்கொண்டே போகின்றோம்.

"உன் சமீபத்தில் (எழுதிய) கவிதை நன்றாக இல்லை."

"உன் இல்லை; நீ."

"அது சரி."

"அது சரியில்லை; தவறு."

"நன்றாக இல்லைதான்."

"ஆனால் எப்பொழுது நன்றாக இருந்தது?"

"நான் உன்னுடன் பேச ஆளில்லை."

"நீ என்னிடம் என்ன சொல்ல விரும்புகிறாய்? என் கவிதை நன்றாக இருக்கிறது என்றா, இல்லை என்றா?"

இது ஒரு வகை.

“பாரதியைப் பற்றி ஒரு கட்டுரை வேண்டும்.”

“பாரதியை எனக்கு அவ்வளவு பிடிக்காது.”

“எனக்கும் பிடிக்காது.”

“பின் ?”

“நான் உன்னை உனக்குப் பாரதியைப் பிடிக்குமா பிடிக்காதா என்று கேட்கவில்லை. பாரதியைப் பற்றி ஒரு கட்டுரை எழுதித் தரத்தானே கேட்டேன்.”

“என்னால் எழுத முடியாது.”

“இதை முன்னாடியே சொல்வதுதானே !”

இது ஒரு வகை.

“அவர் ஒரு நல்ல எழுத்தாளர் என்பதை அவர் எழுத்தே காட்டுகிறது.”

“இல்லை, அவர் எழுத்து ஒன்றையும் காட்டவில்லை.”

“எப்படி ?”

“நீயும் நானும் சொல்லும் அபிப்பிராயம்தான் அவர் எழுத்தை அவருக்குக் காட்டுகிறது.”

இந்த மாதிரிதான் வார்த்தைகளைக் கொண்டே வார்த்தைகளை மடக்குவது என்பது அடியோடியின் சிறப்பு. என் மனம் அகாடெமிக் விட் என்று முணுமுணுக்கிறது. ஆனால் இந்த வார்த்தைகளை இம்சித்து ஒரு நகைச்சுவையைச் சிருஷ்டிப்பது என்பது ஷேக்ஸ்பியரிடமும் இருந்தது என்று நினைக்கின்றேன். அடியோடியைப் பற்றி அதிகம் பேசுவானேன்? எறும்புக்கடிக்கு மருந்து கிடையாது. ஏனென்றால் மருந்து கொண்டு வருவதற்குள் வலி மறைந்துவிடுகிறது. அடியோடியை நான் அடியோடு புரிந்துகொண்டுவிட்டேன் என்று சொல்ல முடியாது. ஏனென்றால் அவன் பேசுவதில் எவ்வளவு சமர்த்தனோ அவ்வளவு காரியத்திலும் கெட்டிக் காரன்.

ஆனால் அடியோடியை விட்டும் அகலவேண்டியதுதான். காகிதத்தின் மீது விரைந்துசெல்லும் எறும்புகள்தானே வார்த்தைகள்.

தாமஸ் அடியோடியிலிருந்து முற்றிலும் வேறானவன். (யாராவது யாரைவிடவும் முற்றிலும் வேறாக இருக்க முடியுமா என்று அடியோடியின் பரிகாச த்வனி கேட்கிறது.) அடியோடி ஆள் ஒற்றைநாடிப் பேர்வழி என்றால் தாமஸின் ஆக்ருதி துர்லபத்திலும் துர்லபம். அடியோடி வார்த்தையை வைத்துக் கொண்டு விளையாடினான் என்றால், தாமஸ் வார்த்தைகளை

அடியோடு அசட்டை செய்தான் என்று சொல்ல வேண்டும். என்றாலும் அவன் பேசும்பொழுது அவனால் ஒரு சூழ் நிலையைச் சிருஷ்டி செய்ய முடிகிறது. மீண்டும் ஞாபகத்தி லிருந்து குறிப்பெழுதுகிறேன்.

"யூங்கைவிட ப்ஃராய்டு திருப்திகரமான உளநூல் ஆராய்ச்சியில் வல்லவன் என்று ஏன் சொல்கிறாய்?"

"ப்ஃராய்டு எழுத்தில் வலைகள் மிகவும் நெருக்கமாகப் பின்னப்பட்டிருக்கின்றன. யூங்கில் நிறைய விதவிதமான கண்ணிகள் இருந்தாலும் நெருக்கம் போறாது" என்று கீழ்ஸ்தாயி யில் சொல்வான்.

தாமஸ் மூலம்தான் நான் முதல் முதல் பிராந்தி அருந்தியது. கதவை மூடிவிட்டு (அப்பொழுது மதுவிலக்கு அமுலிலிருந்தது) நான் அவன் கொடுத்த பிராந்தியை மெல்ல மெல்ல அருந்தியது ஞாபகம் வருகிறது. இருள் பரவும் நேரம் போதை மெல்லத் தெளிந்தபோது சைக்கிளை உருட்டிக்கொண்டு வீடு சென்றேன். தாமஸ் பேச்சில் மதமும்; ப்ஃராய்டும் கலந்து கலந்து வருவார்கள். வாழ்க்கையில் முன்னேற ஆக்கபூர்வமான அடித்தளங்கள் தேவை என்று சொல்வான். எவ்வளவுதான் கஷ்டம் வந்தாலும் ஈடு கொடுக்க ஆற்றல் வேண்டும். நிதர்சனத்தை நிதர்சனமாகப் பார்த்து அதை ஈடு கொடுக்கக் கற்றுக்கொள்ள வேண்டும். நினைவி லிருந்து குறிப்பெடுக்கின்றேன். பேராசிரியர் ஈசுவரமூர்த்தி மணிக்கணக்காக ஸிகரெட் பிடிப்பார். ஒரு சமயம் குடும்பப் பிரச்சனைக்கு ஈடு கொடுக்க முடியாமல் தரையில் கிடந்து உருண்டதை நான் பார்த்திருக்கிறேன். ஆனால் அடுத்த நாள் அவர் மனம் தன் நடு மையத்தை அடைந்துவிட்டது. "நவீனா, மனிதன் பாஷை மூலம் ஒருவருடன் ஒருவர் தங்கள் உள்ளக்கிடக்கைகளை அறிந்துகொண்டு உட்கலக்க முடியுமானால் பிரச்சனைகள் அவனை அணுகா." என்றாலும் இன்றுபோல் இருக்கிறது. ஒருநாள் மாலை ஏழு மணிக்கு நான் அறையில் உட்கார்ந்திருந்தேன். யாரோ கேட்டைத் திறக்கும் சப்தம். தன் மோட்டார் ஸைகிளை வெளியில் வைத்துவிட்டு தாமஸ் உள் வந்தான். அப்படி நாங்கள் இருவரும் வெளியில் பார்த்துப் பேசுவோமே அல்லாமல் அவ்வளவு அந்நியோந்நியம் கிடையாது. அவன் கல்யாணம் நடந்துவிட்டது. 50,000 வரதக்ஷிணை. தாமஸ் குடும்பமும் சளைத்ததில்லை, என்றாலும் தாமஸுக்குச் சம்பளம் ஆரம்பத்தில் ரூ.600 தான். பெண் படித்தவள். அவள் சகோதரிகள் என்ஜினியர், ஐ.ஏ.எஸ். காரர்களை வரித்திருந்தனர். மனைவி மாமியாருடன் கூட வசிக்க முடியாது என்றுவிட்டுத் தன் பிறந்த வீட்டிற்குப் போய்விட்டாள். பிறகு அவள் வந்ததும்

தாமஸ் தகப்பனாரும் தாயாரும் வேறு பிள்ளை வீட்டில் சென்றனர். கடைசியாகத் தாமஸ் ஒரு புது வீட்டை வாங்கி அங்கு மனைவியுடன் வசிக்கும்படி ஆகிவிட்டது. பெற்றோர்கள் பழைய வீட்டில் – அது அவர்களது. இவ்வளவும் இன்று அவன் சொல்லித்தான் தெரியும். நான் கேட்டேன். "ஏன் உன் கொள்கைப்படி நீங்கள் இருவரும் பாஷை மூலம் ஒருவரை ஒருவர் அறிந்துகொண்டால் பரிகாரம் கண்டிருக்கலாமே." இதை நான் பரிகாசத் த்வனியில் கூறவில்லை.

"என்னிடம் பாஷையை அவ்வளவு துல்லியமாகவும் சக்தியாகவும் பயன்படுத்தக்கூடிய சக்தி இல்லை. என்றாலும் நவீனா, ஒன்றும் செய்ய முடியாது. அப்பா சற்று விட்டுக் கொடுப்பார். அம்மா மாட்டாள்" என்றான். அவன் திரும்பிப் போகையில் அவனைப் பார்த்துக்கொண்டே நின்றேன். அந்த மோட்டார் ஸைகிள் அவன் மாமனார் வாங்கிக் கொடுத்தது. எறும்புப் புற்றுக்கு அரிசி போட்டுக்கொண் டிருக்கும் மனிதன், எறும்பு கடித்தால் ஏன் முகஞ்சுளிக்க வேண்டும்?

கடைசியாகக் கேசவமாதவன், கம்பீரமான தோற்றம், அவன் எழுத்துக்களுக்கு நாதமும் நிறமும் உண்டு. ஒவ்வொரு எழுத்தையும் தட்டிப் பார்த்தால் கணீரென்று ஒலிப்பது மாத்திரமன்று நுண்ணிய அலைகளையும் எழுப்ப வல்லது. இருந்தாலும் . . .

இந்த வார்த்தைதான் கேசவமாதவன் அகராதியில் இடம் பெறவில்லை. நானும் ஒரு எழுத்தாளன் என்ற வகையில் அவனுடன் பல முறை பேசியிருக்கிறேன். இந்த இருந்தாலும், என்ற வார்த்தைக்கு அவன் எழுத்துக்களில் முக்கால் வாசியிலும் இடம் இல்லை என்பதால் அவன் எழுத்துக்கு ஒரு பலவீனம் இருக்கிறது என்பது என் கட்சி, ஞாபகத்திலிருந்து குறிப்பெடுக்கின்றேன்.

"அப்படிப்பட்ட ஒரு பத்தாந்தர எழுத்தாளரை உங்கள் ஊரிலிருந்து 40 மைல் வந்து, விமானத் தளத்திற்குச் சென்று, காரில் வைத்து ஊர்வலம் அழைத்து வர வேண்டுமா?"

"உனக்கென்ன தெரியும்? நான் ஒரு முறை அவர் ஊருக்குச் சென்றால் எனக்கு அதிதி உபசாரம் செய்வதில் ரூ.100 செலவழிப்பார்."

எனக்குப் புரியவில்லை. இங்கு இருந்தாலும் என்பதற்கு இடம் உண்டு. ஆனால் கேசவமாதவன் இடங்கொடுக்க மாட்டான்.

"எனக்கு முப்பது வயது ஆகிறது. இதற்கு முன் பிரசித்தி பெற்ற எழுத்தாளர்களெல்லாம் புகழ் எய்திவிட்டார்கள்."

"நேற்று என் மாமன் தொண்ணூறு வயதில் இறந்தார். கடைசி அறுபது வயதுவரை அவர் வேலையொன்றும் இல்லாமலிருந்தார் என்பதன்றி எல்லோருடைய எரிச்சலையும் வாங்கிக் கொண்டார். ஆனால் இதையொன்றும் அவர் உணரவில்லை. இருந்தாலும் அவர் சாவு எனக்கு வெறுமை உணர்ச்சியை ஏற்படுத்துகிறது."

"நான் சொன்னதற்கும் இதற்கும் ஒருவித சம்பந்தமும் இல்லை என்பது மாத்திரமில்லை. நீ ஒரு வெறும் அசட்டு உணர்ச்சியில் உழல்கின்றாய்."

"அப்படித்தானா?"

மனிதனை விட்டு நிதர்சனத்தைக் காண முடியாது என்பது கேசவமாதவன் கட்சி. இந்த மனிதன் மீதுள்ள அழுத்தம் எனக்குப் புரிவதில்லை. இத்தொடர்பினால் ஏற்படும் பிரச்னைதான், எல்லாவற்றிற்கும் அடிப்படை என்பது என் கட்சி. அவன் சித்தாந்தத்திலும் அசட்டு உணர்ச்சி இல்லையா? ஆனால் அவன் அதை ஏற்றுக்கொள்ள மாட்டான்.

இப்பொழுதெல்லாம் அவன் எழுதுவதில்லை. அவன் படைப்பு ஒன்று ஏகோபித்த விமர்சனப் பாராட்டுதல் பெறவில்லை என்பதுதான் காரணம். இது எனக்குப் புரியவில்லை. இங்கு ஒரு அடிப்படை மாறாட்டம் இல்லையா? தன்னைவிடத் தன் படைப்பு முக்கியம் என்று அவன் கருதுகிறான். நான் என் அடிப்படையை வைத்துக் கொண்டே நான்தான் முக்கியம் என்கிறேன். இதனால் பிரச்னைகள் பெருகலாம்; ஆனால் அவைகளுடன் போராடுவதுதான் என் மூச்சுக் காற்று. கேசவமாதவனுக்குக் "கேவல ஹிருதயத்திற்கு"க் காவல் பூதம் தேவையில்லை என்பது தெரியாது.

○

2

21-3-'69 – 28-3-'69

சங்கரலிங்கத்தின் வீட்டு வெளி வராந்தாவில் மூவர் – சங்கரலிங்கம், நான், சிவன். கித்தான் சாய்வு நாற்காலியில் சங்கரலிங்கம் தனது கறுத்த அடர்த்தியான மீசையை மெதுவாகத் தடவிக்கொண்டிருக்கின்றான். சிவன் – ஒல்லியான உடல். ஒட்டிய கன்னங்கள். கறுத்த மீசை சவலைத் தாடி. துப்புரவான கதர் வேஷ்டி; கதர் ஜிப்பா.

பேச்சு: "புதுக்குரல்கள்" பற்றி.

சங்கரலிங்கம்: "புதுக்கவிதைக்கு ஒரு உதாரணம் . . ."

நான்: "பெண்மை ரகசியம்."

"ஏன் ?"

"துச்சாஸனன்போல் மனிதன் உன் துகிலை உரிக்கிறான். பெண்ணியற்கையைப் பரிந்து காண."

"பழைய பல்லவி."

"அடியோடி அடிக்கடி சொல்வான் – மிகப் புதியதில் மிகப் பழையதின் சாயையைக் காணலாம்."

சங்கரலிங்கம் ஒன்றும் பேசாமல் தன் வலது கைவிரல்களால் தன் மீசையைச் சன்னமாக உருவி விட்டுவிட்டு, "தரும சிவராமுவின் ககனப்பறவை?"

"தெரியவில்லை. ஓவியத்தில் எடுக்கலாம்."

சங்கரலிங்கம் வலது கையை ஓங்கிப் பிறகு அளவொத்த கதியில் கீழும் மேலும் சலித்துவிட்டுப்

பின் துரிதமாக கதிகெட்டுத் தெறித்து எகிற வேகமாகக் கையை ஆட்டுகிறான். "ககனப்பறவையில் இந்த தாளம், அவதாளம் வரிசை இருப்பதால் அது புதுக்கவிதை என்கிறேன்" என்றான்.

மறுபடியும் மீசையை உருவி விட்டுக்கொண்டு ஒரு கண் – சிரிப்புச் சிரிக்கிறான். சிவன் ஒன்றும் பேசவில்லை. நான் ஒரு சிகரட் எடுத்து நீட்டுகிறேன். அவன் "வேண்டாம். எனக்குக் காக்கிதான் பழக்கம்" என்கிறான்.

சங்கரலிங்கம் "ஜாய், ஜாய்" என்று கத்துகிறான். நான் ஒன்றும் தெரியாமல் முழிக்கிறேன். அவன் ஐந்து வயதுப் பெண் ஓடி வருகிறாள்.

சங்கரலிங்கம்: "என் ஜாய்."

சிவன் என்னைப் பார்த்துக்கொண்டு, "அவர் பெண் ஜெயலக்ஷ்மி."

சங்கரலிங்கம் இரு கைகளையும் கழுத்துக்குப் பின்புறம் மடக்கி வைத்துக்கொண்டு "நவீனன் அபிப்பிராயம் என்ன?"

"எதைப்பற்றி?"

"புதுக்கவிதை."

நான் மீண்டும் "கு.ப.ரா.வின் பெண்மை ரகசியம்" என்கிறேன்.

சிவன் என்னிடம் "நீங்களும் புதுக்கவிதை எழுதுகிறீர்கள் இல்லையா?"

"அப்படித்தான் சொல்கிறார்கள்."

"அப்படியானால் 'புதுக்கவிதை' என்ன?"

"காகிதம் கிறுக்கிக் கவியானேன்."

ஜாய் வந்து சங்கரலிங்கம் காதில் என்னவோ ரகசியம் பேசுகிறாள். சங்கரலிங்கம் மீசையை மறுபடியும் நெருடுகிறான். சிவன் எழுந்திருக்கிறான். இரவு 10 மணி. நாங்கள் பிரிகிறோம்.

இந்த இடத்தில்தான் நான் சிவனை முதலில் சந்ததித்தது. பிறகு நாங்கள் தினம் மாலை ஒன்றாக இந்த நகரத்தில் தெருத் தெருவாகத் திரிந்திருக்கின்றோம். சங்கரலிங்கம் ஒரு வாரம் வேலை விஷயமாய்ப் போய்விட்டான். இப்பொழுது நினைத்தாலும் அவன் ஞாபகம்தான் வருகிறது

மறுபடியும் சங்கரலிங்கம் வீட்டு முற்றத்தில் சந்திப்பு. இப்பொழுது கேசவமாதவனும் உண்டு. மீண்டும் கவிதையைப்

நினைவுப் பாதை

பற்றிப் பேச்சு. நான் "கவிதை எது என்று யார் சொல்ல முடியும்?"

கேசவ மாதவன்: "புதிய உவமைகள், படிமங்கள்." சங்கரலிங்கம் மீசையை உருவிவிட்டுக்கொண்டிருந்தான்.

வார்த்தைகள் மந்த கதியில் தள்ளாடுகின்றன. சிவனும் நானும் தெருத் தெருவாக நடந்தோம். சிவனைப் பார்த்தால் யாரும் கவிஞன் என்று சொல்லமாட்டார்கள். வலது தோளில் ஒரு தோல் பை, தோல் சரடில் தூங்கும். அவன் சப்–ரிஜிஸ்டரார் ஆபீஸில் காப்பியிஸ்ட். தினம் மாலையில் நான் அங்கு செல்வதுண்டு. அவன் கூடக் காஸிம், பாலன், லீலா இவர்கள் சக தொழிலாளிகள். சப்–ரிஜிஸ்டரார் நாணப்பன் நாயர். திடகாத்திரமான தேகம். ஒரு பத்திரம் ரிஜிஸ்டராக வேண்டுமானால் அவருடைய மாமூலை முதலில் கொடுத்துவிட வேண்டும்.

தடித்த புஸ்தகத்தில் சிவன் பத்திரத்தை நகல் செய்து கொண்டிருப்பான்.

பத்திரம் தயாரானதும் அது சப்–ரெஜிஸ்டரார் மேஜைக்குப் போக ஆபீஸ் சேவகனுக்கு மாமூல். எழுதுபவனுக்கு மாமூல். பத்திரம் வாங்குவதற்கு முன் ரசீது வாங்க மாமூல். ரசீது வாங்கியபின் பத்திரம் வாங்க மாமூல்.

லீலாவின் கழுத்தில் தங்கச் செயின்.

அவன் மேஜையில் பத்திரம் சென்றால் அங்கிருந்து நகர மாமூல்.

இதற்கிடையில் சிவன்.

சிவன் பல்லவி: "எனக்கு ஒன்றுந் தர வேண்டாம்." ஆனால் கொடுக்கிறவர்களுக்குக் கொடுத்தால்தான் பத்திரத்திற்குக் கால் முளைக்கும். இல்லாவிட்டால் அது அடை காக்கும் கோழிதான். பிறகு காக்கியை எடுத்துப் பற்ற வைப்பான். இதெல்லாம் எனக்குப் பழக்கமாகிவிட்டது. 4 மணிக்கு மேல் ஆபீஸ் சூழ்நிலை வேறு. ரிஜிஸ்டரார் போன பிறகு சிவன் மாமுட்டியைக் கடைக்கு அனுப்புவான். ஒரு கட்டுக் காஜா பீடி, ஒரு குப்பிப்பட்டை.

பிறகு காஸிம், பாலன் இவர்களுக்குப் பங்கு.

காஸிம்: "சரக்கில் தண்ணீரைச் சேர்ப்பதா? அல்லது தண்ணீரில் சரக்கைச் சேர்ப்பதா?"

பாலன்: "மாமுட்டி!"

சிவன்: "எனக்கு இன்று வேண்டாம்."

பாலன்: "எனக்கும் வேண்டாம்."

மாமுட்டி கதவருகில் போயிருப்பான்.

நான் வெற்றிலை துப்புவதற்கு வெளியில் போயிருப்பேன்.

சிவன்: மாமுட்டி.

மாமுட்டி: ஸார்!

காஸிம்: சிவா.

பாலன்: அண்ணன் காரியம் தனி!

சிவன்: இந்தக் கூட்டு வியாபாரம் தொடர்ந்து நடக்காது.

பாலன்: இந்தா பிடி.

காஸிம்: நாளைக்கு என் கணக்கு.

சிவன் காக்கியைப் பற்ற வைப்பான்.

ஒருவன் கண் சிவக்கும்; ஒருவன் தொண்டை கமறும்; ஒருவன் ஒன்றும் நடக்காது போல் "மாமுட்டி, பாக்கி உண்டா?" என்பான். இது ஒரு உலகம்.

சிவன் கிளம்பும்பொழுது 6 அல்லது 7 மணி ஆகும். நேரே சங்கரலிங்கம் வீடு.

சங்கரலிங்கம் ஒரு கையை லாகவமாக மேலே தூக்கிக் கொண்டு "நான் சொல்வது என்னவென்றால்..." என்று ஆரம்பிப்பான்.

ஒருநாள் சிவனில்லை. நானும் சங்கரலிங்கமும். சங்கரலிங்கம், "சிவன் எப்படி?"

"ஏன்?"

"அவன் ஒரு முறையில் எனக்கு மாமா."

"எனக்குத் தெரியாதே!"

"அவர் அப்படித்தான். ஒருத்தரிடமும் ஒன்றும் சொல்ல மாட்டார். யுத்தத்தில் இந்தியா முழுவதும் சுற்றியிருக்கிறார்."

"இப்பொழுது என்னோடு தெரு சுற்றுகிறார்." சங்கரலிங்கம் சற்று நேரம் பேசாமலிருந்தான். நான், "ஏன் திடீரென்று இப்படிப் பேச்சை நிறுத்திவிட்டாய்."

சங்கரலிங்கம், "ஏன் நீ அவரையே சுற்றிச் சுற்றி நடக்கிறாய்?"

அவர் பேசாவிட்டாலும் அவருக்கு இலக்கியத்தில் ஈடுபாடு இருப்பதாகத் தெரிகிறது."

"உண்டு."

"ஏதாவது எழுதியிருக்கிறாரா?"

சங்கரலிங்கம் மௌனம் சாதித்தான்.

திடீரென்று "அவர் இன்னும் குடிக்கிறாரா?"

"உனக்கு எப்படித் தெரியும்?"

"உனக்குத் தெரியவில்லையா; அதுதான் அவர் பேசாமலிருப்பதற்குக் காரணம்."

நான் ஒன்றும் சொல்லவில்லை.

அடுத்த நாள் நான் சிவனைக் கண்ட இடத்தில் ஆபீஸ் வெளி முற்றத்திலும், எதிர்க் கடையிலும் சிறு சிறு கூட்டங்கள் – கிழவன், கில்லாடி, பீடி சுற்றுகிறவன், வேலையிலிருந்து ஒய்வு பெற்றவர்கள். ஆபீஸிலிருந்து வெளியே இறங்குகையில் அவர்களில் சிலர் சிவனைப் பார்த்து மரியாதையாகச் சிரித்தார்கள்.

நான்: "இவர்கள் யார்?"

சிவன்: "எங்களுக்குப் பக்க பலம் – *moral support*. பத்திரத்தில் ஒப்பிட முன்வரும் சாக்ஷிகள். ஒரு ரூபாய்க்குச் சாட்சிக் கையெழுத்துப் போட நான் நீ என்று முன் வருவார்கள்." நாங்கள் சங்கரலிங்கம் வீட்டை நோக்கிப் போய்க்கொண்டிருந்தோம். சிவன் திடீரென்று "நீங்கள் எப்படிக் கவிதை எழுதுகிறீர்கள்?"

"நான் சுசீலா என்ற பெண் ஒருத்தியைக் காதலிக்கிறேன். அவள் அழகி; நல்லவளும் கூட, பிறகு விவேகி. கேட்பானேன்."

சிவன் உரக்கச் சிரித்தான்.

"ஏன் சிரிக்கிறாய்?"

"நான் கேட்ட கேள்விக்கு இதுவா பதில்?"

"அவள் என் அன்பை நிராகரித்துவிட்டாள்."

இப்பொழுது சிவன் சிரிக்கவில்லை.

"எவ்வளவு வருஷமாக இந்தத் தொழில் செய்கிறேன் தெரியுமா? எவ்வளவு பத்திரங்களை நகல் எடுத்திருப்பேன் – இந்த நிலம், இந்த வஸ்து, இந்தப் பகுதியில் இன்னார்

கையிலிருந்து இன்னார் கைக்கு அனுபவ வகையில் இவ்வளவு கிரய விலைக்கு? இப்படி இப்படி இதை எழுதுவதில் என்ன உற்சாகம் இருக்கப் போகிறது?"

"ஆனால் பத்திரம் பதிபவனுக்கு அப்படியா?"

"அதுவும்தான் என்ன? ஒருவன் ஒரு குடும்பம் முழுவதிலு மிருந்து சொத்தை வாங்குகிறான் – கொடுக்கிற குடும்பம் முழுவதும் அங்கிருக்கும் கிழவி, குமரன், மேஜர், மைனர் – எல்லாம் சாக்ஷிக் கூண்டில் நிற்கும் குற்றவாளிகள் போல். வாங்குகிறவன் பெரிய புள்ளியாயிருந்தால் நாணப்பன் டயஸிலேயே அவனுக்கு இடம் கொடுப்பான். இல்லா விட்டால் அவன் பண்ணுகிற அட்டகாசம். சொன்னாத் தெரியாது. பார்க்கத்தான் வேண்டும்."

நான் என்னமோ நினைத்துக்கொண்டு. "எங்க அப்பா ஒரு வேலையும் பார்க்கவில்லை. சொத்தை மேற்பார்வை, மேல்எழுந்த வாரியாகப் பார்த்துக் கொண்டிருந்தார்" என்றேன்.

"எங்கப்பா என்ன வாழ்ந்தார். அம்மா இருக்கிற பொழுதே இன்னொருத்தியைக் கல்யாணம் கட்டிக்கொண்டார்."

"அதனாலென்ன?"

"உனக்குத் தெரியாது? வந்தவ இவர் மன்மதன்னா வந்தா? ரூபாய் கண்டா ஓடி வராங்க. பாரு இந்தச் சாக்ஷிகள், அதைப் போலத்தான் அவ. அப்புறம் அவர் அம்மாவை அடியோடு மறந்துவிட்டார்! அவர் கட்டின அன்னிக்குத் தான் நான் காலேஜ் விட்டு யுத்தத்தில் சேர்ந்தேன்."

நான் பேசாமல் இருந்தேன்.

"வடக்கிலேயே இருந்திருப்பேன். ஒருவாட்டி லீவுக்கு வராம இருந்தா."

"என்னாச்சு?"

"வந்தவன் விழுந்துட்டேன்."

"என்ன சொல்றே?"

"இப்ப என் கட்டினவளைப் பாத்து அன்னிக்கு மயங் கிட்டேன். தொலெ தூரத்திலெ வரான்னாலே நான் இளிக் கிறதும், அவளைப் பற்றிக் கனாக் காண்றதும் ஆயிடுத்து. என் கண் சதா நேரம் அவளையே மொய்ச்சிண்டிருக்கும். அவளுக்கு அன்னிக்கே தெரிஞ்சிருக்கும் – பய வசையா மாட்டிண்டுட்டான்னு. அடுத்த வாட்டி லீவ்லெ அவளைக் கட்டிண்டு இந்தப் பாடாவதி ஆபீஸிலெ ஏறினேன்."

"ஏன் இத்தனை கசப்பு?"

"கசப்பும் இல்லை, இனிப்பும் இல்லை. ஆபீஸிலும் சரி, வீட்டிலும் சரி, வெறுங் கசப்புதான். நான் ஒன்னும் சிபிச் சக்கரவர்த்தி இல்லை. சதையை அறுத்துக் கொடுக்க."

"உனக்குச் சச்சிதானந்தம் பிள்ளையைத் தெரியுமா?"

"யார், அந்தச் சித்தாந்த சாமிதானே – எழுபது வயதுக் கிழவன். அவன் வேதாந்தமெல்லாம் எனக்குக் குடிச்சாத்தான் வரும். அவனைப் போகச் சொல்."

"எங்கப்பாக் கள்ளுக்கடெலெ செத்தார்."

"போறபோதுகூடச் சந்தோஷமாப் போனார்ன்னு சொல்லு."

"நீ கவிதை எழுதியிருக்கயாமே?"

"ஆமாம். என் வீட்லெ ஒன்னிருக்கில்லே அதைப் போல உனக்கும் வாய்ச்சா நீயும் எழுதுவே."

"காக்கி வேணுமா?"

"வேண்டாம்."

நான் சிவனுடன் ஒட்டிக்கொண்டேன். ஏன் என்று எனக்கே தெரியாது. தெருவில், ஆபீஸில், வீட்டில், சங்கர லிங்கத்தின் சமூகத்தில் நானும் அவனும் "பேசினோம், பேசினோம், பேசினோம். என்னைப் பற்றி அவனுக்கும், அவனைப் பற்றி எனக்கும் தெரியாதது ஒன்றும் இல்லை என்றே சொல்ல வேண்டும்.

அநேகமாக சனிக்கிழமை தோறும் சங்கரலிங்கம் வீட்டில் சபை கூடும்.

அப்படிப்பட்ட சனிக்கிழமைகளில் ஒன்று.

நான் (சிவனிடம்): நீ எழுதிய கவிதை ஒன்றை நான் பார்க்கலாமா?

சங்கரலிங்கம்: (மீசையை உருவிக்கொண்டு) கொண்டு வாருங்கள். நாங்கள் சங்கப் பலகையாக இருக்கலாம்.

சிவன் (பீடியைப் பற்ற வைத்துக்கொண்டு): அம்மாவைப் பயந்து கொண்டு யாரோ ஒரு கவிஞன் கக்கூஸில் போய் ஒளிந்து கொள்வான் என்று படித்தது ஞாபகம். அவன் என் கட்டியவளைப் பாத்தா என்ன செய்வானோ.

வாசலில் நிழல் தட்டியது.

சங்கரலிங்கம்: ஜாய், என் ஜாய்.

நான்: என் அப்பாவின் பெயர் அப்பாவு. அவர் அப்பா பெயர் விசுவநாதன்.

சிவன்: நான் கவிதை எழுதவில்லை.

சங்கரலிங்கம்: பரவாயில்லை. பயப்படாதீர்கள்.

சிவன்: எழுத்தாளன் ஒருவனும் ஒருவனுக்கும் பயப்படுவது கிடையாது. அதனால்தான் விமர்சகர்களுக்குப் பைத்தியம் பிடித்துவிடுகிறது.

நான்: (என்னவோ நினைத்துக்கொண்டு) உங்கள் தாடிக்கு நீளம் போதாது.

சிவன்: ஏன்?

நான்: சரியான தாடியில்தான் பிரபஞ்ச ரகசியம் ஒளிந்து கொண்டிருக்கிறது. நமது மகரிஷிகள் தாடி வைத்துக்கொண் டிருந்தார்களே.

சங்கரலிங்கம்: தாடியைவிட மீசை எடுக்கும் என்பது என் தாழ்மையான அபிப்பிராயம்.

சிவன்: (என்னைப் பார்த்துக்கொண்டே) அப்படியானால் நான் கவிதை எழுதலாம் என்கிறாய்.

நான்: இல்லாமல்!

சிவன்: காசு கிடைக்குமா?

நான்: ஒரு இலக்கியப் பத்திரிகைக்கு அனுப்பி அதன் ஆசிரியர் எழுதுவதற்கெல்லாம் நீங்கள் அக்ஷதைப் போட்டுக் கொண்டு, சந்தா கட்டிவிட்டு, ஒரு நாலுவரிக் கவிதை வருவதற்கு நாலுமாதம் பொறுத்திருந்தால் பிரசுரமாகலாம்.

சிவன்: என் கட்டியவ தேவலெ போலிருக்கு ... இவர் பத்திரிகையிலே எழுதணும்னா இவருக்குத் தாலி கட்டின மாதிரிதான்னு சொல்லுங்கோ!

நான்: ஏறக்குறைய அப்படித்தான். சச்சிதானந்தம் பிள்ளை சொல்லுவார். அவர் அண்ணன் ஒத்தன் பெரிய கை; அவன் சொல்லுவானாம் ஒரு வியாபாரி ஒரு கார் விற்றால் ஆயிரம், இரண்டாயிரம் கிடைக்கும்; கவிதை எழுதினால் என்ன கிடைக்கும்?

சங்கரலிங்கம்: (மீசையை உருவிக்கொண்டு) என்னவோ இலக்கியப் பத்திரிகையைப் பற்றிச் சொன்னாய். நீ யாரைப் பற்றிச் சொல்கிறாய் என்பது எனக்குத் தெரியும். ஆனால் அவர்தானே உன்னை முதலில் பிரசுரித்தவர்.

சிவன்: அதனால்?

நான்: நான் அவர் சொன்னபடி ஆடலாமா?

சிவன்: (சங்கரலிங்கத்தைப் பார்த்துக்கொண்டு) நீ முதலில் இந்த மீசையை நைசப் பண்ற விஷயத்தை விடு. இந்த மாதிரி நன்றி உணர்ச்சி எதையுமே நன்றாகச் செய்ய விடுவதில்லை. மேலும் நன்மை – தீமை, சரி – தப்பு இவைகளை எல்லாம் தாண்டினால்தான் முடியும்.

நான்: சச்சிதானந்தம் பிள்ளை பேசுவது மாதிரி இருக்கிறது.

சிவன்: எல்லாம் மாமுட்டி கடாக்ஷம்!

வாசலில் நிழல் தட்டியது.

சங்கரலிங்கம்: ஜாய், என் ஜாய்.

நானும் சிவனும் எழுந்திருக்கிறோம். மணி 10. இருவரும் பேசாமலேயே நடந்து பஸ்–ஸ்டாண்டிற்குச் சென்றோம். பஸ் வந்ததும் அவன் ஏறிச் சென்றான். நான் ஸைகிளில் ஏறிச் சென்றேன்.

மீண்டும் அதே தெரு.

மகளிர் கல்லூரிப் பக்கம்.

விடுமுறையானதால் எங்கும் ஒரு நிர்ஜனத் தன்மை. என்னவோ என்னைப் புரிந்து கொண்டமாதிரி சிவன் என்னிடம், "ஏன் ஒரு மாதிரி இருக்கிறாய்?" என்றான்.

"சுசீலாவின் நினைவு என்னைத் துன்புறுத்துகிறது."

"காக்கி வேணுமா?"

நான் தலையை அசைத்தேன்.

"நூறு மில்லி."

"ஒரு மில்லியும் வேண்டாம்."

சிரித்துக்கொண்டே "சுசீலாதான் வேண்டுமா?"

"அப்படி என்னால் சொல்ல முடியுமா?"

"ஏன்?"

"அவளுக்கு என்னை வேண்டாம் என்கிறபொழுது நான் ஏன் இப்படி அவளைப் பற்றியே நினைந்து குழம்புகிறே னென்று தெரியவில்லை."

நாங்கள் பேசிக்கொண்டே செல்கையில் ஒரு இலைப் பச்சை நிறப் புடவை கட்டிக்கொண்டு ஒரு 30 வயது

ஸ்திரீ எதிரிலிருந்து வந்துகொண்டிருந்தாள். ஒல்லி. அழகா? சொல்ல முடியாது.

சிவன்: இப்பொழுது போனவளைப் பார்த்தாயா?

நான்: பார்த்தேன். ஏன்?

சிவன்: இரண்டு வாரமாக எங்களுக்குள் சண்டை.

நான்: அவள் யார்?

சிவன்: என் வீட்டுக்காரி.

எனக்கு ஆச்சரியமாயிருந்தது. அவன் இதைக் கவனித்து விட்டு, "ஆச்சரியப்படுகிறாய் இல்லையா? அது அப்படித்தான். உனக்குச் சுசீலாவின் தொந்தம் எப்படியோ அப்படித்தான் இவள் தொந்தம் எனக்கு. இந்த அழகில் இரண்டு குழந்தைகள் வேறு. எனக்கு நான் அவளை விரும்புகிறேனா அல்லது வெறுக்கிறேனா என்று தெரியவில்லை. இதுதான் காதலுக்கும் கல்யாணத்திற்கும் சம்பந்தம். ஏனென்றால் இந்தக் காதல், உறவு இந்த உறவுகளில் வெறுப்பின் அம்சம் இருக்கத்தான் செய்கிறது.

நான்: கேசவமாதவன் சொல்வான். ஒரே அறையில் ஒரே இடத்தில் ஆயுள் பரியந்தம் இருப்பதானால் அந்த உறவு எப்படி இன்ப மயமாக இருக்க முடியும்? ஒரு நாள் ஒரு நிமிஷமாவது ஒருவன் தனியாக இருக்க விரும்புகிறான்.

சிவன்: ஒன்றும் தெரியவில்லை.

நான்: இந்தச் சதையில் வந்து சிக்கிக்கொண்டதே தகராறு. நீ சொல்வது மாதிரி சிபிச் சக்கரவர்த்தியால்தான் சதையை அறுத்துக் கொடுக்க முடியும்!

சிவன்: இது சச்சிதானந்தம் பிள்ளைப் பேச்சு. அப்படி ஒன்றும் நான் தோல்வியை ஏற்றுக்கொள்ள மாட்டேன். அதனால்தான் நான் கவிதை எழுதக்கூடப் பயப்படுகிறேன்.

நான்: ஏன்?

சிவன்: கவிதையில் வார்த்தைகள் நரம்புகளாகத் துடிக் கின்றன.

அவன் இதைத் தொடர்ந்து ஒன்றும் பேசவில்லை. நாங்கள் இருவரும் மௌனமாகவே சென்றோம். அவன் சொன்னதை நான் நினைத்துக்கொண்டிருந்தேன். அவனிடம் கேட்டேன் "சங்கரலிங்கம் வீட்டிற்குப் போகலாமா?"

"வேண்டாம்."

"ஏன்?"

"நான் வீட்டிற்குச் சீக்கிரம் போக வேண்டும். குழந்தைகள் காத்துக் கொண்டிருப்பார்கள். அம்மாவால் முடியாது."

"அவ இல்லையா?"

"அதுதான் சொன்னேனே. அவ அவ அம்மாகிட்டப் போயிட்டா."

"சண்டைக்குக் காரணம்?"

"காரணம் மிகவும் சாதாரணம் என்றதால் மறந்து விட்டது. ஆனா அவளுக்கு அம்மா எங்களுடன் இருப்பது பிடிக்கலை. அம்மா இந்த வயசிலெ எங்கெ போவா. அதுதான் உண்மையான காரணம்."

"கேட்பதற்கு என்னவோ மாதிரி இருக்கிறது."

"இதற்கெல்லாம் அர்த்தம் எனக்கு அவளிடம் பிடிப் பில்லை என்பதில்லை. இல்லாமல் இருக்க முடியாது. அவளும் தான் வேண்டியிருக்கே!"

அவன் தொனியில் இருந்த ஆழ்ந்த கசப்பு எனக்கு வேதனை அளித்தது.

"சச்சிதானந்தம் பிள்ளை எல்லா உறவுகளுமே இப்படித் தான் என்கிறார்."

"வார்த்தைகளால் வலை பின்னுகிறார்."

"நாம்தான் அதைச் செய்கிறோம் என்பார்."

சிவன் ஒன்றும் சொல்லவில்லை. ஒரு திறந்த வண்டியில் கடலையை வறுத்துக் கொண்டிருந்தான் ஒரு தெரு வியாபாரி. அவனிடமிருந்து நிறையக் கடலை வாங்கினான். நாங்கள் சென்றுகொண்டிருந்த இடத்தில் ஒரு பெரிய கால்வாய். அதன் அக்கரையில் புல்வெளி. அவன் என்னை அங்கு அழைத்துச் சென்றான். அவன் வாயிலிருந்து கள் நெடி. கண் சிவப்பு.

"அப்படியானால் நீ இன்னும் சுசீலாவைப் பற்றி நினைத்துக்கொண்டிருக்கிறாயா?"

"ஏன்?"

"அவள் இப்பொழுது ஒரு தாயார் இல்லையா?"

"ஆம்."

"என்ன குழந்தை?"

"பெண்."

"எனக்கு இரண்டு குழந்தைகளும் ஆண். இரண்டையும் அப்பனுக்கு ஆக மாட்டாமல் அவள் பார்த்துக்கொள்வாள். சின்னவனுக்கு அப்பா உயிர். அவனும் பெரியவன் ஆனா எப்படியோ?"

"ஏன் இப்படிக் கவலைப்படுகிறாய்?"

"நான் அம்மாவை எங்குக் கொண்டு தள்ளுவேன்?"

"அவள் அப்படிச் சொல்லுகிறாளா?"

"அவ ஒன்னும் சொல்ல மாட்டா. ஆனா அவ சொல்றதைக் கேக்காட்டா பானெ பொங்காது; ராத்திரி வேறு எங்காவது போய் படுக்க வேண்டியதுதான்."

"சொன்னால் புரியாதா?"

"புரியறதா, புரியவில்லையா என்பதன் பிரச்னையன்று இது. இது வாசி."

எனக்குத் தாமஸ் ஞாபகம் வந்தது. எறும்புப் புற்றுக்கு அரிசி போட்டுக் கொண்டிருக்கும் மனிதன் எறும்பு கடித்தால் ஏன் முகஞ்சுளிக்க வேண்டும்?

இதற்குப் பிறகு சிவனைப் பார்ப்பது துர்லபமாக இருந்தது. ஒருநாள் அவன் ஆபீஸில் ஸக தொழிலாளி லீலையின் கழுத்துச் செயின் தங்கமா பித்தளையா என்று கேட்டதற்கு அவள் "தங்கம்" என்றதும் "நாம் பித்தளையாக இருந்தால் தங்கம் தானாக வரும்" என்றானாம். அவன் குடும்ப காரியம் தெரியு மாதலால் ஒருவரும் அவனுடன் சண்டைக்குப் போகவில்லை. இது கழிந்த மூன்று மாதங்களுக்குப் பிறகு மீண்டும் சிவனைச் சந்தித்தேன் பஸ் ஸ்டாண்டில்.

"எங்கே?"

"உனக்கு யாரையாவது வக்கீலைத் தெரியுமா?"

"எதற்கு?"

"அவளுக்கும் எனக்கும் உள்ள பந்தத்தை முறிப்பதற்கு." நான் சிறிது நேரம் ஒன்றும் சொல்லவில்லை.

"எதற்கும் . . ." என்று தயங்கினேன்.

"ஒரு தாவா வந்திருந்தா. என்ன என்றதற்கு என்னவோ மாத்துப் புடவை எடுக்கன்னா. எடுத்தாச்சுன்னா போன்னேன்."

"ஏன் ஈரமில்லாமல் இருக்கிறாய்?"

"சங்கரலிங்கம் என்னைக் கவிதை எழுதச் சொன்னது இப்பொழுது ஞாபகம் வரது."

"ஏன்?"

"எப்பொழுதுமே மனிதன் பெண்ணை விரும்பும் அதே சமயம் அவளைக் கண்டு பயப்பட்டிருக்கின்றான்."

நான் ஒன்றும் சொல்லவில்லை.

"வேறே பெண்ணும் எங்க ஜாதிலே கிடைக்கும்."

"அப்படின்னா?"

"ஒண்ணுமில்லை. அம்மாவைக் கண்டா மனம் தொட்டாவாடி மாதிரி மடங்கறது. அதே சமயம் இப்பெல்லாம் அவ நினைவு வருகிறபோதெல்லாம் அடக்க முடியாத ஆத்திரம் வரும், அதே சமயத்தில்..."

நான் இடைமறித்தேன். "பேசாமல் அவளை அழைத்துக் கொண்டு வா..."

"அம்மாவும் அப்படித்தான் சொல்றா."

"பின் ஏன் வக்கீலைப் பார்க்க."

"பார்த்துவிட்டு வரதுதான் நல்லது. உனக்குப் பெண் களைப் பற்றி அதிகம் தெரியாது."

கடைசியாகக் கேஸுக்குப் போனால் தனக்கு ஈடு கொடுக்க முடியாது என்பது இவனுக்குத் தெரிந்தது. இதன் நடுவில் அவன் வீட்டுக்காரி தானாகவே திரும்பி வந்தாள். அவன் ஒன்றும் சொல்லவில்லை.

சிவன் இதன் பிறகு ஒரு நாள் சங்கரலிங்கத்தின் வீட்டிற்குப் போக வேண்டுமென்றதனால் நானும் போனேன். சங்கரலிங்கம் இவனிடம் "வந்தாச்சா?" என்று கேட்டான்.

"ஆச்சு."

"என்னவாம்?"

"அம்மாவைக் கண்டா ஆத்ரம்."

"ரண்டு சாத்தினால் போறாதா?"

"இது வேறே. நம்ப கையை ஓங்கினா இதுகள் காலை வீசும்."

"எப்படியும் இப்ப வந்தாச்சு, இல்லையா?"

"ஆமாம்."

நகுலன்

இவ்வளவையும் கேட்டுக்கொண்டிருந்த சாரதி என்னிடம் "எழுத விஷயங் கிடைச்சுது" என்றான்.

"என்ன விஷயம். இதெல்லாம் எழுதினா ஒத்தருக்கும் பிடிக்காது."

"ஏனாம்?"

"தெரிஞ்ச விஷயமாச்சே!"

"ஒரு விஷயம் கேட்கணமா?."

"என்ன?"

"இந்தக் குழப்பத்தின் நடுவில் நான் லீலையிடம் என்னவோ சற்று உஷ்ணமாப் பேசிட்டேன்."

"உஷ்ணமாத்தானே?"

"அப்படித்தான். ஆனால் இந்த ஊரைத்தான் உனக்குத் தெரியுமே. நாக்குகள் அலைகின்றன."

எனக்கு இதற்கு என்ன சொல்வதென்று தெரியவில்லை. ஆனால் எங்கும் ஊர்தானே ஆட்சி செலுத்துகிறது. நானும் சிவனும் ஹோட்டலுக்குப் போயிருந்தோம். ஸர்வர் என்னிடம் வந்து என்ன வேண்டும் என்றான். நான், வெஜிட்டபிள் கட்லட், கூல் டிரிங்க்.

சிவன்: வெஜிட்டபிள் கட்லட், வெள்ளச் சாயா.

சிவனிடம் வெள்ளச்சாயா என்றால் என்ன என்றேன். "பால்" என்றான்.

"பாலை ஏன் வெள்ளச்சாயா என்று சொல்ல வேண்டும்?"

"வாழ்வு பரியந்தம் உன்னுடன் வாழும் ஒருத்தியை ஏன் மனைவி என்று கூற வேண்டும்?" அடியோடு ஞாபகம் வரவே "என்னுடன் ஒருத்தி அப்படி வாழவில்லையே!"

ஆனால் சிவன் நான் எதிர்பார்த்தபடி பரிமாறவில்லை. "சுசீலா?"

"அவள் இன்னொருவனுடைய..."

"மேலும்..."

"மேலும் அவளுக்கும் எனக்கும் எந்தவிதமான உடல் சம்பந்தமான தொடர்பும் கிடையாது."

"உண்மையாக?"

"ஏன்?"

"பார்வைகள், பேச்சுகள், சூக்கும ஸ்பர்சங்கள்."

"இப்படியெல்லாம் சொன்னால்..."

"நான் இத்துடன் வாழ்க்கை பரியந்தம் வாழ்வது மாத்திரம்."

"அவள் மனைவிதானே?"

"எல்லாம் அடிப்படையான சராசரித் தேவைகளின் நிர்ப்பந்தத்தின் பொருட்டு ஒரு சமுதாய ஒப்பந்தம்."

"அப்படியானால் வார்த்தைகளில் இல்லை விஷயம்."

"சந்தேகமா?"

"அப்படியானால் கவிதை என்பதுதான் என்ன?"

"பேசித்தான் ஆகவேண்டும்."

"ஏன்?"

"கவிதையைப் பற்றி நாம் பேசவில்லையே!"

"பேசித்தான் ஆக வேண்டும்?"

"ஏன்?"

"நான் இப்பொழுது ஒரு நாவல் எழுதிக்கொண்டிருக்கிறேன்."

"நீயா, நகுலனா?"

"நானும், நகுலனும் எப்படி ஒன்றாக முடியும்?"

"நீ சிவன்தானே?"

"எனக்குப் புரியவில்லை."

"நீயும் அந்த நாவலில் வருகிறாய்?"

"எப்படி?"

"சிவன் என்ற பெயரில்"

"பெயரில் என்ன இருக்கிறது?"

"ஏன் அப்படிச் சொல்கிறாய்?"

"எழுதுவது என்றால் சிலர் கற்பனை கொண்டு கயிறு திரிப்பது என்று நினைக்கிறார்கள். எனக்குத் தோன்றவில்லை. ஏனென்றால் கற்பனையையும் பொய்யையும் ஒன்றாக

ஏகோபிக்கிறார்கள் என்றால் வாஸ்தவத்தில் வாழ்க்கையி லிருந்து ஒரு அடி நகர்ந்துகூட எழுத முடியவில்லை. மேலும் . . ."

"மேலும்?"

"எழுதும்பொழுது ஒவ்வொரு பாத்திரத்திற்கும் "ஒரு முன் – மாதிரி" வைத்துக் கொண்டுதானே எழுதுகிறோம்."

"எனக்கு அந்த முன் – மாதிரி என்ற வார்த்தை பிடித் திருக்கிறது."

"ஆனால் எதை வைத்துக்கொண்டு எழுதுகிறோமோ, எது – உருவாகிறதோ இரண்டும் ஒன்று இல்லை அல்லவா?"

"அதாவது அது, அது – வாகும் தன்மையில்கூட வேறொன்றின் ஆதிக்கம்?"

"இப்பொழுது யார் பேசியது? நானா, நீயா?"

"இந்த இடத்தில் நான் – நீ என்பதெல்லாம் முக்கியமா?"

"இல்லையா?"

"இதைப் பொறுத்தவரையில் இல்லை."

"கம்பனைப் படிக்கையில் கம்பன் ஞாபகம் இல்லை. க.நா.சு.வைப் படிக்கையில் க.நா.சு. ஞாபகம் இல்லை. அதாவது ரஸானுபவத்திற்காகப் படிக்கையில். ஆனால் பண்டித ரீதியாக சர்ச்சை செய்யும்பொழுதுதான் இந்தப் பெயர்களும் லேபிள்களும்; மேலும்"

"மேலும் . . ."

"எந்தக் கலைஞனும் தன் வெற்றிகரமான சிருஷ்டியை வெறுக்கின்றான்."

"ஏன்"?

"தான் அதற்கு ஜவாப்தாரி இல்லை என்பதை அறிந்தும் அது அவனைவிடப் போற்றப்படும்பொழுது அவனுக்குப் பல பிரச்னைகள்."

"பிரச்னைகள்?"

"அவனுக்குத் தன்னைப் பற்றிய பிரக்ஞை இல்லா விட்டால் ஒருவிதப் பிரச்னையும் இல்லை என்று வைத்துக் கொள்."

"பார். எட்டுக்கால் பூச்சிக்கு எட்டுக்கால்கள் என்றால் மனதிற்கு எவ்வளவு சிந்தனைகள் உண்டோ அவ்வளவு

கால்கள். நீ ஏன் உன் மனைவியிடமிருந்து சில நாட்கள் பிரிந்து வாழ்ந்தாய்?"

"உண்மையைச் சொல்வதென்றால் பிரிந்திருந்தோம் என்பது ஞாபகமிருக்கிறதே தவிர இப்பொழுது ஏன் பிரிந்திருந்தோம் என்பது அடியோடு மறந்துவிட்டது."

"அவள் உன் தாயாரிடம் எப்படி இருக்கிறாள்?"

"அதிகம் மாற்றம் வந்ததாகத் தெரியவில்லை. ஆனால்..." இதைச் சொல்லிவிட்டு அவன் சற்று நேரம் பேசாமல் இருந்தான்.

"ஏன் பேசாமல் இருக்கிறாய்?"

"நவீனா, சொல். எதை வேண்டாமென்று வைக்க முடிகிறது? இந்த வயதிலும் ஏறக்குறைய ஐம்பது வயதாகிறது – எனக்குச் சதையின் நிர்ப்பந்தத்தை மீற முடியவில்லை."

"நீ சொல்வது ஒருவகையில் சரி. எனக்குக்கூடப் பல சமயங்களில் இந்தச் சுசீலாவின் விஷயம் எதைச் சுற்றிச் சுழல்கிறது என்று கேள்வி எழுகிறது."

"உன் விஷயம் அப்படியில்லை."

"அப்படிச் சொல்ல முடியுமா? அவள் உடல் வாக்கும், உள்ள வாக்கும் எனக்குப் பிடித்தமானவை என்றால், அவள் ருசிகளும் அருசிகளும் என்னுடையவையிலிருந்தும் முற்றிலும் வேறுபட்டவை என்பதை நான் உணராமலிருந்தால் நான் ஒரு குருடனாகத்தான் இருக்க வேண்டும்."

"இதைப் பற்றியெல்லாம் உன் சச்சிதானந்தம் பிள்ளை என்ன சொல்வார்?"

"ஏன் அவரிடம் நம்பிக்கை வந்துவிட்டதா?"

"நம்பிக்கை இல்லை, அவர் எப்படி இந்தப் பிரச்னையை அணுகுகிறார் என்று தெரிந்துகொள்வதற்கு."

"அவர் அடிப்படையை ஏற்றுக்கொள்வது சற்றுக் கஷ்டமாகத்தான் இருக்கிறது."

"ஏன்?"

"இந்தமாதிரிப் பிரச்னைகளுக்கெல்லாம் அவர் ஒரே வாக்கியத்தில் விடை கொடுத்து விடுகிறார்."

"என்ன?"

"அவர் சொல்கிறார், "நாம் முக்கியம் என்று நினைப்பதெல்லாம் அப்படி முக்கியமில்லை என்று நினைக்கக் கற்றுக்

கொள்கிறோமோ அன்று நமது பிச்னைகளெல்லாம் பைச லாகிவிடும்." ஆனால் இப்படியெல்லாம் சொல்வதெளிது, செய்வதரிது. அவர் அடிக்கடி ஒரு உதாரணம் சொல்வார். உனக்கு வேண்டிய ஆனால் அவ்வளவு அவசியமில்லாத ஒன்று கைமறதியாக வைத்துவிட்டதால் கிடைக்கவில்லை அது அப்படியே தொலைந்து போனாலும் பெரிய நஷ்டமு மில்லை. விவேகபூர்வமாக இனிமேல் சற்று ஒழுங்காக இருக்க வேண்டுமென்பதும், இந்த விஷயத்தை மறந்துவிட வேண்டும் என்பதுதான் ஞானம். ஆனால் முக்கால்வாசிப் பேர்களும் இப்படியெல்லாம் மனம் உழல்வதால் தாங்களும் உழல்வார்கள். மனோதத்துவம் படித்துப் படித்து நமக்குப் பிரச்னைகள்தான் பிரச்னைகளின் பரிகாரத்தைவிட முக்கிய மாகப்படுகிறது என்பார்."

"ஆனால் இவர் சொல்லுகிற மாதிரி ஒரு கலைஞனாலும் வாழ முடியாது."

"ஏன்?"

"அவர் அடிப்படையிலிருந்து ஆரம்பிக்கிறார். அடிப்படையைத் தெரிந்துகொள்ள வேண்டும், அதை அவ்வாறு தெரிந்து கொள்ள வேண்டும் என்பது முக்கியமே தவிர, அடிப்படை – அடிப்படை என்பதால் முக்கியமில்லை."

"அதை இப்படிச் சொல்லலாம் என்று நினைக்கிறேன். இப்படித்தான் சச்சிதானந்தம் பிள்ளை கூறுவார். சிவனிடம் கேட்டால் இன்பம் என்பதின் உருவம் எதுவென்றால் நாலஞ்சு காக்கி, இருநூறு அல்லது ஐநூறு மில்லி பட்டை, இன்னொருவனைக் கேட்டால் நாலு பெக் பிராந்தி, வெட்டின எலுமிச்சைத் துணுக்குகள், நாலு அல்லது அஞ்சு நேவி கட்; இவற்றில் எல்லாம் அடிப்படை சுருட்டும், சாராயமும், லாகிரியும்தான். பீடியைக் காக்கி என்று சொல்வதிலும் ஒரு இன்பம்; இவ்வளவு பட்டை என்பதற்குப் பதிலாக "மில்லி, மில்லி" என்பதில். ஆனால் இதொன்றும் முக்கிய மில்லை. சச்சிதானந்தம் பிள்ளையைக் கேட்டால் நல்ல ஸ்படிகத் தெளிவான பச்சைத் தண்ணீருக்குள்ள போதையூட்டும் சக்தி வேறு ஒன்றிற்கும் கிடையாது என்பார்."

"இதையெல்லாம் சி.சு.செ. நாவல் என்று ஏற்றுக்கொள்ள மாட்டார்; என்பதில்லை எழுத்துக்கூட மோசம் என்பார்."

"இரண்டாவது ஏன்?"

"விமர்சனத்தின் வளர்ச்சி."

"ஆனால் நீ இதையெல்லாம் நாவல் – எழுத்தில் சேர்க்கிறாயா?"

நினைவுப் பாதை ➤ 69 ◄

"ஆம்."

"எப்படி?"

"நானூறு பக்கம் எழுதியாக வேண்டும்."

"நீதான் பிரசுரம் முக்கியமில்லை என்றாயே."

"இருந்தாலும் படிப்பதற்கு என்னவோ இருக்கிறது என்ற ஒரு பிரமையிருக்கிறது அல்லவா, அந்தப் பிரமை இந்த அடிப்படையில்தான் இருக்கிறது."

"என்ன அடிப்படை?"

"வெறும் ஸ்தூலம்."

"நீ சொல்வது ஓரளவு சரியென்று படுகின்றது. ஏனென்றால் இன்று பத்திரிகைகளில் அடிபடும் பெயர்களும், பரிசு வாங்கு பவர்களும் நிறையப் பக்கங்கள் எழுதியிருக்கிறார்கள்."

"என்ன ஒவ்வொருவரும் ஒரு பத்தாயிரம் பக்கங்கள் எழுதியிருப்பார்களா?"

"நான் கணக்கெடுக்கவில்லை. எழுதின ஒரு ஆராய்ச்சி நூலை நான் இன்னும் சமர்ப்பிக்கவில்லை. ஆனால் என்னுடைய அனுமானம் என்னவென்றால் இவர்களில் பலரும் பத்தாயிரம் பக்கங்களுக்குக் கூடவே எழுதியிருப்பார்கள் என நினைக்கிறேன். இந்தப் பக்கத்தை வைத்துக் கணக்கிட்டால் இலக்கிய விமர்சனம்கூட யாருக்கும் ஆத்திரம் ஊட்டாது என்பது மாத்திரமில்லை, பலரும் எளிதில் முன்வரலாம் என்று தோன்றுகிறது."

"சொல்வதற்கில்லை."

"ஏன்?"

"ஏதோ கோடியில் ஒருவனால்தான் கோடி கோடிப் பக்கங்கள் இம்மாதிரி எழுத முடியும். அப்படி எழுத முடியாது என்றும் சொல்வதற்கில்லை."

"சொல்ல முடியாது. மாதத்திற்கு அம்பதாயிரம் பக்கங்கள் எழுதுபவர்கள் ஒரு நாலுபேர் சேர்ந்து எழுதிவிட்டு பரிசு ஏதாவதைப் பகிர்ந்துகொள்ளலாம்."

"அப்படியானால் பக்கக் கணக்கு வைத்தால்கூட விமர்சனத்தின் விளைவில் இருந்து தப்ப முடியாது என்கிறாயா?"

"அப்படித்தான் தோன்றுகிறது."

"ஒருவேளை கவிதை?"

"எப்படிச் சொல்ல முடியும்? இப்பொழுது தமிழ் நாட்டில் மாத்திரம் இரண்டாயிரம் கவிஞர்கள் இருக்கிறார்கள் என்று சொல்கிறார்கள். இப்பொழுது தொகை கூடியிருக்கும்."

"எப்படி?"

"புதுக்கவிதைக் கவிஞர்கள்!"

"கவிதையிலும் பக்கக் கணக்குத்தான்?"

"அதற்கு நமது மரபுகூட இடங்கொடுக்கிறது. தொகுப்பும், தொகை நூல்களும் நமக்குப் புதிது ஒன்றும் இல்லையே!"

"நீ விளையாட்டாகப் பேசுகிறாயா அல்லது காரியமாகத்தான் சொல்கிறாயா?"

"இந்த யந்திர யுகத்தில் சராசரி வாசகனுக்கு ஆயிரம் முகம் உண்டு என்பது உனக்குத் தெரியாதா?"

"எழுதுகையில் எழுதுகிறவன் முகம்கூட மறைந்து விடுகிறது என்பது என் கட்சி."

சிவன் ஒன்றும் சொல்லவில்லை.

நானும் அவனைப் பேசாமல் பின்தொடர்ந்தேன். எங்கள் எதிரில் ஒரு தம்பதி வந்துகொண்டிருந்தனர் – புருஷோத்தமன் சுலோசனா – இருவருக்கும் வேலையுண்டு. அவன் கணித ஆசிரியன், அவள் பூகோள ஆசிரியை. சொந்தமாக வீடு கட்டிவிட்டார்கள். காதல் கல்யாணம். அநேகமாக ஒன்றாகத் தான் போவார்கள். சிவனுக்கு இவர்களைத் தெரியும்.

சிவன்: "சப்–ரிஜிஸ்டரார் ஆபீஸில் காபியிஸ்டாகக் கழிவதைவிடக் கல்லூரியில் ஆசிரியராக வேலை கிடைத்தால் . . ."

"ஒவ்வொரு ஆசிரியனும் வீடுகட்ட முடிவதில்லை. காதலில் வெற்றி பெறுவதில்லை. அல்லது புருஷோத்தமனைப் போல் தன்மீது இவ்வளவு மதிப்பும் இருப்பதில்லை. மேலும் எண்பது, நூறு பையன்களை ஒருசேரத் திருப்தி செய்ய எல்லா ஆசிரியர்களாலும் முடியாது."

"அப்படியானால் காப்பியிஸ்டாக இருப்பது தேவலையா?"

"அப்படி நான் சொல்லவில்லை."

"இவர்கள் சந்தோஷமாக இருக்கிறார்களா?"

"ஒரு தடவை புருஷோத்தமன் என்னிடம் கேட்டார் நவீனன் உனக்கு உறவாவென்று. நான் ஏன் என்று கேட்டதற்கு

இல்லை, அடிக்கடி உங்கள் இருவரையும் சேர்ந்து பார்க்கிறேன் என்றார். அப்பொழுது எனக்கு என் மனதில் ஒரு விநோதமான சிந்தனை தோன்றியது."

"என்ன?"

"வேறொன்றுமில்லை. நான் உங்கள் இருவரையும் தினம் கூடப்பார்க்கிறேன். அதனால்தான் நீங்கள் உறவா என்று கேட்க முடியுமா?"

"ஆமாம், இங்கு கணவனும் மனைவியும்தான் தெருவில் இப்படித் தினம் தினம் நாலுபேர் அறியச் சுற்ற முடியும். சுசீலாவுடன் நான் இப்படிப் போக முடியுமென்றால்..."

"நீ ஏன் இப்படி அசட்டுவுணர்ச்சிகளுக்கு இடங்கொடுக்கிறாய்?"

"அசட்டு உணர்ச்சிகளுக்கு இடங்கொடுக்காமல் ஒரு நாவல் எழுத முடியுமா?"

"ஏன்?"

"ஒரு வகையில் உணர்ச்சிகளே அசட்டுத் தன்மை உடையவைதானே?"

மறுபடியும் பஸ் ஸ்டாண்டில் வந்து சேர்ந்தோம். பஸ் வந்ததும் சிவன் போகவில்லை. ஏன் என்றதற்குக் கூட்டம் அதிகமாக இருக்கிறது என்றான். அடுத்த பஸ் வருவதற்குக் குறைந்தது அரை மணி ஆகும் என்றதனால் நான் மறுபடியும் பேச ஆரம்பித்தேன்.

"கொசுக்கள் பந்துபோல் திரளாக நொய் என்று சப்திப்பது போல் காகிதத்தில் வார்த்தைகள் சப்திக்கின்றன என்று சொல்லலாம். மேலும்..."

"மேலும் நாவல் என்பது மற்ற எல்லா இலக்கிய வகைகளையும் போல் வார்த்தை சம்பந்தமானது என்று எழுதினது ஞாபகம் இருக்கிறதா?"

"நவீனன் டயரியில்."

"அந்த நாவலை நான் படித்ததாக ஞாபகம் இல்லையே"

"அந்த நாவலை நான் முழுவதும் இன்னும் எழுதவில்லை. இப்பொழுதுதான் எழுதிக் கொண்டிருக்கிறேன்."

"கவிதையைப் பற்றி இப்படிக் கூற முடியுமா?"

"கவிதையில்தான் ஒரு வகையில் இது கூடுதல் சாத்தியம். ஓசைக்காகவே, உத்திக்காகவே இவ்வார்த்தைச் சேர்க்கைகள்."

"அதாவது..."

"நமது ஏ ஒன் ஆசிரியர்கள் தாங்கள் எழுதும் அசட்டுத் தனத்தைக் கெட்டிக்காரத்தனம் என்று கருதாமல் வார்த்தைச் சேர்க்கையை, ஒலி – விஸ்தாரத்தை அவ்வண்ணம் கருதல்..."

"அதாவது..."

"இந்த நாவல் எழுதுகையில் வார்த்தையின் ஓட்டம் தடைப்பட்டவுடன் சம்பந்தரின் தேவாரத்தை (தல முறைப் பதிப்பு) அகஸ்மாத்தாகப் புரட்டினேன். அப்பொழுது "திருப்பிரமபுரம்" என்ற பகுதியில் திருமாலை மாற்று என்ற பகுதியில் ஒரு பதினொன்று பாடல்கள். முதல் பாடல் வருமாறு:

யாமாமாநீ யாமாமா யாழீகாமா காணாகா

காணாகாமா காழீயா மாமாயாநீ மாமாயா

என்ன இது என்று கேட்பாய். இந்தப் பதிப்பில் உள்ள அடிக்குறிப்பைச் சொல்கிறேன் கேள். "ஒரு செய்யுள் முன் னிருந்து பின்படிக்கினும் மாற்றிப் பின்னிருந்து முன்படிக் கினும் ஒன்று போல் வருவது மாலை மாற்று ஆகும். மாலை – வரிசை, மாற்று மாறுதலுடையது. இங்கு ஓரடி முன்னிருந்து செல்வதும், ஓரடி பின்னிருந்து செல்வதுமாக அமைந்துள்ளது. 8, 9, 10, 11 பாட்டுக்கள் ஏனைய பதிகங்கள் போல் கருத்தமைந்தவை."

"அதாவது அடியோடி சொல்வதுபோல் எழுதுகையில் ஒரு கட்டத்தில் உத்வேகம் கை நழுவிவிட்டால் யாமாமாநீ யாமாமா யாழீகாமா காணாகா என்று எழுதவும் செய்யலாம். அல்லது எழுதாமலேயே நின்றுவிடலாம்."

"எந்தப் படைப்பிலும் இந்த யாமாமாநீ ஒரு தவிர்க்க முடியாத அம்சம் இல்லையா?"

"ஒரு அம்சம் மாத்திரம்."

"இந்தக் கட்டத்தில் பஸ் வந்தது. சிவன் ஏறிக்கொண்டு போய்விட்டான்.

சொன்னதைத்தான் திரும்பத் திரும்பச் சொல்ல வேண்டியிருக்கிறது. நான் கல்லூரி ஆசிரியர்; சிவன் ஸப்ரெஜிஸ்டரார் ஆபீஸில் ஒரு காப்பியிஸ்ட்; சங்கரலிங்கம் ஒரு ட்யூட்டோரியலில் வேலை பார்த்து வந்தான்; அடியோடி யின் வேலையைச் சொல்வதைவிட நாயர் தரவாடு என்று சொல்வது பொருத்தமாக இருக்கும்; தாமஸுக்கும் இங்குள்ள

சர்வகலாசாலையில் நல்ல வேலை. ஒரொருவரும் ஒரொரு வரை ஒரு கட்டத்தில் நாடுகின்றோம். நானும் சிவனும் இந்த "நாடவைக்கும்" அம்சம்தான் முக்கியம் என்று கருதலாம். அதாவது ஒரு குமஸ்தா + எழுத்தாளன் என்ற பிரகிருதியும், ஒரு என்ஜினியர் + எழுத்தாளன் என்ற பிரகிருதியும் ஒருசேரப் போற்றுவதால் எழுத்து அல்லது இலக்கியம் என்பதுதான் பேனா தள்ளுவதையோ மின்சாரம் ஓட்டுவதையோ கட்டிடம் கட்டுவதையோவிட முக்கியம் என்று கருதலாம். ஆனால் ஊருக்குத் தினசரித் தேவைக்குக் குமாஸ்தாவும் எஞ்சினியரும் எப்படி அவசியமோ அப்படி எழுத்தாளன், அவன் முக்கியத் துவம் எப்படித்தான் இருந்தாலும், அவன் ஒரு அதிகப் பற்றுத்தான். சமூகம் இதை மாற்றிச் சொல்லக்கூடப் பழக்கம் பண்ணிவிட்டது – அதாவது ஒரு இஞ்சினியர், எழுத்தாளன் என்றால் அவன் ஒரு அசல் இஞ்சினியராக இருக்க முடியாது என்று, இந்தச் சமயத்தில் ஒரு சம்பவம் ஞாபகம் வருகிறது. அண்மையில் எங்கள் ஊருக்கு இரு பிரபல ஆசிரியர்கள் வந்திருந்தார்கள். ஒருவர் பெண்ணைப் பற்றி எழுதுவதைப் பார்த்தால் அவர் நிதம் நிதம் அழகிய மணவாளனாகத்தான் இருக்க வேண்டும் என்று தோன்றுகிறது. இன்னொருவர் வார்த்தைகளைக் கடவுளுக்கு அர்ச்சனை செய்கையில் பூவைப் போடுவதுபோல் தீர்க்க உச்சாடனத்துடன் உச்சரித்து உச்சரித்து வாசகர் உலகை வசியப்படுத்திவிட்டார். அதாவது

யாமாமாநீ யாமாமா யாழீகாமா காணாகா

வின் சிறந்த ஜாதி அல்லது உச்சஸ்தாயி என்று சொல்ல வேண்டும். இருவரும் வெவ்வேறு சமயங்களில்தான் இங்கு வந்தனர். இருவருடனும் எனக்கு இலக்கிய ரீதியாக அபிப் பிராயபேதம் வரலாயிற்று. வேறொன்றுமில்லை – அவர்கள் தற்கால அல்லது மிகப் பிற்கால எழுத்து அவர்கள் சிறந்த எழுத்தின் தன்மையை உடையதாக இருக்கவில்லை என்பதை என்னால் அதிகாரபூர்வமாக நிரூபிக்க முடிந்தது. அவர்களில் ஒருவர் பள்ளி ஆசிரியர்; மற்றொருவர் கவர்ன்மென்ட் உத்தியோகஸ்தர். என்னுடைய விமர்சனத்திற்கு நேரிடையாகப் பதில் சொல்லாமல் ஒருவர் என்னைவிடத் தான் சிறந்த ஆசிரியர் என்றார்; மற்றவர் அதைப்போலவே தான் எழுத்தில் மாத்திரமில்லை, தொழிலிலும் சாமர்த்தியசாலி என்றார். அதாவது தொழில் + எழுத்து என்ற தொடரில் ஒரு சமயத்தில் 'எழுத்து' சிறப்பாகவும், மற்றொரு சமயம் 'தொழில்' சிறப் பாகவும் அமைகிறது. ஆனால் அவர்கள் இதை உணர்வ தில்லை. சச்சிதானந்தம் பிள்ளையின் ஞாபகம் வந்தது. உனக்கு நீயே ஒரு முடிச்சு; நவீனா, என்றுதான் நீ இதிலிருந்து விடுபடப்போகிறாய்?"

ஆம், எல்லோருக்குமே எல்லோரும் முடிச்சுகளாகத்தான் ஆகிறோம். ஒரு மனிதனை அறிய காலம் + மனிதன் என்ற அனுபவத் தொடரில்தான் அவனை அறிய முடிகிறது. இதெல்லாம் சரி, இங்கு கவிதை எவ்வாறு வந்தது என்று கேட்கிறீர்கள், இல்லையா? அதுதான் நானும் யோசித்துக் கொண்டிருக்கிறேன். சிவன் முதன்முதலாக எழுதிய கவிதைகளைப் படித்துவிட்டுக் கேசவமாதவன் "இவைகள் பெருக்கல் வாய்ப்பாடு மாதிரி இருக்கிறது" என்றான். அதாவது கவிதைகளல்ல என்பது. ஆனால் கவிதையில் இந்த வாய்ப்பாடு விஷயம்தான் முக்கியமோ என்னவோ – இந்த அம்சம் அவ்வளவு அமைதியாக அமைந்திருப்பதால்தானே குறளும், திருமந்திரமும் ஆற்றல் மிக்கவைகளாக இருக்கின்றன. "அனா, ஆவன்னா, உனா, ஊவன்னா" என் உதடுகள் முணுமுணுத்தன.

"அகர முதலவெழுத்தெல்லாம்" இப்படியாகப் பலப் பல. ஆனால் ஸப்–ரெஜிஸ்டரார் ஆபீஸ் காப்பியிஸ்ட் கவி ஆவதா என்று கேட்கிறீர்களா? ஏன் ஆகக் கூடாது? நான் கேட்டேன் – சிவனை – நீ எப்படிக் கவிதை எழுதத் தொடங் கினாய் என்று. அவன் சொன்னது எனக்கு வேடிக்கையாக இருந்தாலும் புதுமையாக இல்லை. அவன் சொன்னான் "நீ சங்கரலிங்கம் வீட்டில் வந்து புதுக்கவிதையைப் பற்றிப் பேச ஆரம்பித்த பொழுதுதான் நான் ஆரம்பித்தேன்."

"அதுவரை?"

"அதுதான் வேடிக்கை. கவிஞர்கள் என்பவர்கள் பெண்கள் மாதிரி "ஈசுவர சிருஷ்டி" என்ற நினைவு. கவிஞன் எழுதும் ஒவ்வொரு வார்த்தையும் ஒரு மந்திரம் என்று நினைத்தேன்."

"நீ கூடவா?"

"ஏன் நான்கூடவா?"

"என்னைப் போல இல்லையே. வாழ்க்கையில் நாலும் தெரிந்தவன். மேலும் உன் பாஷையிலே சொல்வதென்றால் "அதனுடனும் ஒரு பத்து வருஷம் வாழ்ந்திருக்கிறாய். பின்?"

"எல்லோரும் எல்லா விஷயத்திலும் அதிமேதாவிகளாக இருக்க முடியாது. உதாரணமாக நீ சிகரெட் குடிப்பதை நான் பார்த்திருக்கிறேன். உனக்கு தீக்குச்சியைக் கிழித்து அதை நிதானமாக எரியவிட்டுச் சிரெட்டைப் பற்ற வைக்க வேண்டுமென்பது இன்னமும் தெரியாது."

"அதைப் போலத்தான் நீ கவிதையைப் பற்றி தவறாகப் புரிந்துகொண்டாயாக்கும். விட்டிஜின்ஸ்டின் ஞாபகம்

வருகிறது. வார்த்தை தத்துவமாக இருக்கிறது என்பது போலக் கவிதை எழுதிப் பிழைக்க வேண்டும் என்று இல்லை – கவிதை எழுதாமல் இருக்கமுடியாது என்றால் – கவிதை எழுதுவதும் ஒரு தினசரி நிகழ்ச்சியின் சாதாரணத் தன்மையில் ஐக்கியமாக வேண்டும். சச்சிதானந்தம் பிள்ளை போல் சொல்வதென்றால், இந்த வட்டத்திலேயே கறங்கிக்கொண்டு வேறு தேச பாஷை பேசுவதில் அர்த்தமில்லை."

"நீ இப்படி இந்தச் சச்சிதானந்தம் பிள்ளையை எதிலும் கலப்பது எனக்குப் பிடிக்கவில்லை."

"ஏன் ?"

"அவர் சொல்வது சரியாக இருக்கலாம். ஆனால் அதை ஏற்றுக்கொள்வது என்றால், நான் மனிதனாக வாழ முடியாது."

நான் ஒன்றும் சொல்லவில்லை. இந்தக் கட்டத்தில் சச்சிதானந்தம் பிள்ளையும் ஒன்றும் சொல்லியிருக்கமாட்டார் என்பதே என் அனுமானம்.

ஆனால் சிவனை என்னால் அவ்வளவு எளிதாக மறக்க முடியவில்லை. அவன் எவ்வாறு அவ்வளவு நன்றாகக் கவிதை எழுதுகிறான். "யாமாமாநீ யாமாமா யாழீகாமா காணாகா?" ஒரு காப்பியிஸ்ட். வயோதிகத்தில் சுருண்டிருக்கும் தாய்ப் பாம்பு, கர்ப்பந்தரிக்க மாத்திரம் இசையும் முரட்டுப் பசு, அவன் பாஷையிலே சொல்வதென்றால், தங்கச் செயின் அணிந்திருக்கும் ஆனால் பித்தளை இருதயம் படைத்த லீலா, எப்பொழுதும் மீசையை நைஸ் பண்ணிக் கொண்டிருக்கும் சங்கரலிங்கம், சச்சிதானந்தம் பிள்ளையைப் பற்றிப் பிதற்றும் நான், என் சங்கற்பத்தில் கருவுயிர்த்த சுசீலா, தெருக்கள், கடைகள், நாய்கள், இப்படியாக இப்படியாக – சிவன் உலகம். இவன் எப்படிக் கவிதை எழுதுகிறான்? எழுதின கவிதையைப் படிப்பிக்கக் கொடுப்பது மில்லை – இப்பொழுது – பிரசுரிப்பதற்கும் தாத்பரியமில்லை. அப்படியானால் இந்தக் கவிதை விஷயம்தான் என்ன? பிரக்ஞை வெறியில் பல தெருக்கள்தோறும் பல சமயங்களில் நானும் சிவனும் செல்கின்றோம். சாலை, சாலையைப் பார்த்திருக்கிறீர்களா? சாக்கடை நாற்றமும், சந்தன நாற்றமும் இங்கு சர்வ சாதாரணம். ஒரு நாள் நானும் சிவனும் சாலை வழியாகச் சென்றுகொண்டிருக்கின்றோம். அதுவும் மாலை நேரம். ஐந்து அல்லது ஐந்தரை மணி இருக்கும். நல்ல கூட்டம். பெரிய செட்டியார் கடை. சிவனும் நானும் அகஸ்மாத்தாக அந்தப் பக்கம் பார்த்ததும் அங்கே லீலா (அவள் அருகில் ஒரு வயோதிக ஸ்திரீ, சிவனிடமிருந்து

அது அவள் தாயார் என்று தெரிந்தது) ஒரு ஜதைப் பொன் வளையலுக்குப் பணம் கொடுத்துக் கொண்டிருந்தது தெரிந்தது. சிவன் என்னிடம் "இது லீலாவின் பழக்கம்" என்றான். "ஏன்?" என்றதற்கு, "யார் கண்டது? முதலில் பொருளாதார நிலையைச் சரி பண்ணிவிட்டுப் பிறகு அடுத்த கட்டம் தொடங்கலாம்." நான் ஒன்றும் சொல்லவில்லை. தாயாரும் பெண்ணும் கடையை விட்டு டாக்ஸியில் ஏறிக்கொண்டிருந் தார்கள். படித்த பெண்கள்கூட நகையை விரும்புகிறார்கள். ஒரு அழகிய கிருத்துவ யுவதி; முதல் பேறு; கை முழுதும் வளைகாப்புக்கு அணிவது போன்று பொன் வளையல்கள். அவள் ஒரு எம்.எஸ்ஸி. பட்டதாரி. அவள் ஞாபகம் வந்தது. கல்யாணம் ஆனவளும் ஆகாதவளும் பொன் வளையல்களை விரும்புகின்றனர். தங்கமான மனிதர்கள் தங்கமான சுபாவம். என்ன எழுதுகிறேன்? வார்த்தைகளே நீங்கள் என்னை எங்கே அழைத்துச் செல்கிறீர்கள்?

"நவீனா, இந்தச் சொந்த வீட்டிற்கு வருவதற்கு முன் இந்த ஊரின் மறுகோடியில் நடுத்தெருவிலிருந்து அப்பால் நான்கைந்து சந்துகளைத் தாண்டி ஒரு தென்னந்தோப்பின் நடுவில் சில வீடுகள். எதிரும் புதிருமாக இரண்டு வீடுகள். ஒன்றில் நான். வாசல் திண்ணையில் வயோதிகத்தில் சுருண்டு கிடக்கும் தாய்ப்பாம்பு. உள்ளே "அது." எலெக்டிரிக் லைட் கிடையாது. எதிர் வீட்டில் ஒரு பஸ் கண்டக்டர், ஒரு பையன் 12 வயது; ஒன்றரைக்கண்; எப்பொழுதும் வாயிலிருந்து எச்சில் வடியும்; ஒருமாதிரி ஊளையிட்டுக்கொண்டிருப்பான். அவனுக்குச் சித்தஸ்வாதீனம் இல்லை. அந்தப் பஸ் கண்டக்டர் பார்ப்பதற்கு நாணப்பன் நர்யர் மாதிரி இருப்பான். அவன் கணக்கில் பையன் மனித ஜாதியே இல்லை. வெளி முற்றத்தில் அவனைக் கட்டிப் போட்டிருந்தார்கள். சில சமயம் பையன் ஓடிவிடுவான். பிறகு அவனைத் திருப்பி அழைத்துக்கொண்டு வந்ததும் அந்தக் கண்டக்டர் அவனை நையப் புடைப்பான். பையன் காச்சுமூச்சென்று கத்துவான். நவீனா, இதுதான் என் கவிதை; எல்லாம் இன்பமயம்."

"என்னவோ, சிவன் சொல்கிறான். அவனிடம் நான் அப்படியும் இப்படியுமாக ஜாடை மாடையாகச் சொன்னா லும் அவன் நம்புகிறமாதிரி நடித்தாலும் அவன் நான் சொல்வதை நம்பவில்லை என்றுதான் நினைக்கிறேன். அவன் ஏன் நம்பவேண்டும். அவன் இன்றிருக்கும் நவீனனைத்தான் பார்க்கிறான். அவனுக்கு அன்றைய நவீனனைப் பற்றி என்ன தெரியும்? வாழ்க்கை என்றும் அசைந்துகொண்டேதான் இருக்கிறது. ஒரு வினாடி ஒரு யுகமாகத் தோன்றலாம்; வினாடி வினாடியாகத்தான் காலமுள் நகரும். இப்பொழுது இருக்கும்

வீட்டிற்கு 75 ரூபாய் வாடகை. அப்பொழுது 12 ரூபாய் வாடகை வீட்டில் கூரைவீட்டில்தான் இருந்தோம். வெறுஞ் சோறு சாப்பிட்ட நாட்களுண்டு. ஒருநாள் பசிமயக்கத்தால் கடைத்தெரு வளைவில் விழுந்ததுண்டு. இப்பொழுது சம்பளம் 400. முதல் வேலையில் சம்பளம் 40. அன்றிருந்ததற்கும் இன்றிருப்பதற்கும் உள்ள வேறுபாட்டைத்தான் நினைக் கிறேன். கான்ஸர் மாதிரி எனக்கு உருத்தெரியாத, உருவாக்காத ஆசை – இலக்கியத்தின் மீது. அது என்னையுமறியாமல் நான் ஒன்றும் செய்யாமல் என்று சொல்லலாமா – என்ன செய்தேன் – பிடித்த புஸ்தகங்களை வாங்குவது, படிப்பது, உள்ளுக்குள் கனவு காண்பது, பிறர் பரிகசிக்கும்பொழுது கோபம் வராமல் தாங்கிக்கொள்வது, மறுபடியும் கனவு காண்பது – இதெல்லாம்தான் நான் இன்று இப்படியாவதற்குக் காரணம். அப்பாவுடைய சிநேகிதர் ஒருவர் எனக்குக் கணக்கு வராததால் அந்தக்காலத்தில் பள்ளி இறுதி வகுப்பில் படிக்கை யில் போக வர என்னை மக்கு மக்கு என்று பரிகாசம் பண்ணுவார். அப்பா அசிரத்தையாக இருப்பார். அம்மா காதில் இதெல்லாம் விழாது. அப்பொழுதெல்லாம் என் உள்ளம் சுரீரென்று துடிக்கும். ஒரு பையன் இப்படி மறுகுவது சரியா, இல்லையோ என்பதில்லை. எல்லா விஷயத்திலும் போலும் இங்கும் சமூகம்தான் மனிதனைப் பாதிக்கிறது என்று நினைக்கிறேன். இன்று அந்த அரங்காச்சாரியைக் கண்டால் நான் அதிகமாக அலட்டிக்கமாட்டேன்; ஆனால் அன்று எனக்கு வயது 15. நானும்தான் கவிதை எழுதுகிறேன்; சிவன் கவிதைகளிலிருந்து முற்றிலும் வேறானவை. ஆனால் எனக்கு எல்லாவற்றையும் எழுத்தாக மாற்ற வேண்டும். ஒரு உள் உறுத்தல். இது உண்மையாக எழுத்தாகுமா தெரிய வில்லை. எழுத்துக்கூட எழுத்து மாத்திரமில்லை என்று வி. சொல்கிறானே அப்படித்தானா? எப்படித்தான் 400 பக்கங்கள் எழுத முடியும்? வாழ்க்கையில் அப்படி ஒன்றும் விசேஷமாக நடப்பதில்லையே. கதையில் கற்பனையில் நடப்பதுபோல் இரண்டு நாட்களாகச் சிவனைக் காண வில்லை. புருஷோத்தமன் சொன்னமாதிரி சிவன் யார்? நான் யார்? ஆனால் அந்தக் கவிஞன்தான் கெட்டிக்காரன் – தாயாரைக் கொண்டு குழந்தையைக் கேட்க வைக்கிறானே – நீ யாரோ – நான் யாரோ? யார் யாராரோ? அதாவது "யாமாமாநீ யாமாமா யாழீகாமா காணாகா" இப்பொழுது புதிதாக இவன் தங்கமான மேனி, நல்ல சந்தனக் கோபி. பெயர் அன்பு கணபதி. கவிதைகளைப் பற்றிப் பேச்சு. என் கவிதைகளைப் பார்வையிடுகிறான். அவனும் கவிதைகள் எழுதுகிறான். அவனும் பெண்களைப் பற்றி எழுதுகிறான். ஏன் பெண்கள் நம்மைக் கவர்கிறார்கள்? அவளோ

அடிப்படையில் தாய்ப் பாம்பு. ஆடு பாம்பே ஆடு, நாதர் முடிமேல் இருக்கும் நாகப் பாம்பு. குண்டலினி. சுசீலா நீ கம்பனைப் படித்திருக்கிறாயா? பிரிந்தவர் கூடினால் பேச முடியுமா? நீ எப்பொழுது என்னை விட்டுப் பிரிந்தாய்? ஏன் இப்படி உன்னைப் பற்றிப் பேசும் பொழுதும் எழுதும் பொழுதும் – உன்னுடன் பேசாவிட்டாலும், எழுதாவிட்டாலும் – இந்தப் பரவசம்? இந்த அனுபவம் என்னை ஆழ்ந்த வியாகுலத்திலும் ஒரு வகை செய்ய முடியாத ஆனந்தத்திலும் ஆழ்த்துகிறது. இந்த ஜன்மத்தில் நீ எனக்கு அன்பின், பக்தியின் புனிதத் தன்மையைக் கற்றுக் கொடுத்திருக்கிறாய். இந்தத் தீ என்னைப் புனிதமாக்குகிறது; என்னைக் குளிர்விக்கிறது. இந்த நினைவில் நான் வாழ்வையே கடந்துவிடுவேன். ஆனால் நான் சிவனைப் பற்றி அல்லவா எழுதுகிறேன். மறுபடியும் மகளிர் கல்லூரி வழி பஸ் ஸ்டாண்டிற்கு.

"ஏன், இரண்டு நாட்களாகக் காணவில்லையே?"

"அன்பு கணபதியிடமிருந்து தப்ப முடியவில்லை."

"உன்னிடமும் வருகிறானா?"

"ஆமாம்."

"எதற்கு?"

"எல்லா எழுத்தாளர்களுக்கும் உள்ள சுகக்கேடு."

"என்ன?"

"அவன் எழுதியதைப் படித்துக் காண்பிப்பதற்கு."

"அவன் கவிதை எப்படி?"

"நன்றாகத்தான் இருக்கிறது."

"ஆனால் அவன் கவி இல்லை."

"ஏன்?"

"நான் ஐந்நூறு மில்லி போட்டுவிட்டு உட்கார்ந்து இருக்கும் பொழுதுகூட அவன் அதைக் கவனிக்கவில்லை."

"ஒருவேளை அவன் தன் படைப்பைப் பற்றி உள் ரஸனையில் ஆழ்ந்திருக்கலாம்."

மௌனம்.

"ஆனால் நான் இரண்டு நாட்கள் வராததற்குக் காரணம் அது இல்லை."

“பின் ?”

“லீலா.”

“லீலாவிற்கு என்ன ?”

“இரண்டு நாட்களுக்கு முன் ஆபீஸிலிருந்து எல்லோரும் போய்விட்டார்கள். நான் கொஞ்சம் வேலை பாக்கி இருந்ததால் செய்துகொண்டிருந்தேன். என்முன் அவள் நின்றுகொண்டிருந்ததைக்கூட நான் கவனிக்கவில்லை. “சேட்டா” என்று அவள் கூப்பிட்டதும்தான் பார்த்தேன். அவள் அங்கிருந்த மாமுட்டியைக் கூப்பிட்டு இரண்டு கப் டீ வாங்கிவர அனுப்பினாள், இதெல்லாம் எதற்கு என்று எனக்குத் தெரியவில்லை. நான் காரியத்தைச் சொன்னால் போதும் என்றதும் தான் விஷயத்தைச் சொன்னாள்.”

“என்ன ?”

“சுருக்கமாக அவளுக்கு ஒரு மாப்பிள்ளை வேண்டும். அதற்கு என் உதவியை நாடினாள். ஆனால் அதை அவள் சொன்ன விதம்தான் எனக்கு ஒருமாதிரி இருந்தது.”

“ஏன் ?”

“அவள் சொன்னாள். சேட்டனுக்குத்தான் தெரியுமே என் மேஜையிலிருந்து பத்திரம் நகரணும்னா வெள்ளையப்பன் கூடப் போரணும்னு. இப்பச் சுமார் 25 பவுன் நகையாக இருக்கு. பாங்கிலேயும் பணம் கொஞ்சம் இருக்கு. ஏதோ கவர்மெண்டிலே உள்ள ஒரு ஆளாய்ப் பார்த்து நீங்கதான் ஏற்பாடு செய்யணம். நம்ப ஆள்ன்டு உங்ககிட்ட . . .”

“நீ என்ன சொன்னாய் ?”

“என்ன சொல்வது? அவளுக்கு 45 வயதிருக்கும். பாரியான தேகம், ஆண் பிள்ளைக்குப் பெண் வேஷம் போட்டா எப்படி இருக்குமோ அப்படியிருப்பா. ஆனால் அவளுக்குச் சந்தேகமேயில்லை. அந்த 25 பவுனை வைத்துக்கொண்டுதான் பத்திரத்தை ரெஜிஸ்டர் செய்யற மாதிரித் தன் கல்யாணத்தையும் நடத்தலாம்னு.”

“நீ என்ன சொன்னே ?”

“என்ன சொல்றது. பாக்கறேன்னு சொன்னேன். ஆனா அவ இப்ப ஆபீஸிலெ என்னைத் தினம் பாக்கிற பார்வையிலிருந்து அவளுக்கு வியாதி இவ்வளவு முத்தி விட்டது என்று தெரிந்ததும், நானாகவே சென்று எனது இயலாமையைத் தெரிவித்தேன். இன்று அவள் லீவு. என்ன செய்வது. கஷ்டம்

தான்! நாற்பது வருஷமா இந்த ஆசையை வளத்தி வைச்சிண்டிருக்கிறாள். பாவம்!"

"உனக்குக் கவிதைக்கு விஷயம் ஆச்சு."

"ஆனா நம்ப ஆட்கள் ஏத்துக்கமாட்டாங்க. அவங்களுக்கு வாழ்க்கையே ரோசாப்பூ மாதிரில்ல இருக்கணம்!"

நான் ஒன்றும் பேசவில்லை. ஒருவேளை... ஆனால் சிவன் கண்கள் சரியாகத்தான் இருந்தன.

"உனக்கு அவளிடம் பச்சாதாபமோ அல்லது பரிகாசமோ இல்லையா?"

"இரண்டும் அவளுக்கு உபயோகமற்றவை." மறுபடியும் அவன் என்னிடம் சொன்னான்.

"நீ நினைப்பது தவறு. நான் அவளுக்காக ஒன்றும் செய்யாமல் இல்லை, உனக்குத் தங்கப்பன் நாயரைத் தெரியும் இல்லையா?"

"யார், அந்த ஸ்டேட் இன்ஷுரன்ஸ் ஆள்தானே? கட்டை ஆசாமி; டூத் பிரஷ் மீசை. ஏறக்குறைய 45 வயதுதான் அவனுக்கும். மேலும் அவன்தான் ஒரு வகையில் சொல்வதென்றால் எனது அவஸ்தை அல்லது அமரத்தன்மை என்று சொல்வதா – அதற்குக் காரணம்."

"என்ன விசேஷம்?"

"ஒரு முறை இவனும் நானும் ஸ்டேஷன் பக்கம் போய்க் கொண்டிருந்தோம். அப்பொழுது அங்கு வந்த சுசீலாவைச் சுட்டிக் காட்டிவிட்டு "உனக்குத் தகுந்த ஜோடி" என்று சொன்னது மாத்திரமல்லாமல் அவள் எங்கிருக்கிறாள் என்பதையும் தெரிவித்தான்."

"உனக்கு எப்படித் தெரியும் என்று கேட்டேன்."

"ஒருநாள் அவள் செல்கின்ற பஸ்ஸில் சென்று அவள் இறங்குகின்ற இடத்தில் இறங்கி அவளைப் பின்பற்றினேன்."

எனக்கு ஒரு மாதிரி இருந்தது. ஆனால் அவன் நிறுத்தவில்லை. "கோல்டு டைப். எனக்குப் பற்றியதில்லை என்று விட்டுவிட்டேன்" என்றான்.

இதைக் கேட்டதும் சிவன் சிரித்தான். பிறகு அவன் சொன்னான், "எனக்கு ஆச்சரியமில்லை. அதுதான் நாயர் தொழில். நானும் அவனும் நன்றாகப் படித்தோம். ஆள் கெட்டிக்காரன். ஆனால் பொருளாதார வசதியின்மையால்

அவன் இஷ்டப்படிக் கல்லூரியில் சேர்ந்து படிக்க முடியவில்லை. கெட்டிக்காரன் ஆதலால் வேலைக்குப் பஞ்சமில்லை. ஆனால் ஒருவருடனும் இணங்கிப் போகமாட் டான். முக்கியமாக மேலதிகாரிகளுடன் – தான் இருக்க வேண்டிய இடத்தில் அவன் இருப்பதாக எண்ணுவது நாயரின் அடிப்படை. இப்படியாக அவன் லட்சுமி விலாஸம் பாங்க், காட்டாத்துறை அர்பன் பாங்க் முதலிய இடங்களிலிருந்து விலகிவிட்டான். பிறகு இங்கே ஒரு பெரிய இங்கிலீஷ் கம்பெனியில் ஒரு நல்ல வேலை கிடைத்தது – அது எல்லா ருக்கும் ஆச்சரியமாயிருந்தது.

ஆனால் நாயர் அந்த வெள்ளைக்காரனுடனும் சண்டை பிடித்துக்கொண்டு வெளியேறிவிட்டான். நான் அவனைக் கடைசியாகப் பார்க்கும்பொழுது அவன் ஹோட்டல் மானேஜராக இருந்தான்.”

“ஆனால் லீலா காரியத்திற்கும் நாயருக்கும் என்ன சம்பந்தம்?”

“சொல்கிறேன். இப்பொழுது கதையை முதலில் இருந்து ஆரம்பிக்க வேண்டும். அவன் முதல் பாங்க்கிலிருந்து விலகிய பிறகுதான் அவன் கல்யாணப் பத்திரிகை எனக்குக் கிடைத்தது. அவள் ஒரு ஹெட்மிஸ்டிரஸ். வயது நாயரைவிட ஒன்றிரண்டு கூடுதல். இதற்குப் பிறகு அவன் கம்பெனியில் மாறியபொழுது அவன் குடும்பத்தைப் பற்றி விசாரித்த பொழுது அவன் மனைவி செத்துவிட்டதாக – ஒரு பிள்ளையை வைத்து விட்டு – தெரிந்தது. விஷயம் என்னவென்றதும் அவன் சொன்னவிதம் இப்பொழுதும் ஞாபகத்தில் வருகிறது.

“சிவா, அவளுக்கு டைபாயிட். நான் பல சமயம் அவளிடம் சொல்லியிருக்கேன். அவள் தின்பதைக் குறைக்க வேண்டுமென்று. டைபாயிட் குணமானதும் அவள் கண்டபடிச் சாப்பிட்டிருக்கிறாள். அதுவே அவளுக்கு வினையாக முடிந்தது” என்றான். அடுத்த முறை அவனைப் பார்த்ததும் அவன் ஸெக்ரட்டேரியட் வராந்தாவில் உலாவிக் கொண்டிருந்தான். வழக்கம்போல் நான் அவனிடம் என்ன விஷயம் என்று கேட்டதற்கு, “இங்கெ ரெவின்யூ ஸெக்ஷன்லெ ஒரு ஹெட் கிளார்க் இருக்காளாம். பி.ஏ, – க்காரி. வயது 30, 40 இருக்கலாம். தகவல் தெரிந்ததும் ஆளைப் பார்க்க வந்தேன். எனக்குச் சொன்ன பார்ட்டிக்கும் இங்கேதான் வேலை” என்றான். எனக்கு அப்புறம் அதைப் பற்றி ஞாபகம் இல்லை. இது நடந்தது சமீபத்தில்தான். அந்தப் பையனும் பள்ளி இறுதி வகுப்பில்தான் படிக்கிறான்.

என்னிடம் லீலா தன் கல்யாண விஷயமாக அணுகினதும் எனக்கு நாயர் ஞாபகம்தான் வந்தது. சரி, அன்று அவன் தெருப்பக்கம் போய்க்கொண்டிருந்தான். அப்பொழுதுதான் சின்மயானந்தரின் பிரசங்கம் என்ற நினைவு. நான் போய்க் கொண்டிருக்கும்பொழுது எதிரே நாயரும் அவன் அருகில் அவனைவிட மூன்று மடங்கு ஸ்தூலமான ஒரு ஸ்திரீயையும் – நல்ல வெள்ளை – கண்டேன். நாயர் எனக்கு அவளைத் தனது மனைவியென்று அறிமுகப்படுத்தினான். நான் அதைச் சட்டை செய்யக்கூடவில்லை. இவள் அந்த ரெவின்யூ ஸெக்ஷன் ஹெட் கிளார்க்காகத்தான் இருக்க வேண்டும்." அதைச் சொல்லிவிட்டு அவன் நிறுத்திவிட்டான்.

"ஏன் நிறுத்திவிட்டாய்?"

"நிறுத்தாமல் என்ன செய்வது? லீலாவுக்குப் போட்டியாக லீலாவைப் போன்றவர்களே வரும்பொழுது நான் என்ன செய்ய முடியும்? அந்த ஹெட் கிளார்க்கிடம் 20 பவுனுக்கு மேல் உருப்படியும் உண்டு; பி.ஏ.–க்காரியும்கூட. என்ன செய்ய? இந்தக் கண்றாவியெல்லாம் கண்முன்னே காணத்தான் செய்யறோம்; ஆனா நம்ப ஆட்கள் வாழ்க்கையே ரோசாப் பூண்ணுதான் சொல்லிக்கிட்டுத்தான் திரிவாங்க!

"நவீனா! எனக்குத் தாகமெடுக்கிறது!"

"என்னவோ சிவா, இந்த ஆண் – பெண் சேர்க்கை விஷயமே யுகாந்திரமாக மனிதனை ஆட்டிவைக்கும் ஒரு அவஸ்தை! என்றாலும் இந்தக் கவிஞர்களும், கலைஞர்களும் பெண்ணை வைத்துக்கொண்டு படுத்துகிறபாடு!"

"அது சரிதாம்பா, எல்லாம் அதனாலேதான் நான் – நீ – லீலா – நாயர் – நாணப்பன் – நல்லது – கெட்டது – நானாவிதமானது எல்லாம் உருவாகிறது" என்று சொல்லி விட்டுச் சிரித்தான்.

எனக்கு என் இந்தச் சாதாரணங்களே ஞாபகம் வருகின்றன. சாதாரணம், சாதாரணம் என்று எதையுமே ஒதுக்கிவிடப் பார்க்கிறோம். ஆனால் சாதாரணம் என்று இப்படி நாம் ஒதுக்கி வைப்பதெல்லாம் கடைசியில் அசாதாரணத்தில்தான் கொண்டு விடுகிறது.

நினைவிலிருந்து குறிப்பெடுக்கின்றேன். சிவனும் நானும் பாளையம் வழியாகப் போய்க் கொண்டிருக்கின்றோம். இரண்டு மூன்று நாட்களாக என்னை நிறுத்திவிட்டு 10 அடிக்கு அப்பால் உள்ள ஒரு வண்டித்துணிக்கடைக் காரனிடம் பேசிவிட்டு வருவான். சிலசமயம் கைமாத்தாக

ஒன்னு ரண்டு வாங்கி வருவான். இன்று என்ன நினைத்துக் கொண்டானோ என்னவோ "அவன் என் தம்பி" என்றான். எனக்கு ஆச்சரியமாக இருந்தாலும் அடுத்த கணம் என் ஆச்சரியம்தான் எனக்கு ஆச்சரியமாக இருந்தது. இரண்டு நாட்கள் கழித்து கடை மறைந்துவிட்டது. ஏன் என்றதற்குச் சட்டப்படி தெருவில் இந்த மாதிரி வியாபாரம் நடத்தக் கூடாது என்றும், அவன் ஒவ்வொரு தெருவாகத் தப்பி இங்கு வந்ததாகவும், கடைசியில் இங்கிருந்தும் போகும்படியாகி விட்டது என்றும் சொன்னான்.

மறுபடியும் சிவனை ஒரு வாரம் காணவில்லை. நான் சைக்கிளை உருட்டிக்கொண்டு வழக்கமாகப் போகும் பாதையில் போய்க்கொண்டிருந்தேன். இரண்டு நாட்கள் கழித்து சிவன் மறுபடியும் என்னுடன் வரத் தொடங்கினான்.

"என்ன இரு நாட்களாகக் காணவில்லையே."

"தம்பியின் வியாபாரம் படுத்துவிட்டது. வீட்டில்தான் சரக்கு. மறுபடியும் வடக்கே போய் இந்த வியாபாரம் நடத்தலாம் என்றிருக்கான். அங்கிருந்துதான் இங்கு வந்தான்."

"கேட்க மறந்து போய்விட்டேனே. உன் தம்பி பெயரென்ன ?"

"துரைசாமி."

"துரைசாமியா ?"

"ஏன் தூக்கிவாரிப் போடுகிறது ?"

"என்னை வீட்லெ துரைசாமின்டுதான் கூப்பிடுவா."

"அப்படின்னா அது உன் பேரில்லையா ?"

"விட்டுத் தள்ளு ஏதோ ஒரு பேரு. தம்பி வடக்கே போறதனால்தான் உனக்கு இந்த வாட்டமா ?"

"அது இல்லை..." என்று இழுத்தான்.

"சொல்ல இஷ்டமில்லாவிட்டால் சொல்ல வேண்டாம்."

"அப்படி ஒண்ணும் இல்லை. அவனுக்கு இப்பக் கல்யாணம் பண்ணிக்கணும்னு ஆசை."

"ஏன் அதிலென்ன தப்பு ?"

"தப்பு ஒண்ணுமில்லை."

"வயசு என்ன இருபத்தஞ்சு, முப்பது தானே ?"

"ஆமாம்."

“பின்னெ ?”

“படிப்பு இல்லை. இப்படி வண்டி தள்ளி வியாபாரம் நடத்தற லட்சணத்தில் . . .”

“சரி, பெண் கிடைச்சுதா ?”

“பெண்ணுக்கென்ன – லட்சணமாத்தான் இருக்கா – அவங்களும் நல்ல ஆளுங்கதான். ஆனா . . .”

“ஆனா ?”

“அங்கெயும் அப்படிப் பசை இல்லை.”

“அப்பனுக்கு என்ன வேலை ?”

“கொஞ்சம் நிலம் உண்டு.”

“பையனுக்கும் பெண்ணுக்கும் . . .” என்றேன்.

“அப்படி ஒண்ணும் இல்லை. நாளெல்லாம் வைத்தாகி விட்டது.”

அந்தக் கல்யாணம் நடந்தது. நான் அழைக்கப்படவு மில்லை, போகவுமில்லை. இந்த மாதிரி இடங்களில் வாழ்க்கை யின் நிர்ப்பந்தங்களில் இதுவும் ஒன்று. பிறகு துரைசாமியை நான் பார்க்கவே இல்லை.

மறுபடியும் மறுபடியும் மறுபடியும்.

இன்று நானும் சிவனும் நடராஜனுடன் பேசிக்கொண் டிருக்கிறோம்.

வரை மீசை. நெட்டல் தேகம். வாய் திறக்காமல் சிரிப்பது – இதுதான் நடராஜன். கவர்ன்மெண்ட் பிரஸ்ஸில் ஒரு குட்டி உத்தியோகம். எழுதுவதில் பைத்தியம். எனவேதான் எங்கள் தொடர்பு.

நடராஜன்: சிவன் ஏன் இப்பொழுது கவிதை எழுதுவ தில்லை.

சிவன்: ஏன் எழுத வேண்டும் ?

நான்: ஏன் எழுதக் கூடாது ?

சிவன்: இப்பொழுது நாம் பேசுவது மாதிரிதான் எழுத வேண்டும்.

நான்: அதாவது. . .

சிவன்: வெறும் வார்த்தைச் சேர்க்கைகள்.

நடராஜன்: அப்படி ஒரே அடியாகச் சொல்லாதே.

நான்: இலக்கியமே அதுதான். இல்லாவிட்டால் வேறென்ன? இந்த நாவலை நான் எழுதுவதற்குப் படுகிற அவஸ்தை.

நடராஜன்: இதில் என்ன அவஸ்தை. ஏதாவது "இலக் கியத்திற்குத் தொண்டு செய்துதான் மற்ற எல்லாக் காரியங் களும்" என்று நிற்கிறதே ஒரு பிரசுர ஸ்தாபனம். அது ஏதாவது . . . ?

சிவன்: உரக்கச் சிரித்தான்.

"ஏன்?"

"நீ இப்பொழுது சொன்னையே அதைத் திருப்பிச் சொல்."

நடராஜன் சொன்னான்.

அவன் மீண்டும் சிரித்தான்.

"அந்த ஸ்தாபனத்தைப்போல் மகா – மகா – மகா – மட்டமான – மட்டமான – மட்டமான பிரசுரங்கள் வெளி யிடும் ஸ்தாபனம் வேறு ஒன்றுமில்லையே! பாவம் என் தம்பி வண்டி வியாபாரம் நடத்தக்கூடாது என்று கூறும் இந்தப் பாழும் சட்டம் இந்த இலக்கிய – ஒழிப்பு ஸ்தாபனத்தைத் தடை செய்யாதது அதிசயம்தான்!"

"அவ்வளவு மோசமா?"

"சந்தேகமா? நமது மாஜி – எழுத்தாளர்கள் எல்லாம் சரக்குத் தீர்ந்த பிறகு அதற்குப் பங்காப் போடுவதிலேயே தெரியவில்லையா?"

நான்: "சரி, நீ ஏன் கவிதை எழுதவில்லை?"

"என்ன செய்வது நவீனா? இந்த 20ஆம் நூற்றாண்டில் பிறந்த தவறு. எதைப் பற்றி எழுதுவது? 25 பவுன்களை வைத்துக்கொண்டு ஒரு இணை வேண்டிக் கசந்து கொண் டிருக்காளே, லீலாவைப் பற்றியா? வீட்டு வாடகை கொடுக்க நாதியில்லாத வண்டிக் கடைக்காரன் "இதையும் பரீட்சித்து விடலாம்" என்று இல்லறமாம் நல்லறத்தைத் தொடங்கு கிறானே, அதைப் பற்றியா? அல்லது உன்னைப்போல் ஒரு வடிகட்டின முட்டாளைப் பற்றியா?"

"என்னை ஏன் வடிகட்டின முட்டாள் என்கிறாய்?"

"எப்பொழுது பார்த்தாலும் யாரோ ஒருத்தி சுசீலா என்பவளைப் பற்றி எழுதுகிறாய். அதையாவது விட்டுத் தள்ளலாம். அப்படி ஒருத்தி கிடையாது என்கிறாய்."

"உனக்கு நீ இருக்கிறாய் என்பது மாத்திரம் என்ன நிச்சயம்?"

"உன்னுடன் நான் அந்த வம்பு பேச வரவில்லை."

இதற்கிடையில் இதுகாறும் பேசாமல் இருந்த நடராஜன் என்னிடம் "உன்னுடைய நாவல் எவ்வளவு பக்கம் வந்திருக்கிறது?" என்றான்.

நான்: "101 பக்கம்!" என்றேன்.

சிவன் மறுபடியும், "இரண்டாவதாக . . .?"

"அதாவது நான் எப்படி வடிகட்டின முட்டாள் என்பதற்குக் காரணம் அப்படித்தானே?"

"ஏன் வழியில் தடுக்கிறாய். அதுதான்."

"மன்னித்து விடு."

"இந்த வெள்ளைக்காரன் பழக்கம் எல்லாம் எனக்குப் பிடிக்காது. சரி, சொல்ல வந்ததைச் சொல்லிவிடுகிறேன். நீ எழுதுகிற விமர்சனம்!"

"அதற்கென்ன?"

"அது விமர்சனமா என்பது ஒரு பக்கம் இருக்கட்டும்."

"பின் அது என்ன?"

"வெறும் வாசக அபிப்பிராயம்."

"விமர்சனத்தில் அபிப்பிராயம் இருக்காதோ?"

"அதைப் பற்றிப் பின்னர் பேசலாம்."

"சரி நான் முட்டாள் . . ."

"ஆமாம் தகப்பன் சந்தோஷப்படறான். பெண் நல்ல இடத்தில் போய்ச் சேர்ந்ததே என்று – மாப்பிள்ளையின் பணம் என்ன, பதவி என்ன, உத்தியோகம் என்ன, அப்ப பிள்ளை கேட்கிறான் "அப்பா, நான் ஒன்று கேட்டேனே . . . என்று இழுக்கிறான். என்னடாங்கிறான் அப்பன்."

"ஒன்றுமில்லை."

"சரிதாண்டா சொல்லுடான்னா."

"பின்னெ சண்டைக்கு வராதீங்க. மாப்பிள்ளை ஆண் . . ." என்று இழுக்கிறான்.

அப்பன், "சரி சமத்துதான். வாயை மூடிக்கோ. அவ கிட்டப் போய் ஒன்னும் உளறி வைக்காதே"ங்கறான். அவனுக்கு

உள்ளுக்குள் சந்தோஷம்தான். பையன் தான் மறைத்து வைத்ததை எப்படிக் கண்டுபிடித்துவிட்டான் என்று.

நான்: "அதைப்போல?"

சிவன்: நாங்கள்ளாம் நம்ம இலக்கியம் பெரிய இடத்திலெ போய்ச் சேர்ந்து நன்னா அந்தஸ்தா இருக்கு என்கிறபோது, நீ என்னடான்னா அந்தப் பையன் கேட்ட மாதிரி விமர்சனம் எழுதறே!

நடராஜன் வாய் திறவாமலே சிரித்தான். நான் ஒன்றும் சொல்லவில்லை. அவனிடம் கேட்டேன். "அப்படியானால் நான் எழுதினது தவறு என்கிறாயா?"

"அப்படி இல்லை. நீ ஏன் கவிதை எழுதவில்லை என்பதற்குச் சொன்னேன். மேலும் உன்னைப் போல் ஒரு முட்டாள் போதும் என்று பட்டது."

நான், "எல்லோரும் நடராஜனைப் போல கெட்டிக் காரனாக இருக்க முடியுமா?" என்றேன்.

நடராஜன் "தெரியவில்லை, இப்பொழுது, இப்பொழுது சந்தேகமாக இருக்கிறது!" என்றான்.

"எதைப் பற்றி?"

"என் கெட்டிக்காரத்தனத்தைப் பற்றி."

சிவன்: "நவீனா! வா போகலாம்."

நடராஜன்: "போய் வாருங்கள்."

அன்று அப்படிக் கழிந்தது. சிவன் சொன்னது என் மனதில் சுழன்றது. அவன் அன்று போதத்துடன்தான் பேசினான் என்பதில் எனக்குச் சந்தேகமில்லை. அவன் பேச்சும் அவன் கவிதை மாதிரிதான் இருந்தது. ஏனென்றால் அவன் கவிதையின் உயிர்மூச்சு இந்தக் காரமான கிண்டல் தான். ஆனால் இந்தக் கிண்டல் ஒன்றும் அவளிடம் சாயவில்லை. அவள் மறுபடியும் தாய்ப் பாம்பைக் குத்திக் கிளறிக் கொண்டிருந்தாள் என்று சொன்னான்.

மறுபடியும் – மறுபடியும் – மறுபடியும் என்முன் நினைவுப் பாதை நீண்டு நெளிந்து செல்கிறது.

தாய் பாம்பைப் போல்,
அரவணைத்துக் காக்கும் அரவம்,
இகல் விளைத்துப்
புகல் தந்த
இகர முதல்வி.

என்னுடன் கூட வந்தவர்கள் ஒவ்வொரு திசையாக சிதறிவிட்டார்கள்.

ஆமாம். சுந்தர ராமசாமியின் பாஷையில் சொல்வ தென்றால் சக மனிதர்களிடமிருந்து தப்புவதுதான் இந்த யுகத்தில் பிரச்னைகளில் எல்லாம் பெரிய பிரச்னை. புதிதாக ஏதாவது ஒரு பாஷையைப் படித்தால் ஏதாவது நல்ல சம்பளம் கிடைக்கக்கூடிய வேலை – அதுவும் மேல்நாட்டுப் பாஷையாகத்தான் இருக்க வேண்டும். அப்படி ஓரிருவர். யாரைக் குற்றம் சொல்கிறேன்? அவன் வெற்றியைத் தோல்வி யாகப் பார்க்கையில் என் வெற்றியை வெற்றியாக ஏற்றுக் கொள்ள முடியாது என்பதுதானே? இந்த மாதிரி தடம் புரண்டு தள்ளிச் செல்லும் பிரக்ஞை ஓட்டத்தைத் தடுத்து விட்டால் ஞானம் கிட்டும் என்கிறார்கள். ஆனால் இந்தப் பிரக்ஞை ஓட்டத்தை அழித்துவிட்டால் எல்லாவிதமான கலைப் படைப்புகளும் நிற்க வேண்டியதுதானே – சிவன் கேட்பான். இது என்ன நாலுகால் பாய்ச்சல்? என்றுமே இருந்ததில்லை இப்படி ஒரு உத்வேகம். தினம் தினம் பழகின பாதைகளையே சுற்றி வந்திருக்கிறேன் சிவன் – அம்மையே! அப்பனே, ஒப்பிலா மாமணியே! அன்புள்ள மாமனும் நீ, மாமியும் நீ – சிவன் செவி சாய்க்கவில்லை – கரன்ட் புக்ஸ் – காரோட்டு விஜயன் – அந்தப் புஸ்தகத்தை எடுத்துக் கொடுக்கும் ஜான் – அவன் இப்பொழுது எங்கு – ஸோமன் குரல் – “காஸாக்கின் இதிகாசம்” வந்துவிட்டது – வந்து விட்டதா? – சிவன் வெளியில் நிற்கிறான் – 1, 2, 3, 4, 5 நாட்கள் கண்டும் தொட்டும் எடுத்தும் வைத்தும் காசாக்கின் இதிகாசத்துடன் உறவாடுகிறேன் – புத்தகம் வாங்குகிற அளவுக்குப் படிக்க முடியவில்லையே என்ற ஒரு போதம் – கடைசியாக அந்தப் புத்தகத்தையும் வாங்குகிறேன் – சிவன் “என்ன புத்தகம்?” – அவன் நினைவில் நான் ஏன் நனைய வேண்டும்? – ஆடு நனைந்தது என்று ஓநாய் அழுததாம் – பழக்கடை ஜியார்ஜ் – சார், நீங்கள் எல்லாம் செலவழிக் காட்டா நான் என்ன செய்வேன்? – என்றாலும் கம்யூனிஸத்தில் அசையாத நம்பிக்கை – ஏதாவது மறுத்துச் சொன்னால் — சாமி, கேக்கறேன், மத்தவங்க என்ன மகாமகா யோக்கியன் களோ? – பாதிதான் கேட்கிறேன் – என்றுமே அரசியலில் அதிகம் ஈடுபாடு கிடையாது – பக்கத்தில் சிவன் – சிவனுக்குப் பூஜைப்புரையில் வீடு – இங்கிருந்து அங்குச் செல்ல இரண்டு பஸ்கள் – ஒன்று முடவன்முகள் – (நொண்டிதான் உசத்தி?) – அதிகம் போனால் பாதி தூரம் நடக்க வேண்டும் – வேண்டாம் – இன்னொன்று பூஜைப்புரை ப்ராப்பர் – எப்பொழுதும் கையில் ஒரு டார்ச் – “இருட்டில் கொஞ்சம்

வெளிச்சம் அடிக்கலாம் என்றுதான்" என்பான் – ஆனால் சுற்றிலும் நடப்பதென்ன? – இருள்தான் ஒளியைக் கற்பழிக்கிறது. இந்த ஸைகிளை விட்டு விட்டு ஒரு ஸ்கூட்டர் வாங்குவது தானே? பணம்? ஆனால் பணம் ஒரு பிரச்னையா? ஸ்கூட்டர் இருந்தா அது ஒரு தனி இதுதான்? எதுவோ? – சிவன் கவிதைகள் என்றுதான் வெளிவரும்? – வெளிவராவிட்டால் தான் என்ன? – சிவன் இவ்வளவுக்கும் நடுவில் ஏன் – எப்படிக் கவிதை எழுதுகிறான் – கேட்க வேண்டும், கேட்க வேண்டும் என்று நினைப்பதுடன் சரி, இன்றுவரையில் கேட்கவில்லை – ஏதாவது எழுத வேண்டுமென்றால் பக்கத்தில் ஏதாவது புஸ்தகம் இருக்க வேண்டும் – இது ஒரு காரணம். க.நா.சு. நாவல்களைப் படிப்பதற்கு – அவருக்கும் புஸ்தகங்களைப் படிப்பதில் ஒரு ருசி – அவர் நாவல்கள் இதற்குச் சான்று – மற்றவர் முறை வேறு – சுசீலாவை ஏன் மறக்க முடியவில்லை? – கடைசியில் அவள் இதைச் செய்திருக்க வேண்டாம்! – எதை? எனக்கே மறந்துவிட்டது – மனதிற்குப் பிடிக்காதது மறதிக்குப் போகட்டும்! – இந்த வருஷம் நல்ல வெயில் – ஒவ்வொரு வருஷமும் இப்படியே சொல்கிறார்கள் – ஃபாண்டாவின் ஆரஞ்சுப் புளிப்பு – பேனா போனபடி எழுதவில்லை – கண்டது கண்டபடி – கேட்டது கேட்டபடி – நினைத்தது நினைத்தபடி – சுசீலாவுடன் பேசலாமா, பேசக் கூடாதா? – பாரதியின் "ஞானரதம்" – மன மோகினிக்கு ஓயாத முத்தங்கள் – சிவன் உங்களுக்குப் பைத்தியம்! – சுசீலா என்ன எந்தப் பெண்ணுமே பெண்மையின் இரகசியம் அறிந்த பிறகு புளித்துவிடுகிறாள்? – இதுவும் சிவன்தான் – ஆனால் அரசியலில் மாத்திரம் இந்தக் கிண்டல் செல்ல மறுக்கிறது – நல்ல கறுப்புப் புடவை – சிவப்புப் பொறிகள் – நேருக்கு நேர் – எதிரும் புதிருமாக – எவ்வளவு காலமாக? – மறுபடியும் – மறுபடியும் – மறுபடியும் – எல்லாம் எதற்காக? – பாங்க் பியூன் பிரபாகரன் சொன்னது பேசிக்கொண்டே போனேன் – கூட நாலைந்து பேர்கள் – பேச்சின் சுவாரஸ்யத்தில் கையில் வைத்திருந்த காகிதத்தைக் கசக்கி எறிந்தேன் – பின்னாடிதான் தெரிந்தது கையிலிருந்தது ஐந்து ரூபாய் நோட்டென்பது – இந்த மாதிரிக் கட்டத்தில் லீலா என்ன செய்திருப்பாள்? – 25 வயது நல்லதா? அல்லது 45? – எதற்கு எந்தக் கட்டத்தில் என்பதைத் தவிர்த்துப் பார்த்துத்தான் – அப்படியெல்லாம் பேசினாலும் சிவன் கவிதை எழுதுவான் – நிச்சயம் – இல்லாவிட்டால் அவனுக்கே அவன் இருப்பது நிச்சயமாகாது – இப்படிக்குத்தான் ஒவ்வொருவருக்கும் ஒவ்வொன்று – சந்திரர் சூரியர் சாட்சியாகத்தானே இதுவும்? – இந்த மண்ணில் பெண்கள் நடமாடுகிற வரையில் அமங்கலமாக ஒன்றும் நடக்காது – சிவன் சிரிப்பான், சிரிக்கட்டும்.

அன்று சிவன் நவீனனின்றித் தனியாகத்தான் பஸ் ஸ்டாண்டில் நின்று கொண்டிருந்தான். அன்று பஸ் ஸ்ட்ரைக். பின் ஏன் அவன் வராத பஸ்ஸிற்குக் காத்திருக்க வேண்டும்? அவன் அருகில் ஒரு இளைஞனும் காத்துக்கொண்டிருந்தான். குசலப்ரசனம், கரமனை போக வேண்டும். ஒரு டாக்ஸி பிடித்தால் வாடகை பங்கு வைக்கலாமே! வேண்டாம் என்றான் சிவன். தான் அந்தப் பக்கம் போகவில்லை அன்று. 100 மில்லியில் ஆரம்பித்தது, 200, 300, 350 என்று போய்விட்டது. நவீனன் அவனைப் பரிகசிப்பான். அவள் பிரிந்திருந்த பொழுதுகூட இவ்வளவு அதிகமாகப் போனதில்லையே என்று. ஆனால் இப்பொழுது? எதிர்க் கடையில் போய்க் கடலை வாங்கி வந்தான். அதைக் கொறித்துக்கொண் டிருந்தான். எதிர்ச் சாகில் ஒரு திட்டை. அதில் உட்கார்ந்தான். அன்றுதான் அண்ணாதுரை முடிவைப் பற்றித் தவறான தகவல் ரேடியோவில். நவீனன் இருந்தால் கேட்டிருப்பான். பிறக்கிறது மாத்திரமன்றி இறப்பதற்கும் நல்ல சமயம் உண்டாவென்று. ஏன் நவீனனைப் பற்றியே மனம் ஓட வேண்டும். பல எழுத்தாளர்களைப் பார்த்தவன் அவன் என்று சொல்ல முடியாது. ஆனால் நவீனன் விஷயம் வேறு; அவனுக்கு அவன் எழுத்தை முழுவதையும் அங்கீகரிக்க முடியவில்லை.

ஆனால் அவன் எழுத்தில் ஏதோ ஒன்று . . .

எப்படித்தான் இவ்வளவுக்கும் பிறகு சிவன் . . .

அந்த ஒரு விஷயத்தில் மாத்திரம் . . . ஈசுவர சிருஷ்டியே விசித்திர சிருஷ்டி . . .

கடைசிப் பையனுக்குக் கோழித் தூக்கம் . . . அது சில சமயம் ஒரு சில்லறை இடையூறு . . . எல்லாமே அப்படித் தான் . . . லீலா . . . பாவம், அவளும் பெண்தானே! அவளுடைய கர்ப்ப சோகம் . . . ஆனால் சமூகம் . . . சமூகம், சமூகம் என்று பயந்து பயந்து செத்தாலும் இருள்தான் ஒளியின் கற்பை அழிக்கிறது . . . நான் எங்கிருக்கிறேன் . . . இந்த சுசீலா யாராக இருக்கக்கூடும் . . . ஒருவேளை . . . சை! – தாய்ப்பாம்பு . . . மனையைச் சுற்றி வரும். வாழும் பாம்பு . . . மல்லிகையா தாழம்பூவா . . . நாணப்பன் இன்று லீலாவை ஒரு விளாசு . . . காரியத்தில் பிசகு என்று . . . எதை நினைத்து . . . அழுதாள் . . . மறுபடியும் சிவன் கடையை நோக்கிப் போனான் . . . வேலாயுதன் என்ன? “பஸ்” “பஸ் கிடையாதே.” “ஆமாம், கிடையாதே சொன்னாப்லெ.” எதிர்த் திசையை நோக்கி நடந்தான் சிவன் மறுபடியும் சோடா வாங்கிக் குடித்தான். நல்ல புழுக்கம் . . . திட்டையில் போய் உட்கார்ந்தான் . . .

கடைக்காரன் கடையைப் பூட்டிக்கொண்டிருந்தான்... சிவன் சட்டையை அவிழ்த்தான்... பர்ஸை மடியில் பத்திரமாக வைத்துக் கட்டினான்... சட்டையைத் தோளில் தொங்கவிட்டு மெல்ல நடக்கத் தொடங்கினான்... நவீனன் அடிக்கடி சொல்வான்... அவன் என்ன சொல்றது... எவனாவது "வெள்ளைக்காரன்" எழுதினதாக இருக்கும்... அவனும் அப்படிச் சொன்னதாகத்தான் ஞாபகம்... நடக்கிறதைத்தான் எடுத்துக்கொள்ளுங்களேன்... ஓரடி முன், ஓரடி பின், ஓரடி முன், ஓரடி பின்... வாழ்க்கைக்கே இந்தச் சீர்தான்... மற்றப்படி சீர்களெல்லாம் நமக்குப் பிடிபடவில்லை... அளவொத்த சீரடி, எண்சீர் விருத்தம்... கவிதை எழுதணமாம்... இங்க என்ன எழுதறத்துக்கு இருக்கு?... வீட்லெ போனா அம்மா அங்கெ சுருண்டு கிடப்பா... இந்த உடலிலேயே உயிர் ஒட்டுக்குடுத்தனம்... வீட்டு வாடகை பாக்கி சுமந்துவிட்டது... எப்ப ஸம்மன்ஸ் வரும்னு பயந்துக்கிட்டிருக்கா... எங்கிட்ட நம்பிக்கை இல்லை... என்னுடைய அரைக்காசு எனக்கே போறாது என்பா... அப்பன் கிட்டேயிருந்து இந்தப் பணத்தைப் பற்றிய பாதிப்பு... அதாவது பேச்சளவில்... பரமண்டலத்தில் இருக்கும் பிதாவைக் கிண்டல் செய்தான் சொ.வி... ஆனால் இந்த அப்பனுக்கு அந்த அப்பன் அசல் தங்கம்... நான் மாத்திரம் என்ன?... ஆசை இருந்தாப் போதுமா?... இந்த நாணப்பன்... இந்தியாவுக்குச் சுதந்திரம் கிடைச்சாச்சு... சுதேச ராஜாக்களை ஒழித்துக் கட்டியாய்விட்டதுன்னு பேச்சு... இங்கு வந்து பாத்தாத் தெரியும்... அவன் பண்ற கூத்து... பிறகு, இன்ன பகுதியில் இன்ன வஸ்துவை இன்னார் பேரிலிருந்து இன்னார் பேருக்கு இன்ன தேதியில்... போதும் போதும் இந்த காபியிஸ்ட் உத்தியோகம்... அஞ்சு வருஷமா பத்து வருஷமா இந்தப் பேனா தள்ள ஆரம்பிச்சு... திண்ணையில் அம்மா தனது நரைத்த கேசத்துடன் சுருங்கிய தசையுடன் கிடந்த கோலம்... அவன் அம்மாவைப் பார்க்கவில்லை... பார்த்தாலும் அவள் இருந்த நிலையில்... மனதிற்கும் பிடிக்காதது மறதிக்குப் போகட்டும்... பொழுது பொலபொலவென்று விடிகையில் எப்பொழுதாவது எழுந்திருந்தா ஒரு அனுபவம் உண்டே... அதனுடன் சேர்த்தி இதெல்லாம்... இதைப் பற்றியெல்லாம் நவீனனுக்கு என்ன தெரியும்?... எழுதணமாம்?... என்னத்தை எழுத?... இது யார்?... இந்த நிசியில்?... வயல் வெளி... சற்றுத் தொலைவில் தெருவைத் தள்ளி ஒரு பூட்டின கடையின் பின்புறம்... ஒருத்தரும் கண்காணும் இடத்தில் இல்லை... நல்ல உடல் கட்டு... இந்தச் சதையின் நிர்ப்பந்தத்தைப் போல்... அவளுடைய அலட்சியமான புன்னகையிலும்

ஏதோ ஒரு கவர்ச்சி... என்னுடைய தடுமாற்றத்தைக் கண்டு உரக்கச் சிரிக்கிறாள்... அதாவது என்னிடம் தருவதற்கு நிறைய இருக்கிறது... வேண்டுமானால் எடுத்துக்கொள் என்று சொல்வது மாதிரி... என்னை அறியாமலே அந்தக் கடையின் பின்புறம்... நான் என்ன செய்கிறேன் அல்லது எது என்னை இவ்வாறு செயப்பாட்டுவினை ஆக்கியது? புற்றுக்குள் அரவு நுழையும்; எட்டுக்கால் பூச்சி கவ்விப் பிடிக்கும்... அவள் கண்களில் ஆசையின் குரூரம்... இவளும் அவளைப் போல்தான்... வழியில் வந்தவளும் இப்படிக் கட்டியவளைப் போல் ஆவதென்றால் சீ, இதை எந்த மனிதனால் சகிக்க முடியும்... நெட்டித் தள்ளிவிட்டு, ஒரு ஒற்றை ரூபாய் நோட்டை உருவி எறிந்துவிட்டு, நடையைத் தொடர்ந்தேன்... அவன் கடையின் நிழலில் சாய்ந்தான். சந்திர சூரியர் சாட்சியாக... நவீனனைக் கேட்க வேண்டும். யாருக்கு யார் சாட்சி என்று... இவனோடெ பேசி ரொம்ப நாளாச்சு... ஏன் சிவா சுகம்தானே? சரிதான் அண்ணாச்சி, நீங்க நன்னா போட்றிக்கீங்க... அவன் நின்றவிடத்திலேயே நின்றுவிட்டான்... நவீனா, பார்த்தாயா இந்தப் பய மூக்குமுட்டக் குடித்துவிட்டு நான் குடிச்சேனாம்... என் மடியிலே அவள் சாய்ந்தபொழுது, அவள் பார்வை... நட்ட நடுநிசியில், கட்டுக்கடங்காத ஆசையின் சீதள முத்து... அப்ப அவ ஞாபகந்தான் வந்தது... இதுக்கு 100 மில்லி இல்லை நூறாயிரம் மில்லி தட்டணம்... என் பேர்தான் சிவனா?... நான் குடிக்கிறேனா? பிடிக்கலை... ஆனாக் குடிக்கிறேன்... ஆனாப் பிடிக்கலை... இன்ன தேதியில் இன்னான் மகனுக்கும் இன்னார் மகளுக்கும் பெரியோர் களால் நிச்சயிக்கப்பட்டு இன்ன முகூர்த்தத்தில் வாழ்க்கையில் இவ்விருவரும் பட்டு... படிப்புப் பாழாப் போச்சு... ஊர் ஊராத் திரிந்து, நாலு மாதத்தில் ஆறு வீடு மாற்றி, சம்பளம் பாதியும் கடன் முக்காலும் வாழ்க்கை நெளிந்து போறப்போ, இந்த லட்சணத்தில் இரண்டு புழுக்கள் வேறெ... நவீனன் குரல்; சிவா, போதும் நீ எழுதாட்டாலும் வேண்டாம்... இது என்ன பேச்சு... காதுக்கு நாராசமா... காதுக்குத்தானே... நாற்பத்தெட்டிலெ நான் இருந்த வீட்ல நீ இருந்தா இப்படிப் பேசுவியா... பெரிய ஜலதாரை... எப்பவும் மூக்கைத் துளைக்கும்... *Evening in Paris*... அப்பத்தான் இவளுக்குப் புது மோடி... ரெண்டுக்கும் ஒரே காரம்... எழுதலாம்... என்ன எழுத, எதை எழுத, யாருக்கு எழுத, எதற்கு எழுத... அந்தத்... மவன் சொன்னது அவ்வளவும் சரி; நூற்றுக்கு நூறு உண்மை... இவன் காலைப் பிடிச்சு, அவன் காலைப் பிடிச்சு, துட்டுத் தாராட்டாலும் வேண்டாம் என் பேர்லெ ஒரு புத்தகம் வந்தாப் போதும்னு, பெட்டி எடுத்து, படுக்கை

விரிச்சு, விசிறிப் போட்டுக் கடைசியிலே? இரு, இரு, பொறு, பொறுங்கறதாத்தான் விசயம்... இப்படித்தான் அந்த உன்னூனிப்பிள்ளை சொன்னான்... பய நல்லாத்தான் எழுதுவான்... ஆனா இவனை யார் இந்தக் காலை கிளீனா நக்கற வேலைக்குப் போகச் சொன்னா? பெண்டாட்டியை அடமானம் வைச்சுக் கடன் வாங்கற சமாச்சாரம்!...

நடப்பதால் நடை தொடரும்... எனக்கும் சில சமயம் என் பெயர், வயசை எல்லாம் ஞாபகப்படுத்திக்க வேண்டியிருக்கு... எனக்குத்தானே சொல்லிக்க வேண்டியிருக்கு... சிவன் நீ சப்–ரெஜிஸ்டரார் ஆபிஸிலே காப்பியிஸ்ட் அதாவது "இது உடையவர்" லோகம்... உனக்குக் கல்யாணமாய்ட்டது... இரண்டு குழந்தையிருக்கு... அவளும் உங்கிட்ட அவளுக்குத் தெரிஞ்ச வகையிலெ அன்பாத்தான் இருக்கா... இதெல்லாம் மறந்துட்டு கூட்டுப் பேரம்னு தெருவோட நடக்கிறது... இந்த வேலை கிடைச்சுதே உன் அதிர்ஷ்டம்... என்னைப் பாரு B.A., B.L. ... அப்பாக்குச் சொத்தில்லையா... சார் வேறெ காரியமா ஏதாவது... அப்படின்னா... ஒரு "ன்"னாவும் இல்லெ சார்... அத்தோடெ அது தீர்ந்தது... இவங்க நினைப்பு... இவன் நினைவில் நான் ஏன் நனைய வேண்டும்.

சிவனுக்குக் களைப்பாக இருந்தது, போதையும் கொஞ்சம் கொஞ்சமாகத் தெளிந்து கொண்டிருந்தது. மணி 11 இருக்கும். மறுபடியும் ஒரு காக்கியை எடுத்துப் பற்ற வைத்தான். அப்பொழுது அவன் மனது நிச்சலனமாக இருந்தது. அவர் இரண்டாவது கல்யாணம் செய்து கொண்டதும் அவர்கள் எல்லோருமே வீட்டைவிட்டு ஓடிப் போனது ஞாபகம் வந்தது. அதே சமயத்தில் நவீனன் ஞாபகமும் வந்தது. தான் எட்டு வருஷம் ஆர்மியில் இருந்தது, தம்பி ட்ரைவரானது இப்படிப் பலரும் பலவாறு. நவீனன் இதெல்லாம் சாதாரணத்தின் அசாதாரணம் என்பான். வெறும் வார்த்தைகள். அவன் வாழ்க்கையில் கஷ்டப்பட்டிருக்கிறானா! அல்லது வேதனை என்பதின் அர்த்தத்தைப் புரிந்து கொண்டிருக்கின்றானா? அவன் இந்தக் கேள்விகளைக் கேட்டால் சிரிப்பான். அவன் அடிப்படை நீ உருவாவது உன் நிமித்தம் என்பது யார் கண்டது? ஆனால் அவன் இதைப் பற்றியெல்லாம் இப்பொழுது சிந்ததிக்க விரும்பவில்லை. வேகமாக நடந்தான். வீடு கடைசியாக தினந்தோறும் வந்து சேரும் இடம். அவள் கதவைத் திறந்தாள். சாப்பிட ஆயத்தமானான். அவளைப் போகலாம் என்றான். அவள் "இல்லை; இருக்கேன்" என்றதும் அவன் ஒன்றும் சொல்லவில்லை. அவன் எதிரில் சற்றுத் தள்ளி அவன் பூனை உட்கார்ந்திருந்தது. அதைப் பார்க்கும்

பொழுதெல்லாம் அவனுக்குத் தோன்றும் "என் மச்சான்." சாப்பிட்டு முடிந்ததும் மச்சானுக்கு மீன் போட்டான். அவளிடம் "கோழி முட்டையிட்டதா?" என்றான். "ஆமாம்" என்றாள். வேறு ஒன்றும் கேட்கவில்லை. பையன்கள் தூங்கி விட்டனர். தாயாரைப் பார்த்தான். தூங்கிக்கொண்டிருந்தாள்.

பிறகு தாழ்வாரத்தில் கித்தான் சாய்வு நாற்காலியில் உட்கார்ந்தான். அவளைக் கூப்பிட்டான். வந்தாள். அருகில் இருந்தாள். அவனுக்குப் பயந்தான். இருந்தாலும் ஒன்றும் சொல்லவில்லை. இரண்டு காக்கிகளை முடித்தான்.

"அம்மா சாப்பிட்டாளா?"

"எழுப்பிக் கேட்பதுதானே?"

அவன் ஒன்றும் சொல்லவில்லை.

"ஆறுமுகம் எப்படி இருக்கான்?"

"சரியாகத்தான் . . ."

"என்னைப்பத்திக் கேட்டானா?"

பதில் இல்லை.

"சரி சின்னவன்?"

"நீங்க எப்ப வருவீங்கன்னு."

"அவனும் சரியாய்டுவான். இல்லாட்டி நீ ஆக்கிடுவே."

"இதுக்குத்தான் கூப்பிட்டீங்களா?"

"இல்லை."

அவள் கைவிரல்கள் அவன் தலையை லேசாக வருடுகின்றன. சந்திரர் சூரியர் சாட்சி. அவனுக்கு ஒரு குளிர்.

"என்னங்க பதற்றீங்க?"

"ஒண்ணுமில்லெ."

மறுபடியும் ஒரு காக்கியைப் பற்றவைக்கிறான்.

"வேணாம். உதடு கறுத்திட்டு . . ."

"ஒட்டிக்குமா?"

அவள் தலையில் பூவைச் சரியாக்கிக்கொள்கிறாள்.

சின்னவன் தூக்கத்தில் பிதற்றுகிறான்.

"உன் அம்மா கிட்டெ . . ."

"என்னது?"

நினைவுப் பாதை

"அந்த வஸ்து விஷயம்?"

"எந்த வஸ்து விஷயம்?"

"நமக்குத் தரதாகச் சொன்னது."

"இப்ப என்ன அவசரம்?"

"பின்னெ?"

"பையன்கள் மேஜராகட்டும்னா?"

"அவ பையன்களா அல்லது நம்ப . . ."

"நீங்க பேசிக்குங்க."

"வேறெ."

"ஆச்சி வந்திருந்தா."

"யாரு?"

"அதுதான் உங்க ஆபீஸ்லெ இருக்காங்ளே கிட்டன்."

"என் அத்தைக்கு ரோசம்."

"சரி ஆத்தாகிட்ட சொல்லு ரத்துப் பண்ணிடலாம்." அவள் ஒன்றும் சொல்லவில்லை. அவள் விரல்கள் அவன் தலையை வருடின. அவன் ஒன்றும் பேசவில்லை.

இந்தமாதிரிப் பலதடவை இதே காட்சி அவன் வாழ்க்கையில் மாறி மாறி நிகழ்ந்திருக்கிறது. இந்த அனுபவம் இன்று நேற்று வந்ததன்று. அவன் அவன் அப்பனைக் கண்டித்துப் பேசியிருக்கிறான். ஆனால் அவன் வழி? அவன் பிள்ளைகள் மாத்திரம் அவனை மெச்சுவார்களா? அவன்தான் என்ன? ஆசையின் ஒரு அர்த்தம் மாத்திரம்தான் அவனுக்குத் தெரியும். ஆனால் நவீனன் சொல்வது மாதிரி அந்த ஒன்றின் பரிணாமம்தான் மற்றவை எல்லாம். இது எல்லாம் இப்படியெல்லாம்தான் இருக்கும். இதையெல்லாம் வைத்துக் கொண்டு கவிதை எழுதினால்? கவிதை சரியாக அமைந்து விட்டால் நவீனன் நிச்சயமாகச் சந்தோஷப்படுவான். ஆனால் நினைத்த மாத்திரத்தில் எழுதிவிட முடியுமா? அவன் சொல்வது மாதிரி கவிதை எழுதுவதும் காப்பியிஸ்ட் வேலை மாதிரிதான். எழுதி எழுதித்தான் எழுத்தை எழுதத் தெரிந்து கொள்ள வேண்டும். வேறு வழியில்லை. என் வாழ்க்கையில் எவ்வளவோ நிகழ்ந்ததுண்டு அவைகளுக்கெல்லாம் எனக்கு உருவம் கொடுக்க முடியும் என்று தோன்றவில்லை.

என்னவானாலும் அவள் தூங்கச் சென்றது நல்ல விஷயம். ஒரு கவிதை எழுதினால் என்ன? நோட்புக்கில் அவன் எழுதிக்கொண்டிருந்தான். அப்பொழுது இரவு மணி ஒன்று.

புரியாத கவிதை

நான்,
ஆம், இதை எழுதும் நான்,
ஸப்–ரெஜிஸ்டரார் ஆபீஸில்
ஒரு காப்பியிஸ்ட்,
என் மனைவி, அவள்,
ஆ! எவ்வளவு அழகாக, ஓ, எவ்வளவு அழகாக
இருக்கின்றாள்

என் தாயார் விதவை, (அபசகுனம் என்று சாஸ்திரம் கூறும்) சை! என்ன அவலட்சணம்! நரையும் திரையும் சேர்ந்து வரைந்த வெறும் கேலிக்கூத்து; இப்படி என் மனைவி.

(ஆ, எவ்வளவு அழகாக, ஓ, எவ்வளவு அழகாக இருக்கின்றாள்).

சொல்லவில்லை; சொல்லவில்லை; சொல்லவில்லை.

என் நண்பன் என்னைக் கேட்கிறான் "நீ ஏன் இப்பொழுது கவிதை எழுதவில்லை?"

நான் சொல்கிறேன்.

கவிதை எழுதுவதும்
காதல் செய்வதும்
பாரதி யுகத்தில்
நடந்த செய்திகள்.

நான்
ஒன்றும் சிபிச் சக்கரவத்தியில்லை
சதையை அறுத்துக் கொடுப்பதற்கு!
காக்கியும் மில்லியும்தான்
நான் கண்ட தெய்வங்கள்!
என் மனைவி, அவள்,
ஆ! எவ்வளவு அழகாக, ஓ, எவ்வளவு அழகாக
இருக்கின்றாள்.

நான்
ஆம் இதை எழுதும் நான்
ஸப் – ரெஜிஸ்டரார் ஆபீஸில்
ஒரு காப்பியிஸ்ட் . . .

இதைப் படித்த நவீனன் அந்த அம்மாவுக்குப் பயந்து கொண்டு கக்கூஸில் ஒளிந்துகொண்ட கவிஞன் கவிதையைப் போல் அசலாக இருக்கிறது என்றதை அனுபவித்த வண்ணம் சிவன் காக்கியைப் புகைத்துக்கொண்டிருந்தான்.

❍

3

3-4-'69 – 12-4-'69

வரைமீசை.

நெட்டல் தேகம்.

வாய் திறக்காமல் சிரிப்பது – இதுதான் நடராஜன். கவர்ன்மென்ட் பிரஸ்ஸில் ஒரு குட்டி உத்தியோகம். எழுதுவதில் பைத்தியம்.

எப்படியோ இவனுடன் ஒரு தொடர்பு. அவன் முதலில் எழுதிய நாவலில் எங்கேயோ ஒரு பொறியைக் கண்டேன். அது மனதில் ஒரு மூலையில் இருந்தது. அந்தக் காலத்தில் இவன் அகிலனை விரும்பிப் படித்தது உண்டு. இப்பொழுதும்தான். வாழ்க்கையில் எதையும் வசப்படுத்த முடியும், வாழ்க்கை அப்படி ஒன்றும் கைக்கு அகப்படாமல் போகாது என்று ஒரு சித்தாந்தம். இவனுடன் எவ்வளவோ நாட்கள் மணிக்கணக்காகப் பேசியிருக்கிறேன். என் அறையில் இறைந்து கிடக்கும் புஸ்தகங்களைத் தவிர வேறு ஒன்றும் கிடையாது. சுவர் முழுவதும் ஒரு நிராதரவான திகம்பரம். இப்பொழுது, இப்பொழுது மேஜைமேல் ஒன்றும் இருப்பதுகூட இஷ்டமில்லை – எழுதுகோலும் நோட் புக்கும் தவிர. அதனால்தானோ என்னவோ நடராஜனோடு பேசும் பொழுது எல்லாம் என் கண்கள் அந்த அறையைச் சுற்றி சஞ்சரிக்கும். ஆபீஸ் படம், அரசியல் தலைவருடன் எடுத்துக்கொண்ட படம், இலக்கிய ஆசிரியருடன் எடுத்துக்கொண்ட படம், கப்பிள் போட்டோ. தனியாக போட்டோ இப்படி அறை முழுவதும் போட்டோக் களின் ஆதிக்கம். அந்தப் படங்களில் ஒன்றிரண்டு

இன்னும் ஞாபகம் இருக்கிறது. எம்.ஜி.ஆர்–ரின் படம்; இன்னொன்று அழகிரிசாமியின். பின்னவரை நான் நேரில் பார்த்திருக்கிறேன். ஒவ்வொரு முறை நான் அங்குச் செல்லும் பொழுது இவ்விரு படங்களும் இருக்கின்றனவா என்று பார்ப்பேன். இருக்கின்றன என்பதில் ஒரு தனி மகிழ்ச்சி, மனநிறைவு. நராஜனுக்கு அதிகம் போனால் 28, 30 வயதிற்கு மேல் போகாது. சரியான வயதில் – 20, 22இல் கல்யாணம். அதற்குள் 4 குழந்தைகள் – எல்லாம் ஆண்கள். சொந்த வீடு. சொந்த நிலம். கடைத்தெருவில் நாலைந்து கடைகளின் வாடகை. இவைகளையெல்லாம் மீறி முதல் நாவல். பலரின் கவனத்தைக் கவர்ந்தாலும், ஒருவிதச் சலசலப்பை உண்டாக்கினாலும், அந்தச் சலசலப்புச் சீக்கிரம் ஒய்ந்துவிட்டது. இரண்டாவது நாவல் இரண்டு வருஷத்தில் எழுதியது அவரை முதல் வரிசையில் சேர்த்துவிட்டது. இனி நடராஜனால் சக மனிதர்களிடமிருந்து தப்ப முடியாது. இப்படி அவருக்குப் பெயரைத் தந்த நாவலின் பெயர் “கேவல சத்தியங்கள்.” பெயர் ஒரு மாதிரி இருக்கிறது இல்லையா? ஆனால் கலைஞர்கள் எல்லோரையும் அல்லது முக்கால்வாசிப் பேர்களைப் போல நடராஜனே ஒருமாதிரியான ஆள்தான்; சச்சிதானந்தம் பிள்ளையின் வியாக்கியானப்படி ஒரேமாதிரி யான ஆட்களின் தனிச் சிறப்பன்றி ஒருமாதிரியான ஆள் என்பது வேறென்ன? போட்டோக்களின் ஓயாத நடமாட்டம்; வார்த்தைகளின் கோலாகலம். நடராஜனை எனக்கு எழுத் தாளன் என்ற வகையில் இல்லாமல் வேறுவகையிலும் இதற்கு முன்னரே தெரியும்; நான் படிப்பித்த, என்னைப் புறக்கணித்த பல மாணவர்களில் ஒருவனாகத்தான் அவனும் இருந்தான். ஆனால் என்னைவிட ஒருவிதத்தில் அவன் கெட்டிக்காரன் என்றுதான் சொல்ல வேண்டும் – ஏனென் றால் படிப்பில் அவ்வளவு சுட்டியாகவோ, படிப்பிப்பதில் அவ்வளவு நம்பிக்கையோ இல்லாத நான் ஒரு கல்லூரி ஆசிரியர். ஏன் என்று பல தடவைகளில் கேட்டுக்கொண்ட துண்டு. ஆனால் எல்லாத் துறைகளிலும் முக்கால்வாசிப்பேர் அப்படித்தான். மறுபடியும் சச்சிதானந்தம் பிள்ளையின் பேச்சு ஞாபகம் வருகிறது. “மனிதன், அசை போடும் மாடு.” பிறகு ஒரு சமயத்தில் நடராஜனைப் பார்க்க நேர்ந்தது. நடராஜன் ஏறக்குறைய அந்தச் சமயத்தில் ஒரு அச்சிட்டு ஒட்டப்பட்ட விண்ணப்பத்தாளுடன் அவன் செலவில் பதிப்பித்த புத்தகமொன்றை அனுப்பியிருந்தான். புத்தகம் பிடித்திருந்தால் வாங்கவேண்டும் என்பதுதான் விண்ணப்பம். புஸ்தகம் அவ்வளவு பிடிக்காவிட்டாலும் இளமையின் கட்டுக்கடங்காத ஆதர்ச வேகம் என்னை உசிப்பியது. அவன்

வீடு தேடிச் சென்று புத்தகத்திற்கு உரிய விலையைக் கொடுத்து விட்டு வந்தேன். அப்பொழுது அவன் அங்கு இல்லை. பிறகு அந்தத் தொகையைப் பெற்றதற்கு ரசீது வந்ததா வரவில்லையா என்பதுகூட என் நினைவில் இல்லை. ஏறக்குறைய இந்தச் சமயத்தில்தான் நான் நடராஜனைப் பார்க்கச் சென்றேன். கூட சிவனும் உண்டு. நடராஜன் மனைவி இருந்தாள். சிவன் பிறகு வரலாம் என்றான். நான் பரவாயில்லை, நான் பேசிக்கொள்கிறேன் என்று சொல்லிவிட்டு உள்ளே போனதும் நடராஜன் உள்ளே இருப்பதாகவும் சீக்கிரம் வருவான் என்றும் சொல்லி அந்த உள் அறையில் இருக்கச் சொல்லிப் போனாள். நான் சரி என்றேன். சிவனிடம் "பரவாயில்லை இங்கேயே இருக்கலாம்" என்றேன். நடராஜன் வந்ததும் "வெளி அறையில் போய் உட்காரலாம்" என்றான். நான் வெளி அறைக்கு வந்தேன். சிவன் என்ன நினைத்தான் என்பது எனக்குத் தெரியாது. இன்று வரையில் நடராஜன் ஏன் அப்படிச் சொன்னான் என்பது எனக்குத் தெரியாது. அறைகளுக்குக்கூட எட்டிக்கெட் உண்டு போலும் என்று நினைத்திருக்கலாம். சம்பிரதாயத்திலேயே கால் ஊன்றாத எனக்கு இந்த அறைகளின் சம்பிரதாயம் எங்கிருந்து தெரியப் போகிறது; மேலும் நான் தனி ஆள்; ஆன வயதிற்கோ அளவில்லை. அப்பொழுதுதான் சுசீலாவின் பாதிப்பு என்று ஒரு மங்கலான நினைவு.

வெளியில் வந்ததும் "என்ன விசேஷம்" என்றான் நடராஜன்.

யாரோ ஒருவர் அப்பொழுது அங்கு வந்தார். அநாயாச மான தொனி; அலட்சியமான பாவம். அடுத்த வேளை சோற்றுக்குக் கவலைப்படாதவர்களால்தான் அப்படி இருக்க முடியும்.

அவர் சொன்னார்: "ராஜா, பத்து மணிக்குக் கார் வந்துவிடும்."

நடராஜன்: "நான் ரெடி, சூட்டும் வந்துவிடும்" என்றான். மறுபடியும் "கோடை போகிறோம் காரில்" என்றான். அப்பொழுது எனக்கு ஒரு சந்தேகம். நான் வந்த காரியம் இந்தக் காட்சி ஜோடனையில் ஒத்துப் போகுமா என்று. என்றாலும் சொன்னேன். அதாவது ராமநாதனை ஆசிரியராகத் தாங்கிய "எதிர்க்குரல்" என்ற பத்திரிகையை நீட்டிய வண்ணம். "நல்ல பத்திரிகை. உங்கள் சந்தா வேண்டும். ராமநாதனைத் தெரியும் அல்லவா?"

"தெரியும்."

"உங்கள் தொடர் நாவலைப் படித்தேன். பகுதிகள் நன்றாக இருக்கின்றன."

"ஒரு இலக்கியப் பத்திரிகை அவசியம்தான். கோடையிலிருந்து திரும்பி வந்ததும் போதுமில்லையா?"

"போதும். பத்திரிகை உங்களிடமே இருக்கட்டும்" என்று சொல்லி விடுபட்டுக் கொண்டேன்.

நானும் கோடை போயிருக்கிறேன். அப்பொழுது நான் எழுத்தாளனில்லை – இப்பொழுதுமில்லைதான்! – ஆனால் இன்று இப்பொழுது சில சமயம் தோன்றுவது மாதிரி நான் ஒருவேளை எழுத்தாளனோ என்ற சந்தேகம்கூடத் தோன்றியதில்லை. சம்பவங்கள் நிகழ்கின்றன; நாம் பின்செல்கின்றோம். ஆனால் இதை மாற்றிச் சொல்லக் கற்றுக்கொண்டுவிட்டோம். என்னைப் பொறுத்தவரை ராமநாதனை நான் பார்த்திருக்காவிட்டால் நவீனன் பிறந்திருக்க மாட்டான் என்று தான் சொல்ல வேண்டும்.

சமயம் வந்துற்றபோது
நாதன் வடிவில்
நாலிருவர்
வந்து போவார்.

பல சமயங்களில் இதற்குப் பிறகு மணிக்கணக்காக நான் நடராஜனுடன் பேசிக் கொண்டிருந்திருக்கிறேன். இந்த அனுபவத்தில்தான் என் அனுபவ ஞானம் விரிந்தது என்று சொல்ல வேண்டும். நடராஜன் எனக்கு என்ன கற்றுக் கொடுத்தான் என்பதை விட நான் இவ்வளவு ஞான சூன்யமா என்று என்னையே கேட்டுக்கொள்கிறேன். ஆனால் அன்றும் இன்றும் இவ்வளவிற்குப் பின்னும் நான் சூன்ய வாதியாகத்தான் இருந்திருக்கிறேன். ஏனெனில் ஒரு வகையில் என்னை ராமநாதனைவிட அதிகம் பாதித்தவர் சச்சிதானந்தம் பிள்ளை என்றுதான் சொல்ல வேண்டும். ஆனால் அடிக்கடி நடராஜனைப் போய்ப் பார்த்துப் பேசிக்கொண்டிருந்தேன். பிறகு இது தொடர்ந்து நடந்தது. தெருவை அடுத்தது அவன் அறை. அந்த அறையில் இருந்து பார்த்தால் வெளியில் உயிர் சலிப்பது தெரியும். போட்டோக்களின் சஞ்சாரம். வார்த்தைகளின் கோலாகலம்.

ஏன் இங்கு நான் வருகிறேன்? ஒரு முறை கேசவமாதவன் இவனிடம் கேட்டதாக இவன் சொன்னான், "இலக்கியத்தைப் பற்றிப் பேச ஆரம்பித்தால் பேசிக்கொண்டே இருப்பாரே" என்றானாம். தெரியவில்லை. ஆனால் நடராஜன் பொறுமையாகக் கேட்டுக் கொண்டிருந்தான். எங்கள் இருவரின்

ருசிகள் சில இடங்களில் சந்தித்தன என்பதையும் நான் நினைவில் பதித்துக்கொண்டேன்.

அவன் குழந்தைகள் எனக்குப் பழக்கமாகிவிட்டனர். ஒருநாள் அவன் "இதுதான் என் மனைவி" என்று அறிமுகப் படுத்தினான் என நினைக்கிறேன். பிறகு தம்பி, தகப்பனார், மாமனார் இப்படி. அதாவது அந்தக் குடும்பத்துடன் ஒட்டிய மாதிரி.

ஆனால் எனக்குப் பேசவேண்டிய நிர்ப்பந்தம். இன்று திரும்பிப் பார்க்கும் பொழுது எனக்கு என்னை ஏதோ ஒரு வேகம் துரத்திக்கொண்டே வந்திருக்க வேண்டும் என்று தான் தோன்றுகிறது. இன்றும் எனக்கு ஒன்றும் தெளிவாக வில்லை.

சில சமயம் சிவன் என்னுடன் வருவான். பல சமயம் மாட்டான்.

அவன் கட்சி "நடராஜன் உடையவர்களைச் சேர்ந்தவன். அதனால்..." என்பது. எனக்கும் உடையவர்களைப் பற்றி மதிப்பு இல்லை என்றாலும் மனிதனே அப்படி ஒன்றும் சிலாக்கியமான சிருஷ்டி இல்லை என்ற அடிப்படை உடையவ னாதலால் இதையெல்லாம் நான் மேற்பட்டுக்கொள்ள வில்லை.

பேசினோம், பேசினோம், பேசினோம்.

"நீங்கள் ஏன் இப்படித் தனியாக?"

"சுசீலா."

"அவளையே..."

"விருப்பமில்லை."

"யாருக்கு?"

"அவளுக்கு."

"அவள் இல்லாவிட்டால் வேறொருத்தி. இந்த அனுபவம் இருக்கிறதே."

"எந்த அனுபவம்?"

"இன்பம்."

"புதிதா?"

"இருந்தாலும் பகிர்ந்துகொள்ளும்பொழுது."

“அதாவது எழுத்தாளனும் வாசகனும் போல்.”

“ஒரு வகையில்.”

“என் புத்தகத்தை ஒருவரும் வாசிப்பதில்லை. என் புத்தகத்தையும் அலட்சியம் செய்து என்னையும் அலட்சியம் செய்தால்?”

அவன் சிரித்தான்.

அவன் அதிர்ஷ்டசாலி. அவனால் சிரிக்க முடிகிறது. அவன் விடுவதாக இல்லை.

“இந்த அனுபவம் இருக்கிறதே இதெல்லாம் தொட்டுத் தீண்டினால்தான் தெரியும்.”

“இது மந்திரமில்லை, எழுத்தாளனுக்கு நேரடியான அனுபவத்தைப் போல் வேறு ஒன்றும் பயன்படாது என்று அடிக்கடி கேசவமாதவன் சொல்வான்.”

“அப்படித்தானே?”

“இருக்கலாம். அப்படியும் அவர் எழுத்துப் பல இடங் களில் சோடை போய்விடுகிறதே?”

நடராஜன் ஒன்றும் சொல்லவில்லை. அவன் கேசவ மாதவனைப் படித்ததில்லை. ஏன்? அப்படித் தற்கால ஆசிரியர்கள் ஒருவரையுமே அவன் அதிகமாகப் படித்ததில்லை.

ஆனால் அவனுக்கு அறைகள் – ஞானம் அதிகம் உண்டு. அதனால் பலன் இல்லை என்று யாரால் சொல்ல முடியும்? அவன் தங்கை கல்யாணம், தம்பி கல்யாணம் எல்லாவற் றிற்கும் அழைப்பு வந்தது. நான் வாங்கி வைப்பேனே தவிர, வாழ்த்துத் தந்திகூட அனுப்பியதில்லை. உதாசீனம் இல்லை. ஒரு இயலாமை. நடராஜனைக்கூட அடிக்கடிப் பார்ப்பது அவனால் எழுத முடியும் என்ற ஒரே காரணத்தால். ஏன் வந்து வந்து என்னிடமே என்னால் பல அம்சங்களை ஏற்றுக் கொள்ள முடியவில்லை. அவற்றில் ஒன்று சுசீலா ஸ்மரணை.

ஒரு நாள் நடராஜன் என்னைக் கேட்டான்: “அந்தக் கதையைப் படித்தீர்களா?”

“எந்தக் கதை?”

“அதுதான் பெருஞ்சுடரில் வந்ததே “பாசம்.”

“படித்தேன்.”

“ஏதாவது சொல்லுங்கள்.”

"ஏன் ?"

"அது உங்கள் வழக்கமாயிற்றே ?"

"பொறிகள் இருக்கின்றன. நீங்கள் ஒரு எழுத்தாளர்."

"சற்று விரிவாக."

"தந்தையும் மகனும் கசப்புடன் ஒருவரை ஒருவர் பார்த்துக் கொண்டு நிற்கும் கட்டம். நீங்கள் கனமான விஷயத்தைத்தான் தேர்ந்தேடுக்கிறீர்கள்."

"வேறு."

"உங்களால் என்னால் செய்யமுடியாத ஒன்றைச் செய்ய முடிகிறது."

"எதைப்பற்றி நீங்கள் எழுதினாலும் அது கண்முன் வந்து நிற்கிறது."

"அது அவ்வளவு முக்கியமாகப் படவில்லை எனக்கு."

"அப்படிச் சொல்லாதீர்கள். உங்களால் முடிகிறது உங்களுக்கு எளிமையாகப் படுகிறது. என் எழுத்தைப் பற்றி என்ன சொல்கிறார்கள் தெரியுமா ?"

"என்ன ?"

"என் எழுத்தில் உள்ளதும் மறைந்துவிடுகிறது என்கி றார்கள். என்னால் வேறு மாதிரியாக எழுதவும் இயல வில்லை."

நடராஜன் இந்த முறை சிரிக்கவில்லை. என்னவோ சிந்தித்துக்கொண்டிருந்தான். பிறகு என்னவோ நினைத்துக் கொண்டவன் மாதிரி "நீங்கள் நினைப்பது மாதிரி இல்லை. உங்கள் எழுத்துக்குச் சிறப்பு இருக்கிறது." நான் ஒன்றும் சொல்லவில்லை. ஒருவேளை அவன் இப்படிச் சொல்ல வேண்டும் என்றுதான் சொன்னானோ என்னவோ. "மனிதன் தன்னைப் பற்றிய நல்ல அபிப்பிராயத்திலிருந்து தன்னை விடுவித்துக்கொள்ள முடியாமல் கஷ்டப்படுகிறான்."

அப்பொழுது அவன் மாமனார் அங்கு வந்தார். அவர் லக்ஷ்மி விலாசம் பாங்க் ஏஜென்ட். கொஞ்ச நேரங்கழித்து அவர் மறுபடியும் "என்ன இருந்தாலும் ஸார், இப்படித் தனியாக இருப்பது விவேகமில்லை. வாழ்க்கையிலெ இதைவிட வேறெ என்ன இருக்கு ?" "ஒன்றுமில்லையா ?" நான் அவரைக் கேட்டேன். "உங்களுக்குச் சச்சிதானந்தம் பிள்ளையைத் தெரியுமா ?" "தெரியாது" என்றார். பிறகு அவர் தன் பெண்ணைப் பார்க்கப் பின்பகுதிக்குப் போய்விட்டார்.

நான் வெளியில் இறங்கினதும் நடராஜன், "இரு நானும் வருகிறேன்" என்றான். எதிர்க்கடைக்குப் போனேன். "ஒரு பாக்கெட் ஸிஸ்ஸர்ஸ் – ஒரு முறுக்கான் பொதி. பின்னெ எப்படி வியாபாரம்?"

அவர் சிரித்துக்கொண்டே இருப்பார். அன்பாக இருக்கிறார். ஒருவேளை வியாபார முறையாக இருக்கலாம், ஆனாலும் அவர் அன்பைச் சந்தேகிக்க முடியவில்லை. கர்ப்பந் தரிக்க மாத்திரம் இசையும் முரட்டுச் பசு. சை, இதென்ன அசம்பாவிதம். ஸைக்கிள் விளக்கை ஏற்றும்பொழுது நடராஜன் வருகிறான். நடராஜன் "குச்சியைக் கிழித்ததும் திரியிடம் கொண்டுபோகக் கூடாது. அது சற்று நின்று எரிந்த பிறகு கொண்டுபோனால் அணைந்து போகாது" என்று சொல்கிறான். விளக்கை ஏற்றுகிறேன். ஸ்டேஷனை நோக்கி நடக்கிறேன். எனக்கு மம்மேலியார் ஞாபகம். நேரிடையான அனுபவமாம். என்னுடைய நேரிடையான அனுபவம். மம்மேலியார் மூலம் தான் எனக்குக் க.நா.சு. அறிமுகம் ஆனார். நடராஜன், "என்ன யோசனை?"

"ஒன்றுமில்லை."

"இருந்தாலும்."

"ஏன் எழுதவேண்டும்?"

"எழுதாமலிருக்க முடியவில்லை." எந்த எழுத்தாளனும் சொல்லக்கூடிய பதில்தான்.

நடராஜனைப் பார்க்கிறேன். "ஏன்?" என்னுள்ளேயே ஒரு கேள்வி.

நடராஜன் "இந்தப் பார்க்கில் போகலாமா." இருவரும் இருட்டில் உட்கார்ந்து கொண்டிருக்கிறோம். ஐந்து நிமிஷம் கழித்து வேலைக்காரன் கதவை அடைக்கிறான். மனதிற்குள் அவனை வைதுகொண்டே ஸைக்கிளும் சகிதமாக எழுந்திருக்கிறேன். என் மனது சரியாக இல்லை. நடராஜன் சொல்கிறான், "நாளை மீண்டும் சந்திக்கலாம்." "ஆமாம் சந்திக்கலாம்" என்கிறேன். பிறகு தனியாக வீடு போகிறேன்.

நடுவில் ஏதோ ஒரு சண்டைக் கப்பல் இங்கு வந்தபோது அதைப் பார்க்க நடராஜன் சென்றான். என்னிடம் சொன்னான். ஏன்?

"நாங்கள் இருவரும் சந்திக்க முடியாது என்பதற்கா?"

நினைவிலிருந்து குறிப்பெடுக்கின்றேன்.

நடராஜன்: "இந்தக் கதை எப்படி?"

"முடிவு அசட்டு உணர்ச்சி."

"ஆனால் . . ."

"என்ன?"

"கதையில் எனக்கு ஒரு வாக்கியம் பிடித்திருக்கிறது."

"எது?"

"அந்த ஊரில் மண் ஒரே சிவப்பாக இருந்தது."

"என் லோகல் கலர் என்பதாலா?"

"மாத்திரமில்லை. அந்த வாக்கியமே நன்றாக இருப்பது என்பதனால். என் அபிப்பிராயத்தில் கவிதை மாத்திரமில்லை. நாவலும் வார்த்தைகளினால்தான் எழுதப்படுகிறது."

"ஆனால்?"

"ஆனால்?"

"உன் வி.சொல்வது வார்த்தை என்பதே அதன் உபயோகத்தைச் சார்ந்ததுதான் அதன் தூல உருவம்தான் முக்கியம் என்கிறான்."

"போட்டோக்களின் சஞ்சாரம் வார்த்தைகளின் கோலா கலம்."

"என்ன?"

"உனக்குப் போகப் போகத் தெரியும்."

"ஆம். போகப் போகத்தான் எல்லாம் தெரிகிறது."

ஒரு நாள்.

நடராஜன் வீட்டில் வழக்கம்போல் போகிறேன். வீடு செப்பனிடப்படுகிறது.

வழக்கமாகப் போகும் அறைக்குப் போகவேண்டாம் என்கிறான்.

"ஏன்?"

"சிமென்ட் போட்டிருக்கிறது. தண்ணீர் ஊற்றியிருக்கிறான்."

"இன்று கல்லூரியில் காரூர் கதையைப் பற்றி ஒரு செமினார்."

அப்பொழுது ஒரு வேலைக்காரன் மறுபடியும் சிமென்ட்டுக்குப் பணம் கேட்க வந்தான்.

அவனிடம் நடராஜன் "நயினார் கடையில் வாங்கினால் போதும். விலை நியாயமாக இருக்கும்" என்றான். என்னிடம் பேசிக்கொண்டிருக்கும் பொழுது வேலை நடப்பதைக் கவனித்துக் கொண்டிருந்தான். நான் மறுபடியும் "ஸெமினாருக்கு வருகிறாயா?" என்றேன்.

"அநேகமாக இவர்கள் பேசுவது புஸ்தகமாக வரும். மேலும் இந்த வேலை நடந்து கொண்டிருக்கும் பொழுது நான் இங்கிருக்க வேண்டும்" என்றான்.

போகும் பொழுது "பெருஞ்சுடரில் எனது இன்னொரு கதை வந்திருக்கிறது. பார்த்தாயா?" என்றான்.

"அப்படியா?" என்று சொல்லிவிட்டு நகர்ந்தேன். அவன் வேலை நடப்பதை மேற்பார்வை பார்த்துக்கொண்டிருந்தான். நான் அந்த ஸெமினாருக்குப் போனேன். அங்கு வந்த பெண்களில் ஒருத்தி சுசீலா மாதிரி இருந்தாள்; ஆனால் சுசீலா இல்லை. இது மாதிரி பல தடவை நிகழ்ந்ததுண்டு; ஒரு சாயலை வைத்துக்கொண்டு பல தடவைகள் இந்த மாதிரித் துர்பல நிமிஷங்களைச் சிருஷ்டித்திருக்கிறேன். எந்தக் கடையில் சிமெண்ட் நியாயமான விலைக்குக் கிடைக்கும்? ஞாபகம் வருகிறது. நயினார் கடையில். இறங்கி நடந்தேன். எதிரில் சிவன் வந்துகொண்டிருந்தான். என்னைக் கண்டதும் நின்றான். அவன் "நடராஜன் வீட்டிற்குப் போகலாமா?"

"அவன் வீடு மராமத்தில் இறங்கியிருக்கிறான்."

"ஏன்? புதிதாக ஒரு வீடு வாங்கலாமே?"

"அவ்வளவு பணம் உண்டா என்ன?"

"அவ்வளவு பணமா? உனக்கென்ன தெரியும்?"

மௌனம்.

"பணம்; நல்ல வேலை; எழுத்தில் ஈடுபாடு."

"கடைசியில் சொன்னாயே அதைச் சொல்."

"எழுத்தில் ஈடுபாடு."

"அடிக்கடி அவன் எழுதியதை என்னிடம் படித்துக் காட்டி அபிப்பிராயம் கேட்கிறான்."

"அது சாதாரணமாக எல்லா எழுத்தாளர்களும் செய்வது தான். மேலும்... ..."

"மேலும்?"

"ஒன்றுமில்லை. அப்படியானால் அங்கு போக வேண்டாம்?"

"இன்று வேண்டாம்."

பழையபடி அவனுடன் பஸ் ஸ்டாண்டில் வந்து நின்றேன். கடைக்குப் போய் ஒரு கட்டுக் காஜா வாங்கி வந்தான். நான் ஒரு முறை முறுக்கினேன். நடராஜனுக்கு இந்த மாதிரி ஒரு துர்ப்பழக்கமும் கிடையாது என்பது ஞாபகத்தில் வந்தது.

பஸ் வந்தது.

ஏறும் முன் சிவன் "நாளைக்கு வருவாயா?" என்றான். "வருவேன்" என்றேன்.

பஸ் புறப்பட்டது.

நான் மறுபடியும் ஸைகிளை உருட்டிக்கொண்டு நடந்தேன். இம்முறை நடராஜனைச் சந்தித்தேன். அவன் "அவசரமில்லா விட்டால் பேசிக்கொண்டிருக்கலாம்."

பார்க்கில் போய் உட்கார்ந்தோம். நான் சிவனிடம் சொன்னதைச் சொன்னேன். அவன் "அதற்கென்ன? வந்திருக் கலாமே! அப்படிக்கென்ன விசேஷமான மேற்பார்வை. எல்லாம் பாவனைதானே" என்றான்.

நான் ஒன்றும் சொல்லவில்லை. அவன் என்னிடம் பேச்சோடு பேச்சாக, "நீங்கள் பத்திரிகைகளில் எவ்வளவு கதைகள் பிரசுரித்திருப்பீர்கள்?" என்றான்.

"ஏன்?"

"சும்மாத்தான்."

"அதைவிடப் பத்திரிகைகளிலிருந்து எவ்வளவு திரும்பி வந்தது என்று கேட்டிருந்தால் அது பொருத்தமாயிருக்கும்."

"ஏன்?"

"தரமான கதைகளை அவர்கள் போடுவதில்லை."

அவன் சிரித்தான்.

"ஏன் சிரிக்கிறாய்?"

"அப்படியானால் தரம் என்று ஒன்றிருக்கிறது என்பதை நீ நம்புகிறாயா?"

"நம்புகிறேன்."

"தரம் என்பதிலா, தரமிருக்கிறது என்பதிலா?"

"எனக்குப் புரியவில்லை."

"இதோ பார். வேலைக்காரன் வேலை செய்யும்போது மேற்பார்வை செய்கிறேனோ இல்லையோ மேற்பார்வை

செய்வதென்பது ஒரு பாவனை – முக்கியமும்கூட, எனக்கே தெரியவில்லை, நான் சொல்வது எவ்வளவு உனக்குப் புரியு மென்று. சரக்குக்கு மவுசு இல்லாத இடத்தில் அதை விற்க ஒரு வியாபாரியும் தயாராக மாட்டான்."

"அப்படியானால் நீ எழுத்தும் ஒரு வியாபாரம் என்கிறாயா?"

"சந்தேகமில்லாமல்."

"ஏன்?"

"ஏன், ஒவ்வொரு மனிதனும் சமூகத்துடன் ஒரு ஒப்பந்தத்துக்கு வர வேண்டியதுதான். வியாபாரம் இந்த அடிப்படையில்தான். அப்படி ஒருவராலும் தனியாக வாழ முடியாது. மேலும் சமூகத்தில் வாழ்பவன் சமூகத்திற்கு ஓரளவு அடிமைதான். மேலும்..."

"வியாபாரத்தில் முழுவதும் நேர்மையாக நடந்தால் கடையை மூட வேண்டியதுதான்."

நான் சிரித்தேன்.

அவன் "நீ சிரிப்பாய். ஆனால் நான் கூறியது உண்மை."

"ஆனால் நான் எழுதுவதை ஒருவரும் விலை கொடுத்து வாங்க முன்வர மாட்டேன் என்கிறார்களே."

"அதற்கு அர்த்தம் உன் கதைக்கு தரம் உண்டென்றோ இல்லையென்றோ அர்த்தம் இல்லை."

"பின்?"

"இங்கு தரம் என்பதே பிரச்னை இல்லை."

"பின்?"

"உங்கள் அல்லது உனக்கு வாழ்க்கைச் சந்தையில் ஒன்றையும் விற்க முடியாது. ஓரளவு விற்கிறவன் வாங்குபவனைச் சாமர்த்தியமாக அரவணைத்துக்கொண்டு போக வேண்டும்."

"இவ்வளவு தூரம் நீ இந்த விஷயத்தைப் பற்றி சிந்தித் திருப்பாய் என்று நான் நினைக்கவில்லை."

"சிந்திக்காமல் நான் எந்தக் காரியத்திலும் இறங்குகிற தில்லை."

"நான் உன்னுடன் இசைந்து போகமுடியுமென்று தோன்ற வில்லை. எனக்கும் சமூகத்திற்கும் ஒரு உறவு உண்டென்பது சரி; ஆனால் அதன் இயல்பை பூரிபக்ஷம் சமூகம்தான் நிச்சயிக் கிறது என்பதை நான் அங்கீகரிக்கவில்லை."

"அந்த அளவு உனக்கு எழுத்துத் துறையில் வெற்றி எளிதில் கிடைக்காது."

"வெற்றி அவ்வளவு முக்கியமா?"

"இது ச.பி. – யின் கேள்வி. எனக்கு அவரது தத்துவம் பிடிக்காது, அதைப் பற்றிப் பேச நான் ஆளுமில்லை."

நான் ஒன்றும் பேசவில்லை. அதற்குள் அவன் வீடு வந்துவிட்டது. போவதற்கு முன் "மறுபடியும் சந்திக்கலாம்" என்றான். "சரி" என்றேன். "அது சாதாரணமாக எல்லா எழுத்தாளர்களும் செய்வதுதான். மேலும் . . ." மேலும்?

என்னவோ சம்பவங்கள் நிகழும்பொழுது அவைகளே ஒரு தர்க்க ரீதியை எடுத்துக்காட்டும் பிரம்மையைச் சிருஷ்டித்து விடுகின்றன. சிவன் என்னிடம் அன்று என்னைச் சந்திக்க முடியாது என்றதாலும், எனக்கு மாலை 4 மணிக்கு மேல் வீட்டில் அடைபட்டுக் கிடக்க முடியாது என்பதாலும் என் கால்கள் தாங்களாகவே, நடராஜன் வீட்டிற்கு என்னை இழுத்துச் சென்றன. அப்பொழுது அங்கு நடராஜனைச் சுற்றி இரண்டு மூன்று வயோதிகர்கள் இருந்தனர். நாட்டுப்புற வாசிகள். ஆனால் கைதேர்ந்த புள்ளிகள் என்று என் மனது பதிவு செய்துகொண்டது. நான் சென்றதும் அவர்கள் போய் விட்டார்கள்.

நடராஜன் என்னிடம் "உனக்கு ரவியை – அதுதான் காட்டாக்கடை ஸப் இன்ஸ்பெக்டரைத் தெரியுமா?" என்றான்.

"ஆமாம். அவனும் நீயும் ஒன்றாகக் கல்லூரியில் படித்தீர்கள் இல்லையா?"

"ஆமாம். அங்கிருந்துதான் கதை ஆரம்பிக்கிறது! இப் பொழுது நீ பார்த்த கிழடுகளில் ஒன்று ரவியின் மாமனார்."

"எனக்கு ரவியின் குடும்பத்தையும், பெண்ணின் குடும்பத் தையும் தெரியும். ரவி என் சிநேகிதனும்கூட. அவன் கல்யாணம் ஆனபிறகு தனக்குக் கல்யாணச் செலவிற்குக் கூடுதல் ஒரு ஐயாயிரம் ரூபாய் தர வேண்டும். இல்லாவிட்டால் பெண்ணைத் திருப்பி அனுப்பி விடுவதாகச் சொன்னான். அவர்களிடம் ரூபாய் ஐயாயிரம் ரொக்கம் இல்லை. பிறகு நான் இந்த விஷயத்தில் ஈடுபட்டு ரவியின் மனைவிக்கு அவன் மாமனார் ஒரு துண்டு நிலத்தை எழுதி வைத்தார். அவர்கள் நன்றி தெரிவிக்க வந்தார்கள்" என்று சொல்லிச் சிரித்தான்.

"ஏன் சிரிக்கிறாய்?"

"நீ சொல்வது மாதிரி செய்திருந்தால் பெண் பிறந்த வீட்டிலேயே இருக்க வேண்டியதுதான்."

"இது ஒரு வகை சாமர்த்தியம். இல்லை என்று சொல்ல வில்லை. ஆனால் இதனால் ஒன்றும் பிரச்னை அவ்வளவு எளிதில் தீர்ந்துவிடாது."

"என்றுதான் பிரச்னைகள் தீர்கின்றன?" அவன் தொனியில் ஒருவிதக் கைப்பு இல்லாமல் இல்லை என்பதைக் கவனித்தேன். நான் ஒன்றும் சொல்லவில்லை. சிறிது நேரம் அவனும் ஒன்றும் பேசவில்லை. பிறகு அவன், "பெருஞ்சுடரில் வந்த எனது இரண்டாவது கதையைப் படித்தாயா?" என்று கேட்டான்.

"படித்தேன்."

எனக்கு காப்பி வந்தது. அன்றிலிருந்து இது முறையாக நடந்தது.

"அபிப்பிராயம்."

"உங்களால் எழுத முடியும்."

"வேறு ஏதாவது விமர்சன பூர்வமாக . . ."

"எப்பொழுதும் கனமான விஷயமாகத்தான் தேர்ந்தெடுக் கிறீர்கள். ஆனால் அதைக் கைகாரியம் செய்வதில் இன்னும் லாகவமும் நுணுக்கமும் வேண்டும். பிறகு . . ."

"பிறகு . . ."

"நான் என்ன சொன்னாலும் அதை வித்தியாசமா . . ."

"ஏன் அப்படிச் சொல்கிறீர்கள்? தெரிந்துகொள்ளத் தானே கேட்கிறேன்."

"நடையிலும், வர்ணனைகளிலும், சில சமயம் பாத்திர சிருஷ்டியிலும், கதை அமைப்பிலும், ஜனரஞ்சகமான ஒரு மூன்றாந்தரமான அப்பட்டமான எழுத்தின் சாயல் இருக்கிறது. இதைத் தவிர்த்துவிட்டால் . . ."

"அப்படிச் சொல்கிறீர்களா?"

"சொல்லலாம் என்றதால்தான் சொன்னேன்."

"இல்லை. நீங்கள் அப்படி ஒன்றும் சும்மாச் சொல்ல மாட்டீர்கள்."

நான் கைக்கெடிகாரத்தைப் பார்த்தேன். மணி 10.30. நடராஜன் "நானும் வருகிறேன்" என்றான். ஸ்டேஷன் பக்கம் நகர்ந்து சென்றோம்.

நடராஜன்: "எதிர்க்குரலு"க்கு ஒரு கதை அனுப்பியிருக் கிறேன்."

“நிறைய எழுதுகிறீர்கள் போலிருக்கு.”

“ஆம் நிறைய எழுதினால்தானே கொஞ்சமாவது தேறும்.”

“மாத்திரமில்லை. எழுத எழுத எழுத்தின் ரகசியமும் புரியும்.”

“என்னமோ சொல்கிறீர்கள். அது சரி. நீங்கள் ராமநாத னுக்கு ஒரு வரி எழுதுங்கள்.”

எனக்குப் பிடிக்காவிட்டாலும் நடராஜன் எழுத்தில் நம்பிக்கை இருந்தால் சரி என்றேன். அவன் என்னைப் புரிந்துகொண்ட மாதிரி “உங்களுக்கு உசிதமில்லை என்றால் வேண்டாம்...”

“இல்லை, எழுதுகிறேன்” என்றேன்; எழுதவும் செய்தேன்.

“நான்தான் சொல்லிவிட்டேனே. நான் எழுதுவது எவ்வளவுக்கெவ்வளவு பிரசுரமாகுமோ அவ்வளவுக்கவ்வளவு சமூகம் நம்மை ஒரு எழுத்தாளனாக ஏற்றுக்கொள்ளும்.”

“இது நமது எழுத்தின் திறமையைப் பாதிக்காதா?”

“அப்படியொன்றும் பாதிக்கும் என்று தோன்றவில்லை. இல்லாவிட்டாலும் எழுத்து ஒரு கட்டத்திற்குப் பின் க்ஷீண நிலையைத்தான் அடையும்.”

நான் ஒன்றும் சொல்லவில்லை. உண்மையாகவே எனக்கு நடராஜனைப் புரிந்துகொள்ள முடியவில்லை. அவன் எழுத்தில் ஒரு திறமை; ஒரு விவரணம், ஒரு அறை – ஞானம் இருந்தது என்பது எனக்குத் தெளிவாகவே தெரிந்தது. ஆனால் அவனுக்கு எழுத்தின்மீது ஒரு அலட்சியம் இல்லையா என்று கேட்காமல் இருக்க முடியவில்லை. சிவனுக்கும் நடராஜனைத் தெரியு மாதலால் அன்று மாலை பஸ் ஸ்டாண்டுக்குப் போகையில் இதைப் பற்றிப் பேசினோம். அதனால் சிவன் ஐந்து பஸ்களைத் தவறவிட்டான்.

பேச்சு இவ்வாறு நகர்ந்தது.

சிவன்: “அப்படியானால்?”

“அது ஒன்றுமில்லை. நடராஜன் நன்றாக எழுதுகிறான் என்பது ஒரு பக்கம் இருக்க...”

“அவனுக்கு வயது என்ன?”

“முப்பது இருக்கலாம்.”

“அது சரி.”

"உன் தொழில் உனக்குப் பிடித்திருக்கிறதா?"

"பிடிக்கவில்லை என்று சொல்ல முடியாது."

"நடராஜன் இந்த மாதிரி ஒரு பதிலை ஏற்றுக்கொள்ள மாட்டான்."

"ஏன்?"

"இப்படி ஒரு பதில் இருக்கலாம், இருக்கக்கூடாது என்பதை அவனால் நினைத்துப் பார்க்கக்கூட முடியாது."

"ஏன்?"

"அவன் மன வார்ப்பு அப்படி. பிடிக்கிறது அல்லது பிடிக்கவில்லை என்ற நிலைகளின் இடையில் இருப்பவை எந்தப்பக்கம் சாய்கிறதோ அந்தப் பக்கம் அதைக் கணக்காக்க வேண்டும் என்பது அவன் கட்சி."

"அவன் கதைகள் பல பத்திரிகைகளில் வருகின்றன."

"பல?"

"அதாவது என் கதைகளைப்போல்..."

"அதை விட்டுத்தள்ளு."

"அவன் கதைகளை என்னிடம் அடிக்கடி படித்துக் காண்பிக்கிறான்."

"எதற்கு?"

"என் விமர்சனத்திற்கு."

சிவன் சிரித்தான்.

"அவன் கதைகள் அடிப்படையில் – உத்தி விசேஷங்களை விட்டுத் தள்ளு – மாற்றம் அடைந்திருக்கிறதா?"

"இல்லை."

"பின்?"

"எனக்குப் புரியவில்லை."

"சொல்கிறேன் கேள். ஒரு எழுத்தாளனும் விமரிசனத்தின் பொருட்டு இன்னொருவரிடம் தன் கதையை வாசித்துக் காண்பிப்பதில்லை. வாசகனுடைய பாராட்டு அவனுக்கு லகரி ஊட்டுகிறது. இந்த லகிரி இல்லாமல் அவனால் தனது அசுர சாதனையில் உற்சாகத்துடன் ஈடுபட முடியாது. அதை நான் தவறென்றும் சொல்ல மாட்டேன்."

"உனக்குக் காக்கியும் மில்லியும் போல்."

"அப்படியானால் – அப்படி."

"எனக்கென்னவோ இதெல்லாம் பிடிக்கவில்லை."

"நீ சொல்லாமலேயே எனக்குத் தெரியும்."

"எப்படி?"

"இப்பொழுதெல்லாம் உன் அபிப்பிராயத்தை நடராஜன் கண்டனம் செய்கிறான் என்பதால் நீ அபிப்பிராயம் சொல்வதை விட்டுவிட்டாய்."

"ஒருவேளை என் அபிப்பிராயத்தில் குறைகள் இருக்கலாம்."

"அது முதலிலும் இருக்கலாம்தானே?"

"எனக்கு நீ எங்குச் செல்கின்றாய் என்று தெரியவில்லை."

"இன்னும் தெளிவாகச் சொல்ல வேண்டுமா?"

"இப்பொழுது உன் அபிப்பிராயத்தை உனக்கே உரிய நடையில் நீ எழுதக்கூடப் பயப்படுகிறாய். ஏனென்றால் நீயும் ஒரு எழுத்தாளன். அதனால் இதெல்லாம் பொறாமைக் காய்ச்சல் என்று கணிக்கப்படுமோ என்று."

"அப்படி இருக்கக் கூடாதா?"

"நீ சந்தேகிப்பதாலேயே, எனக்கு உன்னைத் தெரியுமாதலால், அது இல்லை என்றும் தெரியும். மேலும் உன் அபிப்பிராயத்தையே நடராஜன் இப்பொழுது உன்மீது பிரயோகிக்கிறான் இல்லையா?"

"எப்படி?"

"உங்களால் எழுத முடியும்" இப்படிப் பல. அதாவது சந்தர்ப்பத்தையும் அர்த்தத்தையும் விட்டு விட்டு வார்த்தையை வைத்துக்கொண்டு சவால் விடுவது."

"ஆமாம், அவனுக்கு என்னிடம் மனத்தாங்கல். நான் அவனை மேதை என்று குறிப்பிடாது, ஒரு சிறந்த எழுத்தாளன் என்று குறிப்பிட்டது."

"நவீனா, நீ இன்னும் நேற்றுப் பிறந்த குழந்தை. சச்சிதானந்தம் பிள்ளையின் சீடன். ஆனால் நடராஜன் இந்த 20ஆம் நூற்றாண்டின் குழந்தை. அவன் பிரசாரத்தின் பலத்தையும், அரசியலின் சாணக்கியத் தத்துவத்தையும்

உன்னையும் என்னையும்விட அறிவான். ஒரு நல்ல மனிதனை அவன் நல்ல மனிதனா என்று சந்தேகிக்கும்படிச் செய்வது அப்படி ஒன்றும் சுலபமான காரியம் இல்லை."

"என்றாலும் நடராஜனுக்கு எது முக்கியமோ அதைப் பற்றி ஒன்றும் தெரியாது. அந்த அளவில் அவன் தோல்வி அடைகிறான்."

சிவன் என்னைப் பார்த்தான். நான் "யாமாமாநீ யாமாமா யாழீகாமா காணாகா" என்றேன்.

சிவன் ஒன்றும் சொல்லவில்லை. நாம் என்ன நினைத்தாலும் என்ன? நடப்பது நடக்கிறது. பஸ் வந்தது சிவன் சென்றான். ஒரு நாள் போலவேதான் மற்றொரு நாளும் இருக்கிறது. ஒரு நாள் நிகழும் ஒரு நிகழ்ச்சி ஒருநாளும் நாம் நினைத்தது மாதிரி இருந்ததில்லை என்றுதான் தோன்று கிறது. கடந்த காலத்தைப் புரிந்துகொள்ள நிகழ்காலமும் நிகழ்காலத்தைப் புரிந்துகொள்ள எதிர்காலமும் துணை புரிகின்றன.

எப்படியும் நடராஜனைச் சுற்றித்தானே வரவேண்டி யிருக்கிறது. வழக்கம்போல் மாலை நேரத்திற்குப் பதிலாக அன்று 11 மணி காலை நேரம் அவனை வீட்டில் சந்தித்துப் பேசிக்கொண்டிருந்தோம். அன்று ஞாயிற்றுக்கிழமை. பேச்சு சுவாரஸ்யத்தில் சமயம் போனதே தெரியவில்லை. கிட்டத் தட்ட 1 மணி ஆயிற்று.

நடராஜன்: "எல்லோரும் ஆட்சேபமில்லையென்றால் இங்கேயே சாப்பிடலாம்."

சிவன் என் முகத்தைப் பார்த்தான்.

நான்: "சாப்பாடு போடுகிறேன் என்கிறார். சாப்பாடு போடுவதைவிடச் சாப்பிடுவது எளிதுதான்" என்று சொல்லிச் சிரித்தேன். எல்லாரும் சாப்பிட உட்கார்ந்தோம். நடராஜன் சாப்பிட்டுக்கொண்டே, "இந்தச் சாப்பாட்டு விஷயத்தை எடுத்துக்கொள்ளுங்கள். உங்களுக்குத்தான் பழமொழி தெரியுமே. இப்படி ஒருவர் வீட்டில் ஒருவர் சாப்பிடுவது என்பது நமது அந்நியோந்நிய பாவத்தை வளர்க்கிறது என்பது மாத்திர மில்லை. இந்த பாவமே ஒரு பந்தமாகிவிடுகிறது"

சிவன் என்னைப் பார்த்து, "அவர் என்ன சொல்கிறார்?" என்றான்.

நான்: "அவர், நாம் அவரை நினைக்கும்பொழுதெல்லாம் அவர் வீட்டில் சாப்பிட்டதை மறக்கமாட்டோம்" என்கிறார்.

நினைவுப் பாதை

நடராஜன்: (சிரித்துக்கொண்டே) அதை இப்படியும் சொல்லலாம் என்று நினைக்கிறேன்: என் வீட்டில் சாப்பிட்ட தால் என்னை அப்படி ஒன்றும் எளிதில் மறந்துவிட முடியாது!

சிவன்: இல்லாவிட்டாலும் நாங்கள் உங்களை மறக்க மாட்டோம்.

நடராஜன்: அது எப்படிச் சொல்ல முடியும்? என்னை ஏதோ ஒன்றுடன் தொடர்பு படுத்தித்தானே ஞாபகத்தில் வைத்துக்கொள்கிறீர்கள் – சிறு சம்பவங்கள்கூட இருக்கலாம் – நான் என்பது என்ன அப்படி நிர்விகாரமான நிர்க்குணமான நிர்மலமான நிரந்தரமான ஒரு நித்ய வஸ்து ஒன்றும் இல்லையே – நடராஜன் – கவர்ன்மென்ட் பிறஸ் உத்தியோகஸ்தன். நவீனன் சிநேகிதன். சிவனைத் தெரியும். அவன் வீட்டில் நவீனனும் சிவனும் அடிக்கடி சந்தித்துப் பேசுவார்கள். ஒருநாள் சாப்பிட்டார்கள் – இப்படிப் பல – இல்லையா?

சிவன்: (என்னைப் பார்த்து) இவர் சொல்வது சரிதான். இவர் சொன்னபடி இவர் ஒன்றையுமே சிந்திக்காமல் செய்ய மாட்டார்.

வழக்கமாக வந்த இடத்தில் வந்ததும் ஒரு தட்டில் பழ வகையறாக்கள். வாழை, மாம்பழம், திராட்சை முதலியன வந்தன. நானும் சிவனும் “இது என்ன எங்களுக்கு விருந்து? நாங்கள் அப்படி என்ன முக்கியஸ்தர்களா என்ன?” என்றோம்.

நடராஜன் சிரித்துக்கொண்டே, “யார் கண்டார்கள். எனக்கு நவீனனுக்குப் பழங்கள் என்றால் பிடிக்கும் என்று தெரியும். (சிவனைப் பார்த்துக்கொண்டே) உங்களுக்கு வேண்டியது என்னிடமில்லை” என்றான்.

“யார் என்ன கொடுத்தாலும் வேண்டாம் என்று சொல் லும் சுபாவம் என்னிடம் கிடையாது. இல்லாவிட்டாலும் உள்ளவன் கொடுக்கிறான். இல்லாதவன் ஏற்றுக் கொள் கிறான்” என்றேன் நான்.

சிவன் அவனது ஜிப்பாப் பையிலிருந்து ஒரு காக்கியை எடுத்தான். நடராஜனைப் பார்த்ததும் அவன் “அதற்கென்ன?” என்றான்.

நான்: இந்தச் சாப்பாடு விஷயம் வந்ததும் எனக்குக் கடைசி சாப்பாடு என்ற ஆங்கிலப் பதம் ஞாபகம் வந்தது. அது என்ன என்று மனங் குழம்புகிறது. அது என்ன?

நடராஜன்: அருளப்பன் ஸாரைக் கேட்டால் சொல்வார். அவருக்கு இந்த மாதிரி விஷயமெல்லாம் நன்றாகத் தெரியும்.

சிவன்: அதிருக்கட்டும் இந்தச் சாப்பாட்டு விஷயம் எனக்கு நண்பன் சொன்ன ஒரு சுவையான சங்கதியை ஞாபகப்படுத்தியது. நவீனா, உனக்கு நாகசாமியைத் தெரியு மில்லையா?

நான்: யார்? "நட்சத்திர"த்தில் அருமையான கதைகள் அபூர்வமாக எழுதுவாரே அவர்தானே?

சிவன்: அவரேதான், கேள், அவர் கதையைப் படித்த ஒருவர் ஏமாந்து போய்விட்டார். அவன் யாராவது ஒரு பெரிய கையாக இருக்க வேண்டுமென்று.

நடராஜன்: என்ன நடந்தது?

சிவன்: இதே சமயத்தில் "பெருஞ்சுடரில்" மேலிடத்தைச் சார்ந்த ஒரு பெரிய கவர்ன்மென்ட் உத்தியோகஸ்தர் நல்லது, கெட்டது, நாலாந்தரமானது என்று பலரகமான கதைகளை எழுதிவந்தார். அவர் பாமர மக்கள் அனுதாபி. அவர் புனைபெயரில் எழுதிவந்தாலும் "பெருஞ்சுடர்" போன்ற பத்திரிகைகள் அவரை ஆதரித்ததற்குக் காரணம் அவர் மேலிடத்தைச் சார்ந்தவர் என்பதுதான். இவர் உண்மைப் பெயர் வீ. சாந்தப்பா. ஆனால் இவர் சு.சு.சு என்ற புனை பெயரில் எழுதி வந்ததார். சு.சு.சு. வின் ஒரு வழக்கம் – பிரபல மாகிக்கொண்டிருக்கும் எழுத்தாளர் குழாத்தில் "புதிய கண்டுபிடித்தங்களை" ஒரு பேச்சுக்குக் கூப்பிட்டு, பேச்சிற்குப் பிறகு, பேச்சாளருக்கும் அங்கு அழைக்கப்பட்டிருந்த இலக்கிய அனுதாபிகளுக்கும் "வயிற்றுக்கு உணவு" ஈவது. இவர் நாகசாமியின் கதைகளைப் படித்துவிட்டு அசந்துவிட்டார். அவருக்கு நாகசாமியும் என்னைப் போல் ஒரு காப்பியிஸ்ட் என்பதும் இந்தப் பேச்சுக்கு ஏற்பாடு செய்த பிறகுதான் தெரிந்தது. கொடுத்த விஷயம் "இருபதாம் நூற்றாண்டில் ஐரோப்பிய இலக்கியத்தில் சிறுகதைத் துறையில் ஏற்பட்ட சோதனைகளும் ரூபபாவ பேதங்களும் நடை விசேஷங் களும்." நாகசாமி தன் பேச்சில் வேண்டுமென்றே கொடுத்த விஷயத்தைப் பற்றிப் பேசாமல் தனது காப்பியிஸ்ட் தொழில் தனக்கு எவ்வாறு தன் கதைகளைப் படைக்க உதவியது என்பது பற்றி கிண்டலாகப் பேசியிருக்கிறான். சபையும் அவன் பேச்சை ரஸித்தது. ஆனால் பேச்சு முடிந்ததும் சு. சு. சு. தனக்குத் தன் ஆபீஸ விஷயமாக அன்றிரவே பெங்களூர் போக வேண்டியிருப்பதால் வழக்கமாகத் தொடரும் சாப்பாடு அன்று கிடையாது என்று சொல்லி விட்டாராம்! நாகசாமிக்குச் சற்று ஏமாற்றம்தான்.

நடராஜன்: அதிருக்கட்டும். அந்த சு. சு. சு. நல்ல எழுத்தாளர்தான் இல்லையா?

நான்: யார்தான் நல்ல எழுத்தாளனாக முடியாது?

நடராஜன்: எனக்குப் புரியவில்லை.

நான்: எனக்கு ராமநாதனைப் பார்க்கும் வரையில் நானும் ஒரு எழுத்தாளன் என்ற போதமே இல்லை. அவருடன் பழகின பிறகுதான் நான் எழுத்தாளனானேன் என்றுகூடச் சொல்வேன்.

நடராஜன்: அது எப்படிச் சொல்ல முடியும்! நீங்கள் தானே எழுதியது.

நான்: நான்தான் எழுதினேன். அதற்கு முன்னரும்தான் நான் எழுதினேன். அவரைச் சந்தித்த பிறகும் சில சமயம் நன்றாக எழுதுகிறேன்; சில சமயம் ஒன்றும் செய்ய முடிவ தில்லை. இதெல்லாம்விட இந்தமாதிரி விஷயங்களில் “எழுத்து”த்தான் முக்கியமே தவிர, எழுதினவன் இல்லை.

நடராஜன்: எனக்குச் சரி என்று படவில்லை.

சிவன்: ஹாம்லெட் சொன்னபடி ஒவ்வொருவனையும் அவனை நடத்தும் விதம் நடத்துவதென்றால் யார்தான் சவுக்கடியிலிருந்து தப்ப முடியும்?

நான்: (விரைவாக) சு. சு. சு.

எல்லோரும் சிரிக்கின்றனர்.

நடராஜன்: எனக்கு வருத்தமாக இருக்கிறது.

நான்: ஏன்?

நடராஜன்: யாருக்குத்தான் தெரியாது, நவீன தத்துவ இயக்கமே வளர்ச்சியுற்றது கடவுளின் சாவுக்குப் பிறகு என்று. இந்த மாதிரிப் பேச்செல்லாம் மனிதனை மட்டந்தட்டுவ தன்றி வேறென்ன? அந்த வி. சாந்தப்பா என்ன செய்து விட்டார். ஒரு அருமையான தலைப்பைப் கொடுத்துப் பேசச் சொன்னதற்குச் சிவன் (எக்ஸ்க்யூஸ்மி – அந்த நாகசாமி) குதர்க்கமாக நடந்துகொண்டது எனக்குப் பிடிக்கவில்லை. என்ன இருந்தாலும் அவர் பெரிய உத்தியோகஸ்தர். அவருக்கு அவசர வேலை இருந்திருக்கும். அவர் என்ன பொய்யா சொல்வார்.

சிவன்: யாரும் பொய் சொல்லவில்லை.

நான்: நடராஜன் பேசுவது ஆச்சரியமாகத்தான் இருக் கிறது. அவரே இந்த ஊர் நாட்டுச் சாமியாரான கோரக்கர் மடத்திற்கு அடிக்கடி போவதில்லையா?

நடராஜன் இந்தக் கேள்வியை எதிர்பார்க்கவில்லை. பேசாமலிருந்தான். நான் மேலும் பேசினேன். நான் சு. சு. சு. வை ஒரு எழுத்தாளன் என்றவகையில் ஓரளவு மதிக்கிறேன். ஆனால் எந்த எழுத்தாளனையும் அவன் எழுத்தாளன் என்ற ஒரு காரணத்தால் அவனை என்னால் மனிதனாகவும் மதிக்க முடியவில்லை என்பது ஒரு கசப்பான ஆனால் மறுக்கமுடியாத உண்மை. பிறகு இந்தக் கடவுள் விஷயம். எனக்குக் கடவுள் இல்லையென்றால் ஒன்றுமே இல்லை. ஆனால் இதைப் பற்றி நான் ஒருவரிடமும் பேசுவதில்லை. சுசீலா விஷயம் மாதிரி.

சிவன்: நடராஜனுடன் என்னால் முழுவதும் ஒத்துப் போக முடியாவிட்டாலும் இந்தக் கடவுள் விஷயம் எனக்கும் உடன்பாடில்லை.

நடராஜன்: நீங்கள் இருவரும் என்னை எதிர்ப்பது என்று நிச்சயித்துவிட்டீர்கள்!

சிவன்: உங்கள் வீட்டில் சாப்பிட்டுவிட்டு!

அப்பொழுது காப்பி வந்தது.

நடராஜன்: (சிரித்துக்கொண்டே) சாப்பிடுங்கள். உங்களுக்குப் பேசக் கூடுதல் உற்சாகம் ஏற்படும்.

சிவன்: வெறும் காப்பித் தண்ணி.

நடராஜன்: "தண்ணிக்கு" இங்கே வசதியில்லை.

(என்னைப் பார்த்துவிட்டு) என்ன பலமான யோசனை?

நான்: (அவனைப் பார்த்துக்கொண்டே) நான் உன்னை ஒரு எழுத்தாளன் என்ற வகையில் மதிக்கிறேன் என்பது தெரியும் இல்லையா?

சிவன்: நான் மனிதன் என்ற வகையிலும், மதிப்பிடு கிறேன் என்று சொல்லலாமா?

நடராஜன்: (என்னிடம்) சரி. விஷயம் என்ன?

நான்: (எனக்கே நான் பேசுவது வேறு யாரோ பேசுவது மாதிரி இருந்தது) எழுத்தாளன் ஒரு வியாபாரி என்றாய். முற்றிலும் சரி. அவன் வார்த்தை வியாபாரி. அவன் முதல் – சரக்கு எல்லாம் ஒரு வகையில் வார்த்தைகள்தானே. பிறகு உனக்கு அந்தக் குறள் தெரிந்திருக்கும். பிறகு அனுபவத்தை ஒரு துல்லியமான நிதானத்தில் நிறுத்தி ரஸாபாஸம் தோன்றாதபடிச் சித்திரிப்பது என்பது, கலைஞனின் மனோ பாவம் தராசுபோல் செயல்புரிவது அன்றி வேறென்ன?

நடராஜன்: (என்னிடம் அதாவது அனுபவத்திற்கும் அதன் பெயர்ப்புக்கும் உள்ள நிறை ஒரு அணுவளவும் பிசகாது இருக்க வேண்டும் என்கிறாய்?

நான்: நீ அப்படிச் சொல்லும்போது மொழி அனுபவம் என்று ஒன்றை இரு கூறாக்குகின்றாய். என் மனம் தடுமாறு கின்றது. எதைப்பற்றியுமே ஆழ்ந்து ஆழ்ந்து உட்புகுந்து செல்கையில் . . .

நடராஜன்: (என்னை ஒரு மாதிரி பார்த்துக்கொண்டு) எனக்கு உன்னை ஒருவிதத்தில் புரிந்துகொள்ள முடிகிறது என்றே நினைக்கிறேன். சிருஷ்டி முகூர்த்தத்திலேயே இந்த லயம் தப்பக்கூடாது என்கிறாய்?

நான்: (அவனைப் பார்க்காமல்) நீ எப்படி இருந்தால் எனக்கென்ன? என்னையும் உன்னையும்விட நாம் (என்னை மன்னித்துக்கொள்) ஆராதிக்கும் கலை என்னும் சக்தி மிகப் பெரிது. நீ கடைசியாகச் சொன்னாயே அது போதும் – ஒரு நாள் இல்லாவிட்டால் ஒரு நாள் நீ நமது இலக்கியத்தில் முதல் வரிசை ஆசிரியர்களில் ஒருவனாவாய்.

சிவன்: (என்னிடம்) போகலாமா?

நடராஜன்: இப்பொழுது போக வேண்டுமா?

சிவன்: இல்லை போவதுதான் நல்லது. இவனை இப்படிப் பேசவிட்டால் ஆபத்து.

நாங்கள் சென்றோம். எங்களைத் தன் வாசற்படியில் நின்று பார்த்தவண்ணம் இருப்பான் நடராஜன் என்று எனக்கு நன்றாகத் தெரியும். நாங்கள் இருவரும் மௌன மாகவே சென்றோம். எங்கும் இருள் பரந்துகொண்டிருந்தது. எதிரில் ஒரு பெண். கடைந்தெடுத்த தேகம். இளமையின் மிடுக்கு. சமூகத்தின் கடைசித் தட்டைச் சார்ந்தவள். நான் அவள் எனக்குமுன் போவதை வெறித்துப் பார்த்துக் கொண் டிருந்தேன். சிவன் “நவீனா” என்றான்.

“என்ன?” என்றேன்.

“உனக்கு என்ன செய்கிறது?”

அவள் போய்க் கொண்டே இருந்தாள். என் ஆசை அவளைத் தொடர்ந்து சென்றது. ஏனிப்படி? மறுபடியும் சிவன் “நவீனா, ஏதாவது சொல்” என்றான். அவள் ஒரு முடுக்கில் மறைந்துவிட்டாள். அவள் தோன்றியதா அல்லது மறைந்ததா வாஸ்தவம்? என் மனதின் சலனம் ஏன்? ஆனால் சிவனின் கேள்வி என்னைத் தட்டி எழுப்பியது.

மறுபடியும் நான் பேசலானேன். "சிவா, எனக்குத் தெரியும். உன் மனதை ஒரு திறந்த புத்தகத்தைப் போல் என்னால் படிக்க முடியும். யார் இந்த நடராஜன்? நேற்று வந்தவன். ஒரு சரியான படைப்பு இன்னும் வரவில்லை. அதற்குள் என்ன பாவம்? என்று கேட்பாய். ஆனால் சிவா, எறும்புப் புற்றுக்கு அரிசி போட்டுக்கொண்டே எறும்பு கடிக்கிறது என்று ஏன் சொல்ல வேண்டும்? நாம் இவனிடம் ஏன் வருகிறோம்? இவன் பணக்காரன் என்றா? (பணத்தைப் போல, கேவலம் வெறும் பணம் பண்ணுவதைப் போல இந்த உலகில் வேறு ஈனமான தொழில் என்ன இருக்கிறது?) அவன் அப்படி நினைக்கலாம். நினைக்கலாம் என்பதுகூடத் தவறு. அப்படித்தான் நினைப்பான். அவனிடம் பணம் தாராளமாகவே இருக்கிறது. அதனால் தாராளமாகவே அவனிடம் பலரும் முதுகெலும்பில்லாமல் ஒளிவுமறைவில் லாமலும் மறைவாகவும் பலர் நடந்துகொள்கிறார்கள். இலக்கிய உலகில்தான் என்ன வாழ்ந்தது? ஒரு பெரிய கையின் உதவியில்லாமல் இங்கும் அப்படி உரிய இடத்திற்கு வர முடிகிறதா? முடிகிறதா என்பதில்லை. தெரிந்த வரையில் ஒருவனைக் கீழே தள்ளிவிட்டு அவன்மீது நடந்தாலொழிய உரிய இடத்திற்குப் போக முடியாத நிலை. வெறும் நாய்ப் பிழைப்பு. ஒரு சமயத்தில் வாலை ஆட்டவேண்டும்; ஒரு சமயத்தில் மேலே கட்டிப் புரளவேண்டும்; ஒரு சமயத்தில் காலை "நக்கு, நக்கு" என்று நக்க வேண்டும். பிறகு ஒரு வேளைக்காகக் காத்துக்கொண்டிருந்தது காரியம் கைகூடிய பிறகு குரைப்பதும் கடித்துக் குதறுவதும் சகஜமாக வரவே செய்கிறது. இந்த நாய்கள் நகரத்தில் நாம் எல்லோருமே இருக்கிறோம். இவன் ஏன் நம்மிடம் இவ்வளவு உறவாவது வைத்துக்கொள்ள வேண்டும்? நம்மிடம் ஏதோ ஒன்று வசீகரிக்கிறது என்பதுதான். எல்லா அனுபவமும்தான் புளித்து விடுகிறது. நாம் மாத்திரம் என்ன விதிவிலக்கா? ஒரு வகையில் ஒவ்வொரு அனுபவத்தையும் ஒதுக்கிக்கொண்டேதான் மனிதன் முன்னேறுகிறான். ராமநாதனைப் பற்றி இவ்வளவு கிளர்ச்சி யுடன் இப்பொழுதுகூடப் பேசும் நான், உண்மையைக் கூறுவதென்றால் அவர் என் கண்ணைத் திறந்தபிறகு அவர்கூடச் சற்று மாற்றுக் குறையத்தானே செய்கிறார்? நடராஜன் நடவடிக்கை ஒரு வகையில் சரிதான். நாம் எல்லோரும் வாழ்க்கையை ஏற்றுக்கொள்ள மறுக்கும் கோழைகள்!"

சிவன்: என்ன வேண்டுமானாலும் சொல். வாழ்க்கையைப் போராடி வெற்றிகாணத் தயங்கும் கோழைகள் என்று சொல்.

நான்: ஏன் இப்படிப் பேசுகிறாய்? அவன் நமக்குச் சாப்பாடு போடவில்லையா?

சிவன்: அவன் விருந்து யாருக்கு வேண்டும்? நீ சொல்வது போல் அவன் அப்படிப்பட்ட அயனான எழுத்தாளனாகவே இருக்கட்டுமே. அதனால் என்ன? திறமை இருந்தால் அதை ஆக்கிரமிப்பதற்குத்தான் பயன்படுத்த வேண்டுமா? நம் நாட்டில் எப்பொழுதுமே இந்தப் பலவீனமும் இருந்து கொண்டேதான் இருந்திருக்கிறது. "நமக்கு வேறு எது வரா விட்டாலும் இந்தக் குரு சிஷ்ய பாவம் நன்றாக வந்திருக்கிறது. யார் பின்னாவது நடந்துகொள்ளத்தான் நாம் நூற்றாண்டு களாகக் கற்றுக் கொண்டிருக்கிறோம். நீ சொல்வது மாதிரி இந்த நடராஜன் அவ்வளவு சிறந்த ஆசிரியன் ஆனாலும் என் மனிதத்தன்மையை அவமதிப்பதை நான் பொறுக்க மாட்டேன்."

நான்: சிவா வார்த்தைகள். யார் கண்டது இந்த நடராஜனை, ஒரு கட்டத்தில் என்னைவிட நீ புகழ்ந்து பேசலாம், இனி வருங்காலத்தில். அப்பொழுது நான் ஆச்சரியமோ கவலையோ படமாட்டேன் என்பது நிச்சயம்.

பிறகு நாங்கள் பிரிந்தோம்.

ஒரு நாள் நடராஜனிடமிருந்து விடை பெற்றுக்கொள் ளும் சமயம் அவன் வீட்டிலிருந்து அப்பொழுது அந்தப் பக்கம் ஒரு மந்தை ஆடுகள் "அம்மே" என்று கத்திக் கொண்டு புழுதிப் படலத்தை கிளப்பிக்கொண்டு ஓடின. இதைப் பார்த்துக்கொண்டு நின்ற நடராஜன் என்னிடம் "நாளை இந்நேரம் இந்தக் கூட்டம் முழுவதும் கசாப்பாகிவிடும்" என்று சொன்னான் இதை நான் நடராஜனிடமிருந்து எதிர் பார்க்கவில்லை. ஆனால் அவன் என்னிடம் இதைச் சொல்கிற மாதிரியாகவும் சொல்லவில்லை. கையெழுத்து மறையும் நேரம். அப்பொழுது அங்கு சிவனும் வந்து சேர்ந்தான். யாரோ ஒருவன் ஒரு இளம் பருவத்திலுள்ள பெண்ணைத் தூக்கிக்கொண்டு போய்க்கொண்டிருந்தான். இதைக் கண்ட சிவன், "பார், மக்கள் ஆட்சி. நீ என்னவெல்லாமோ பேசுகிறாய். இது அவன் மனைவி. ஆஸ்பத்திரிக்குக் கொண்டு போகிறான். ஒரு வண்டியில் கொண்டுபோக வசதியில்லை" என்றான். எதிர்க்கடையின் அருகில் நான் என் ஸைக்கிளைச் சார்த்தி வைப்பது வழக்கம். ஸைக்கிளில் விளக்கில்லை. கடைக்காரனிடம் கேட்டதற்கு, "ராகவன் எடுத்துக்கொண்டு போனதைப் பார்த்தேன். நீங்களும் என்னிடம் ஒன்றும் சொல்லவில்லையாதலால் பேசாமலிருந்துவிட்டேன்" என்றான்.

நான் நடராஜனைப் பார்த்ததும், "ராகவன் இந்த வட்டாரத்தில் பேரெடுத்தவன். காலையில் எழுந்தால் மாலை வரையில் போதம் கிடையாது. சண்டைக்குப் போய்விட்டால் அவன் வாயில் என்ன வார்த்தைதான் வரலாம், கூடாது என்ற பாகுபாடே கிடையாது. ஸ்டேஷனில் கொண்டுபோய்ச் சிட்சித்தும் பயனில்லை. அதையும் அவன் ஒரு மாமூலாகப் பழக்கப்படுத்திக்கொண்டான். இந்த அழகில் 'கருப்பு' வியாபாரம் வேறு. ஒருவரும் அவனிடம் அதிகமாக வைத்துக் கொள்வதில்லை" என்றான். நடராஜன் "அடுத்த கடைக்குப் போய்ப் பார்த்து வரலாம்" என்றான். "ஏன்" என்றதற்கு "சொல்கிறேன்" என்றான். அது ஒரு சாதாரண ஷாப். கடைக்காரன் முகத்தில் ஒரு அசட்டுக்களை. வாசலில் கட்டியிருந்த கயற்றில் இரு "பெருஞ்சுடர்" பிரதிகள் தொங்கிக் கொண்டிருந்தன. "நேற்றும் இரு பிரதிகள் இருந்தன. இன்றும் இருக்கின்றன; கடைக்காரன் ஏற்றுக்கொண்டதும் இரு பிரதிகள்தான். அவன் அபிப்பிராயத்தில் பத்திரிகை விலை ஒரு ரூபாய் என்றால் அது சற்றுக் கூடுதல்தான்" என்றான் நடராஜன். நான் அவனிடம் "உனக்கேன் அதன் விற்பனையில் இவ்வளவு அக்கறை" என்றேன். "அதில் எனது கதை சம்பவங்கள் வந்திருக்கிறது" என்றான். "கதைக்கு என்ன கிடைக்கும்?" என்றேன். "12•" என்றான். "12• என்ன கணக்கு?" என்றேன். "ஒரு வருஷச் சந்தா 12 ரூபாய்" என்றான். "எவ்வளவு கதைகள் பிரசுரமாயிருக்கின்றன" என்றேன். "இரண்டு வருஷங்களில் ஒரு கதை ஒரு கணக்கு; சில சமயங்களில் 3 வருஷங்களில் ஒன்றானாலும் ஆகலாம். தரமான பத்திரிகையா? அப்படியொன்றுமில்லை. ஆசிரியர் தரமான பத்திரிகை என்று விடாமல் விளம்பரம் செய்துகொண்டிருக்கிறார். மேலும் . . ."

அவன் தயங்கினான்.

"என்னிடம் சொல்வதற்கென்ன?"

"சரி, நீ இதைப் பிரசாரம் செய்யாதே. இவர் எழுதாமலிருந்தால் பத்திரிகை இன்னும் நன்றாக இருக்கும்."

"இவர் எழுதுகிறாரா என்ன?"

"எழுதுகிறாராவா? சொந்தப் பெயரில் தலையங்கம் எழுதினால் நாலு புனை பெயர்களில் 4 கதைகளும், வேறொரு புனைபெயரில் "என்றுமே முடிவடையாதா" என்று வாசகர்களைத் தவிக்க வைக்கும் தொடர்கதையும் எழுதுவார்."

"பின் எப்படிப் பத்திரிகை ஓடுகிறது?"

"விளம்பரம்."

"எப்படி?"

"இவர் தொடர்கதையைப் பற்றிய புகழுரைகள்."

"உண்மையாகவா?"

"நான் மேலே சொன்னது வாஸ்தவமானாலும் இதுவும் வாஸ்தவம்தான். பிறகு இவருக்குச் சில இலக்கிய ஆசிரியர்களின் அனுதாபம் உண்டு."

"எப்படி?"

"இவர்கள் நால்வர் – இவர், கேசவமாதவன், சாரதி, நாராயணன் – அடி நாட்களிலிருந்து ஆதர்ச எழுத்தாளர்களாக வேண்டும் என்று ஆரம்பித்தார்கள். மற்றவர்களுக்குப் படைப்பாற்றல் இருந்ததால் எழுத்தாளர்கள் என்று பெயர் பெற்றார்கள். இவர் மாத்திரம் பின்தங்கிவிட்டார். ஆனால் இவர் மூலம் மேற்கூறியவர்களின் படைப்புகளின் பிரசுரம் சாத்தியமாகியது. ஏனென்றால் இவரைப் பின்பற்றியும் ஒரு கூட்டம் – அரசிகர்களின் ஆட்டுமந்தைக் கூட்டம் – இருந்தது என்று சொல்ல வேண்டும்."

"எவ்வளவு எழுதியிருப்பார்?"

"குறைந்தது இதுவரையில் ஒரு லட்சம் வார்த்தைகள் எழுதியிருப்பார்."

"நீ சொல்வதைப் பார்த்தால் எனக்கு நாலாயிரத்துக்கு உரையைப் பற்றி "படிகள்" சொல்வார்களே, அது ஞாபகம் வருகிறது. சரி, எவ்வளவு தேறும்?"

"இனிமேல் தேறினால்தான் உண்டு." நான் ஒன்றும் சொல்லவில்லை. நடராஜனாகவே கேட்டான், "நீ அவரைப் பார்த்திருக்கிறாயா?"

"ஏன்?"

"அசாத்தியமான பெர்ஸனாலிடி, பீமசேனன் மாதிரி இருப்பார். முகத்தில் ஒருவித பாவமும், நீ எவ்வளவு முயன்று பார்த்தாலும் கண்டுபிடிக்க முடியாது. சொந்தத்தில் 20, 30 பெறும் ஒரு வீடு உண்டு. சமீபம்வரை ஒரு கார்கூட வைத்திருந்தார். இவரைவிட மோசமான ஒரு ஆசிரியருக்குக் கிடைத்த "இலக்கிய மரியாதை" தனக்கும் கிடைக்க வேண்டும் என்றுதான் தவிக்கிறார்."

"கிடைக்குமா?"

"இவர் தானும் அவன் மாதிரி மோசமாக எழுதுவதினால் தனக்கும் இந்த மரியாதை கிடைக்கும் என்று எதிர்பார்க்கிறார். ஆனால் மோசமான எழுத்து மாத்திரம் போதாது. அதற்கு வேறு தகுதிகள் வேண்டும். இந்தத் தகுதிகள்தான் இந்த வட்டாரம் – இலக்கிய மரியாதைகள் வழங்கும் வட்டாரம் – ஏற்றுக்கொள்ளும். அந்தத் தகுதிகள் இவரிடம் கிடையாது. ஆனால் அந்த வட்டாரம் இவருக்குக் கொஞ்சம் "பிச்சை" போடும் என்று வைத்துக்கொள்."

"கஷ்டமாக இருக்கே."

"கஷ்டப்பட வேண்டிய அவசியமில்லை. இந்த அசடுக்கு அசாத்தியமான தன்னம்பிக்கை உண்டு!"

"நீ இவரைப் பற்றி எவ்வாறு இவ்வளவு தெரிந்து வைத்திருக்கிறாய்?"

"காரணமாகத்தான். இவர் பத்திரிகையில் வேண்டுமானால் பார் என் கதைகள் தொடர்ந்து வரும்."

"எப்படி?"

"அது வியாபார ரகசியம். நான் வேறு என்ன சொல்ல விருக்கிறது."

"ஆனால் 'பெருஞ்சுட'ரில் வந்த உன் கதைகளும் அப்படி பிரமாதமாக இல்லையே."

"இருந்தால் 'பெருஞ்சுட'ரில் வந்திருக்காது. ஆனால் நீ நினைக்கிற மாதிரி இல்லை. ஒன்றிரண்டு தேறும்."

"மேலும் . . ."

"எழுதி எழுதித்தான் எழுத்து எடுக்கும். 10 எழுதினால் 1 அல்லது 2 தேறினால் அதிர்ஷ்டம். மேலும் இப்படி அடிக்கடி பத்திரிகையில் பேர் வந்துகொண்டிருந்தால் அது பின்னாடி வசதியாக இருக்கும்."

"இருந்தாலும் உன் எழுத்தை இந்த மாதிரியான ஆலோசனைகள் பாதிக்கும்."

"நவீனா, உனக்கென்ன தெரியும்? நீ என்னைப் பற்றி என்ன நினைக்கிறாய் என்று எனக்குத் தெரியும். ஆனால் அப்படி ஒன்றும் இல்லை."

"என்ன?"

"எனக்கு இருக்கிற ஆற்றலையும் இவ்வாறு செய்வதில் பாழாக ஆக்கிக் கொண்டிருக்கின்றேன் என்று நினைக்கிறாய். அது தவறு."

நினைவுப் பாதை

நாங்கள் இருவரும் நடராஜன் அறைக்குத் திரும்பினோம்.

காப்பி வந்தது. வெற்றிலை பாக்கு புகையிலை வந்தது.

நடராஜன் மறுபடியும் பேச ஆரம்பித்தான்.

"அப்படியானால் சிருஷ்டி முகூர்த்தத்திலேயே இந்த லயம் தப்பக் கூடாது என்கிறாய் இல்லையா?"

"உன்னுடைய ஞாபக சக்தி எனக்கு ஆச்சரியமாக இருக்கிறது."

"நீதான் அடிக்கடி சொல்வாயே நாவல் அல்லது எந்தப் படைப்பு இலக்கியத்தையும் படைப்பது என்பது நினைவி லிருந்து குறிப்பெடுப்பது என்று."

"நீ ஒரு துளியைக்கூட வீணாக்குவதில்லை?"

"நான்தான் உன்னிடம் சொன்னேனே நான் ஒரு வார்த்தை வியாபாரி – அதன் பரிபூர்ண அர்த்தத்தில். எல்லா வற்றையும்தான் விற்கிறோம். ஏன் வார்த்தைகளை மாத்திரம் விற்கக் கூடாது?"

"அது சரி, உன் எழுத்தில் ஒரு அப்பட்டமான சாயை இருக்கிறது – கடைத்தரமான துப்பறியும் கதைகளிலும், காதற் கதைகளிலும் காண்பதைப்போல். அதை நீ தவிர்க்க வேண்டும்."

"சமீபத்தில் எழுதினதில் கூடவா?"

"ஒருவரை."

"தவிர்க்கத்தான் செய்கிறேன். அப்படி என்னையும் மீறி வருகிறபொழுது ஒன்றும் செய்வதற்கில்லை." நடராஜன் தொடர்ந்து பேசினான்.

"அது சரி. நான் உன் நாவலை படித்துக்கொண்டிருக் கிறேன். படிக்கச் சுவையாக இருக்கிறது என்பதைத் தவிர "எல்லாம் எதற்கு" என்றுதான் எனக்கும் கேட்கத் தோன்று கிறது. ஒரு எழுத்தாளன், ஒரு கவிஞன், இன்னொரு எழுத் தாளன், யாரோ ஒரு சச்சிதானந்தம் பிள்ளை, இவர்கள் மாறி மாறி வருவதும், பேசுவதையும் தவிர வேறொன்றும் நடப்பதாகத் தெரியவில்லையே. ஒரு பாத்திரத்தைப் பார்த் தால் அந்தப் பாத்திரம்கூட நான்தானோ என்று தோன்று கிறது."

"என்ன செய்வது. பார்க்கிறோம், பேசுகிறோம், சிந்திக் கிறோம். கனவு காண்கிறோம், நாகரிகம் வளர, வளர, நாற்காலியும் அதைச் செய்த தச்சனும் ஆதியில் ஒருவனும்

ஒன்றும் பிணைந்திருந்ததைப் போல் இப்பொழுது முடியாது. ஸைமன் வீல் ...”

“யார் இந்த ஸைமன் வீல்?”

“சச்சிதானந்தம் பிள்ளையைப் போல் இன்னொரு பைத்தியம் என்று வைத்துக் கொள்.”

“சரி.”

“ஸைமன் சொன்னதுபோல் தச்சனைவிட எஞ்சினியர் மேல்; ஏனென்றால் அவனால் பிரச்னைகளைப் புரிந்துகொள்ள முடிவதால், சந்தேகங்கள் ஊடே சஞ்சரிக்கமுடியுமென்பதால். இதெல்லாம் படைப்பு இலக்கியத்திற்கும் பொருந்தும். மேலும் நீ இன்னும் என் நாவலைப் படிக்கவில்லை. ஆதலால் அதைப் பற்றி இப்பொழுதே எப்படி அபிப்பிராயம் சொல்ல முடியும்?”

“அதாவது ஸ்தூலமும் சூக்குமமும் ஒன்றிலொன்று இணையும்பொழுது மற்றொன்று தோன்றி அதன் முழு உருவதைத்தைத் தன் இயல்பில் எய்துகிறது என்கிறாய்?”

“நடராஜா, மறுபடியும் சொல்கிறேன். நீ எப்படி இருந்தால் என்ன? நீ நிச்சயம் ஒரு எழுத்தாளன்.”

“அதிருக்கட்டும் நீ அடிக்கடி சுசீலா என்ற ஒருத்தியைப் பற்றி எழுதுகிறாயே, அது யார்?”

“அறிந்துதான் ஆகவேண்டுமா?”

“சொல்லலாமென்றால் ...”

“சரி என் சங்கற்பத்தில் உருக்கொண்டவள்.”

“உண்மையாகத்தான் சொல்கிறாயா?”

“நீ இப்படிக் கேட்கும்பொழுது எனக்கு தாமஸ் சொன்னது ஞாபகம் வருகிறது. அவன் இந்த விவகாரம் ஒரு ஆழ்ந்த காதல் விஷயத்தில் ஏமாற்றத்தினால் விளைந்தது என்றும், நான் இதை இப்படி வளர்த்தினால் அது கடைசியில் ஆத்மஹத்தி போன்ற ஒரு நிலையில் என்னைச் செலுத்தி விடும் என்றும் சொன்னான்.”

“எனக்கும் அப்படித்தான் தோன்றுகிறது. நீ சொல்கிற மாதிரி இப்படி ஆதாரமில்லாத ஒன்றை (நான் இதை நம்ப வில்லை) மனம் சுற்றினால் அது கடைசியில் பிரத்யக்ஷத்தையே கண்டு மனம் குழம்பும் நிலையில் கொண்டுவிடும். பேசாமல் ஏதாவது ஒரு பெண்ணைக் கல்யாணம் செய்துகொள்.”

"ஏன் ?"

"சுசீலா பாராயணம் இருக்கட்டும்."

"அப்பட்டமாக சொல்லிவிடுகிறேன். நாம் எல்லோருமே சதையில் மாட்டிக்கொண்டு விட்டோம். அப்படி இருக்கையில் மெய்ச்சூடு, சதையின் சாமீப்யம் நமக்குத் தவிர்க்க முடியாத ஒன்று."

நான் ஒன்றும் சொல்லவில்லை. மணி 11.30. எழுந்தேன். நடராஜன் மீண்டும், "நீ நினைப்பது மாதிரி ஒன்றும் இல்லை நான்" என்று சொன்னது என் காதில் ஒலித்துக் கொண்டிருந்தது. ஸைக்கிளை உருட்டிக்கொண்டு சென்றேன். மனம் நடராஜனைச் சுற்றிச் சுழன்றது. சரி, எவ்வளவோ விஷயங்கள் தெரிந்து வைத்துக்கொண்டிருக்கின்றான். ஒரு இயல்பான திட்பமும் மென்மையும் இருக்கிறது. எழுதத் தெரியும். ஆனால் இவை மாத்திரம் போதுமா? வார்த்தை வியாபாரி. வார்த்தை எவ்வளவு முக்கியமோ அவ்வளவு முக்கியம் வியாபாரி என்று நினைக்கிறானா? ஊர் நடவடிக்கை, ஆண் – பெண் விவகாரம், இலக்கிய உலகின் நிலை எல்லாம்தான் தெரிந்து வைத்துக்கொண்டிருக்கிறான். என்னுடன் பேசுவதுமன்றி என்னையும் விமர்சிக்கிறான். என்ன சொல்ல முடியும்?

எட்டுக்கால் பூச்சிக்கு எட்டுக் கால்கள் என்றால் மனதிற்குச் சிந்தனைகள் எவ்வளவு உண்டோ அவ்வளவு கால்கள். எழுத்து, எழுத்து, எழுத்து. தனிமனிதன், குடும்பம், சமூகம் எப்படியெல்லாமோ தொடர்புகள். ஆனால் எழுதுபவன் மனோவிசாலத்தையும் திண்மையையும் பொறுத்ததுதானே எழுத்தின் சிறப்பு. அப்படித்தான் என்பதில்லை என்பான் நடராஜன். ஈசுவர சிருஷ்டியின் சிறப்பே ஒரு மனிதன்போல் இன்னொரு மனிதன் இருப்பதில்லை என்பதுதான். அப்படியானால் என் அனுமானங்களைக் கொண்டு நான் எவ்வாறு நடராஜனை எடை போட முடியும்? நான் ஒருவரையும் எடை போட்டதில்லை. ஆனால் நீ வார்த்தை வியாபாரி என்றால் எழுத்தை மாத்திரம் அன்றி ஆளையும் எடைபோட வேண்டும் என்பான் நடராஜன். ஒரு குறிப்பிட்ட நேரத்திற்காக என்பது தெளிவு. அவனும் இந்த 20ஆம் நூற்றாண்டைச் சேர்ந்தவன்தானே? ஆனால் இங்கு ஏதோ ஒன்று நெரடுகிறது என்றே தோன்றுகிறது. உண்மைதானா?

வீடு வந்துவிட்டது.

ஸைக்கிளைப் பூட்டினேன். இப்பொழுது திருடன் பயம் ஜாஸ்தி. நடராஜன் சொன்ன ஒரு சம்பவம் ஞாபகம் வருகிறது. அவன் வீட்டின் வாசலில் நடந்துகொண்டிருந்தான்.

காலை புலரவில்லை. 3.45, 4 மணி இருக்கும். ஒரு கிழவர் ஒரு குடையை வைத்துக்கொண்டு போகிறார். பின்னால் வேறு ஒருவன்; அவன் இவரிடம் சென்று குடையைத் தட்டிப் பறித்து வாங்கிக்கொண்டு ஓடிவிட்டான். இவர் குடை போய்விட்டதே என்று பிலாக்கணம் பாடிக்கொண் டிருந்தார். மெதுவாக வரத் தொடங்கிய ஆட்கூட்டம் ஒன்றும் அவர் சொன்னதை நம்பவில்லை.

அம்மா காத்திருந்தாள்.

சாப்பிட்டேன்.

பிறகு இந்த நாவலை எழுத ஆரம்பித்தேன்.

உள் விரியும் வளையங்கள்.

நேற்றுப் பிற்பகல் சிவன் ஆபீஸிற்குப் போயிருந்தேன். அவன் வரவில்லை.

அடுத்த நாள் சென்றதும் அன்றும் அவன் அங்கில்லை. கேட்டதற்கு அவன் உடல் நிலை சரியாக இல்லை என்றும் வருவதற்கு நாலைந்து நாட்கள் ஆகும் என்றும் தெரிந்தது.

அவன் வீட்டிற்குச் சென்று பார்க்க வேண்டும், பார்க்க வேண்டும் என்று நினைத்தேனே தவிர அவனைச் சென்று பார்க்கவில்லை.

முன்பு ஒரு தடவை இப்படித்தான் அவன் ஆஸ்பத்திரிக்குப் போனது ஞாபகம் வந்தது.

எக்ஸ்ரே எடுக்க வேண்டும் என்று சொன்னதின் பேரில் போயிருந்தான்.

நாங்கள் இருவரும் பேசிக்கொண்டிருந்த பொழுது (பழக்கடைக்காரன்) ஜேக்கப் கடையின் பின்புறம் மகளிர் ஹாஸ்டல் வழியாக ஒருத்தி வந்துகொண்டிருந்தாள். ஒரு மாதிரியான அழகு. கழுத்தின் கீழ் இரு பக்கமும், எடுப்பாகக் காணும் எலும்புகள். ஒடிசல் தேகம். நன்றாக – நேர்த்தியாக உடையணிந்துகொள்வாள். என்னுடன் பேசிக்கொண்டிருந்த சிவன் என்னிடம் அவளைக் காட்டி "பார்த்தாயா?" என்றான்.

"ஏன்?"

"நான் ஆஸ்பத்திரிக்குப் போன அன்று இவளும் எக்ஸ்ரே எடுப்பதற்கு வந்திருந்தாள். படம் வந்ததும் சயத்தின் ஆரம்பம் என்று தெரிந்ததும் அவள் கண்ணிலிருந்து பொல பொல வென்று கண்ணீர் கொட்டியது. பக்கத்திலுள்ளவர்கள் அவளை ஆசுவாசப்படுத்தினார்கள்.

நினைவுப் பாதை

எக்ஸ்ரே எடுத்ததில் எனக்கு ஒன்றுமில்லை. ஆனால் எனக்கு நெஞ்சில் வேதனை போகவில்லை. என்னவோ டானிக் எழுதிக் கொடுத்திருக்கிறார்கள்."

நான் ஒன்றும் சொல்லவில்லை. காக்கியும், மில்லியும் தான் காரணம். ஆனால் சச்சிதானந்தம் பிள்ளை ஞாபகம் வந்தது. "வேறொருவனைத் திருத்த ஆரம்பிப்பதற்கு முன் உன்னை நீ திருத்திக்கொள். அதுதான் நடக்கக் கூடிய காரியம்."

இப்பொழுது மறுபடியும் இவனுக்கு உடம்பு படுத்து விட்டது. இப்பொழுதும் காக்கியும், மில்லியும்தான் காரண மாக இருக்க வேண்டுமென்று உதடுகள் முணுமுணுத்தன. "ஒரு காப்பியிஸ்ட், வயோதிகத்தில் சுருண்டிருக்கும் தாய்ப் பாம்பு, கர்ப்பந்தரிக்க மாத்திரம் இசையும் முரட்டுப் பசு, அவன் பாஷையில் சொல்வதென்றால் தங்கச் செயின் அணிந்திருக்கும் – ஆனால் பித்தளை இதயம் படைத்த லீலா. எப்பொழுதும் மீசையை நைஸ் பண்ணிக்கொண்டிருக்கும் சங்கரலிங்கம், சத்திதானந்தத்தைப் பற்றிப் பிதற்றும் நான், என் சங்கற்பத்தில் கருவுயிர்த்த சுசீலா, தெருக்கள், கடைகள், நாய்கள், இப்படியாக, இப்படியாக சிவன் உலகம்." என் முன் நினைவுப் பாதை நீண்டு நெளிந்து செல்கிறது.

தாய்ப் பாம்பைப் போல்,
அரவணைத்துக் காக்கும் அரவம்,
இகல் விளைத்துப்
புகல் தந்த
இகர முதல்வி.

அதுதான் விஷயம்... புற்றுக்குள் அரவு நுழையும்; எட்டுக்கால் பூச்சிக் கவ்விப் பிடித்திருக்கும்... பாம்பின் விஷத்தை இறக்கினாலொழிய... மனிதகுலம் முழுவதையுமே ஸர்ப்ப தோஷம் பிடித்திருக்கிறது... அதுவும் சிவன்... நவீனா, வேறு விஷயங்களை விட்டுத்தள்... இந்த ஒரு விஷயத்தில் அவள் உங்கள் பாஷையில் மகா பதிவிரதையாக, தர்மபத்தினி யாகத்தான் இருந்திருக்கிறாள். ஒருவேளை லீலாவுக்கு மாப்பிள்ளை கிடைக்காவிட்டால் சிவன் காக்கியும், மில்லியும் நாடவா? எதைச் செய்ய மனம் விழைகிறதோ அதற்கு ஓராயிரம் காரணங்கள். அவுஸ்பென்ஸ்கி. எதில் நீ உன்னை யிழந்து ஈடுபடுகின்றாயோ அது உன்னை அழித்துவிடும்... பாசம் என்றால் பிணைக்கத்தானே செய்யும்... ஒன்றைச் சுட்டிக்காட்டித்தானே "அது" என்று அர்த்தப்படுத்துகிறோம் ... ஆனால் இந்த "நான்" மாத்திரம்... இங்குக் கேள்விதான் முக்கியம்... விடையன்று.

கடைசியாக சிவன் லீவிலிருந்து திரும்பி வந்துவிட்டான். அவனிடம் நான் அவனை வந்து பார்க்க விரும்பியும் இயலாமையை உணர்த்தினேன். அவன் ஒன்றும் சொல்ல வில்லை. சிறிது நேரம் கழித்து "நவீனா, யார் யாரைப் பார்த்துக் கொள்வது? இப்பொழுது அவளுக்கு உடல் முன் மாதிரி இல்லை." சிறிது நேரங்கழித்து "உனக்குத்தான் தெரியுமே; எனக்கு அது கஷ்டமாக இருக்கிறது" என்றான். என்ன சொல்வது மனிதகுலம் முழுவதையுமே சர்ப்பதோஷம் பிடித்திருக்கிறது என்று சொன்னால் அவன் சிரிப்பான். நவீனா, மனிதன் ஒரு பாம்பாட்டி என்பது உனக்குத் தெரியாவிட்டால் உனக்கு ஒன்றுமே தெரியாது. நாதன் மேலிருக்கும் நாகப்பாம்பு. ஏனிப்படி? நடராஜனைப் பற்றி எழுத வேண்டிய சந்தர்ப்பத்தில் இப்படி சிவனைப் பற்றி என்ன சிந்தனை? மறுபடியும், மறுபடியும், மறுபடியும். 400 பக்கங்கள் வார்த்தை வியாபாரி.

இந்த நகரத்தை நான் வெறுக்கின்றேனா? விரும்புகிறேனா? மொத்தையான எட்டுக்கால் பூச்சிகள், பெருங்காலட்டைகள், சாரைப்பாம்பு, எட்டடி விரியன், மூர்க்கன், மாக்கிழங்கும் மீனும், வெறுக்கின்றேன். ஆனால் சுசீலாவைப் போன்ற பெண்கள், அடியோடியைப் போன்ற புத்திஜீவிகள், எங்கிருந்தோ வந்து இங்கு தங்கும் சச்சிதானந்தம் பிள்ளை. அப்படியானால் நாவலும் கவிதையும் ஒன்றுதான்? சிருஷ்டி முகூர்த்தத்தில் லயம் தப்பாமல் இருக்க வழி யாருக்குத் தெரியும்?

நாவல் எழுதுவது கஷ்டமாகத்தான் இருக்கிறது. நினைவூர் கடந்து, நடப்பூர் நடந்து... இதற்கு மேல் என்னால் ஒரு அடி எடுத்து வைக்க முடியவில்லை. ஒரு நாவலில் ஒரு பிரச்னையைக் கிளப்பி அதற்குப் பரிகாரம் கூறலாம். அப்பொழுது அந்த விமர்சகரைப் போன்றவர்கள் "இதல்லவா நல்ல நாவல்" என்று புகழலாம். யாருக்கு இவர் புகழ் உரை வேண்டும். அல்லது கதை அலுத்துவிட்டது. மிஞ்சியது என்ன? மனிதனே மிஞ்சாத இந்நூற்றாண்டில்? வார்த்தைகள்? நடராஜனைப் பற்றி இவ்வளவு தெரியும்; இதற்குமேல் தெரிவதற்கு ஒன்றுமில்லை. ஆனால் இதிலேயே பல நழுவிக் கொண்டு போகிறது. புரிந்தும் புரியாத, தெரிந்தும் தெரியாத, ஒரு தன்மை இருப்பதாகவும் தோன்றுகிறது. அதை எப்படிக் காட்டுவது. அதுதான் பிரச்னை; கேள்வியும் அதுவே, விடையும் அதுவே. லயம் பிசகக்கூடாது என்றால்? அங்குலம் அங்குல மாகத்தான் நகரவேண்டியிருக்கிறது. மீண்டும் நினைவிலிருந்து குறிப்பெடுக்கின்றேன், அந்தக் கவிஞன் சொன்னமாதிரி; சொன்னதைச் சொன்னதைச் சொல். அன்றுதான் நான்

நடராஜன் தந்தையை முதன்முதலாகச் சந்தித்ததாக நினைவு. 60 வயதிலும் 30 வயது இளைஞன் மாதிரி இருந்தார். எதிலும் ஒரு நிதானம், உணர்ச்சிக்கு ஆளாகாத தன்மை. வைரம் பாய்ந்த தேகம். அவர் சென்றதும் நடராஜன் சொன்னான். "நவீனா இப்பொழுது போனாரே பார்த்தாயா, அவர்தான் என் தந்தையார். 30, 40 வருஷமா ஏதோ சாலையில் ஒரு முதலாளியிடம் இடுப்பொடிய வேலை செய்து கொண்டிருந்தார் – அப்படி முதலாளி – முதல் இல்லா விட்டால் எப்படி முதலாளி ஆக முடியும்? – அதிகமாகக் கொடுத்துவிடவில்லை. ஆனால் செலவெல்லாம் கழித்து என்ற மாதிரி ஒரு ஏற்பாடு. ஒரு கல்யாணம், ஒரு கருமாதி, என்றால் ஐயா தாராளமாகவே கொடுப்பார். அப்பா நாயாக உழைத்தார். நீ என்னவோ நாய் என்றால் அதுக்கு நக்கறதுதான் தொழில்னு நினைக்கிறெ. அது இந்த இருபதாம் நூற்றாண்டிலெ நாய் சுபாவத்தில் ஏற்பட்ட ஒரு மூயூப்டேஷ னாக இருக்கலாம். ஆனால் அப்ப அப்படியில்லை. முதலாளி கிட்ட பல்லை இளிக்கமாட்டார்; மறைமுகமாகச் சில்லறை சில்லறையா ஏமாத்து விஷயம் கிடையாது. அந்த மாதிரி ஒரு நாய்த்தன்மை மனிதனை உஜ்ஜீவிக்கச் செய்யும்னு எனக்குத் தோன்றது. அவர் வந்தப்றம்தான் முதலாளிக்கு வியாபாரம் அடிச்சுக் கொட்டினது. உழைப்பிலெ அப்பாவுக்கு அவ்வளவு விசுவாசம். இந்தச் சொற்பச் சம்பளத்தில் எங்க 12 பேரையும் படிக்க வைச்சு முன்னுக்குக் கொண்டு வந்திருக்கார்னாப் பார்த்துக்கோ, அதுவும் அவருக்குக் கல்லூரிப் படிப்புன்னா ஒரு தனி மதிப்பு. ஐயாவுக்குப் பிறந்ததனாலெதான் எனக்கும் இந்த உழைப்பிலெ ஒரு நம்பிக்கை. வியாபாரம்னாக்கூட அதுதான். இந்த உழைப்பிலெ ஒரு நம்பிக்கை. இந்த நாவல் எழுதறனே அதுக்கு எத்தனெ தகவல் சேகரித்தேன் தெரியுமா? அப்பாவுடெ பேசி, பாட்டி யோடெ பேசி, உன்னோடெ பேசி, ஒருவருக்கும் தெரியாம தினம் தினம் அவன் மேலே அக்ஷதையைப் போட்டுவிட்டு, வருமா வராதாங்கிற நினைப்பை விட்டு விட்டுக் கடைசியா எழுதி முடிச்சேன்னு வைச்சுக்கோ."

"அப்படின்னா நீ இன்னும் ஒரு நாவல் எழுதிட்டயா? சொல்லவில்லையே."

"இன்னம் ஆகவில்லை. முதல் எழுத்து ஆயிடுத்து. இன்னும் கால் புள்ளி, அரைப்புள்ளி, முழுப்புள்ளி எல்லாம் சரியாக்கி, கால் வாங்கற இடத்தில் காலை வாங்கி, எல்லாம் செய்யணம். பின்னாடி நீ பார்க்கணம்."

"நான் ஏன் பார்க்கணம்?"

"பார்க்கணம்."

இப்படி ஒரு பகுதி.

எதைப் பற்றித்தான் நாவல் எழுதக்கூடாது? அப்பாவைப் பற்றி எழுதலாம்; அடுத்த வீட்டுக்காரனைப் பற்றி எழுதலாம்; சமூகத்தைப் பற்றி, அரசியலைப் பற்றி, வெறும் சூன்யத்தைப் பற்றி – ஆனால் எல்லாவற்றிற்கும் அடிப்படை அதை நான் தான் எழுதி ஆகவேண்டும். எனக்காகத்தான், உனக்குப் பயன்படாது என்பதில்லை, பயன்படும். ஆனால் இந்த அடிப்படை தவறினால் வேறு ஒன்றும் வெற்றி தராது; அந்தப் "பெருஞ்சுடரின்" ஆசிரியருக்கு இது தெரியுமா?

மறுபடியும், மறுபடியும், மறுபடியும். இன்னொரு நாள்.

நடராஜன் அறை – அதாவது அவன் வீட்டில் நாங்கள் வழக்கமாகப் பேசிக்கொண்டிருக்கும் அறை.

அவன் வீட்டில் யாருமில்லை.

அவன் மனைவி ஐந்தாவது பிரசவசத்திற்குப் போயிருந் தாள் – தாய் வீட்டிற்கு. நடராஜன் சொன்னான்: கல்யாணம் ஆனபிறகு இவ்வளவு விரைவாக அடுத்தடுத்து ...

நான் ஒன்றும் சொல்லவில்லை. என்ன சொல்வதற்கிருக் கிறது?

அவன் மாமனார் வீட்டிலிருந்து – உள்ளூரில்தான் – அருகில்தான் – நாலு முக்குத் தாண்டினால் அவர் வீடு – இருந்தாலும் அங்கிருந்து வேலைக்காரப் பையன், காலை காபி, பலகாரம், மதியம் சாப்பாடு, ராத்திரியும் சாப்பாடு, பால் இப்படி வரும். சாயங்காலம் ஆபீஸிலிருந்து மனைவியைப் பார்த்துவிட்டு வருவான். நினைவு சென்ற வழி நான் செல்கிறேன்.

ஒரு "நாலு கெட்டு."

நாலு கட்டு என்பது சரியா?

அது நாலு கெட்டுதானா?

வீட்டில் இரு பகுதிகள்.

முன் பகுதி.

பின் பகுதி.

இடையில் இடைவெளி.

ஆண்கள் முன்பகுதி.

நினைவுப் பாதை

அவர்கள் உணவுகூட விசேஷமாகத்தான் இருக்கும்.

பெண்களுக்கு ஒரு மாத்திரை குறைவுதான்.

இப்படி ஒரு அபிப்பிராயம்.

வாஸ்தவம்தானா?

எதுவானால் என்ன?

நாங்கள் பேசிக்கொண்டிருக்கும்பொழுதே மனைவி வீட்டில் இருந்து ஆட்கள், ஆட்கள், ஆட்கள் வந்துபோய்க் கொண்டிருந்தனர்.

பிறகு நடராஜன் சகோதரர்கள்.

இரண்டாவது தம்பி.

மூன்றாவது தம்பி.

நான்காவது தம்பி... இப்படியாக இப்படியாக...

குடும்பமே ஒரு சமூகம்.

சமூகமே ஒரு உலகம்.

எல்லோரும் ஒருவருக்கொருவர் அண்டிக்கொடுத்த வண்ணம்.

ஒருவன்: "பெருஞ்சுடரில்" உங்கள் கதையைப் படித்தேன்.

இரண்டாவது தம்பி: "தினகரனில்"கூட உங்கள் கதை ஒன்று வந்திருக்கிறதே.

மூன்றாவது ஆள்: "அண்ணிக்கு எப்படியிருக்கிறது." கண்ணுக்குக் குளிர்ச்சியாகத்தான் இருக்கிறது. ஆனால் மனிதர்கள் ஒரே அச்சில் இருப்பதில்லை – ஒரு புள்ளி இன்னொரு புள்ளியைப் போல்...

எனக்கு அண்ணாவும் இல்லை: தம்பியும் இல்லை. நான் தனி.

சில சமயம் யாருக்கு யாருண்டு: ஒரு கேள்வி கொக்கி வளையமா எழும்.

நடராஜன் மாமனார், அவரே காரை ஓட்டிக்கொண்டு வந்தார்.

உற்சாகமான மனிதர்.

கூட ஒரு பிராமணப் பையன்; போலீஸ் இலாகாவில் அப்படி மோசமில்லாத வேலை; இவர் போகும் இடத்திற்

கெல்லாம் அவனும் பேவான். பெயர் ராமசாமி. அடி நாட்கள் அவனுக்கு உதவி செய்ததாகத் தெரிந்தது. அந்த உதவியால் அவன் முன்னுக்கு வந்தவன். அவருக்கு 55 வயதாக இருக்கும்; அவனுக்கு 25.

வந்ததும் அவர்: "ராஜா, இன்று கோரக்கர் மடத்தில் கிருஷ்ண ஜயந்தி வரயா?"

"இல்லை. நீங்களும் ராமுவும் போங்க."

"நீங்க வரேளா?"

"இன்னொரு சமயம்."

அவரும் ராமசாமியும் போய்விட்டார்கள். நடராஜன் என்னிடம் சொன்னான். "என்னவோ உன்னுடைய நாவல் பேரு நவீனன் டயரின்னு சொல்றே, ஷீட், ஸைமன் வீல் என்ற பேரெல்லாம் அடிபடறது. எதைப் பத்தி எல்லாமோ எழுதறாங்க எங்கறே. இருக்கலாம். ஆனா, நவீனா, பாரு நம்ப நினைவு இருக்கே அது ஒரு டயரி. நம்மளைச் சுத்தி வராங்களே, சாதாரணமான ஆட்கள் அவங்களைப் பத்தி உனக்கு ஒவ்வொன்னு தெரிஞ்சதுன்னா, நீ அப்புறம் புஸ்தகம் படிக்கணமாங்கற ஏற்பாடே வேணாம்; படிக்கவும் மாட்டே. ஒத்தனைப்போல ஒத்தன் இல்லெ. நாம்ப என்னவோ அது இதுன்னு படிச்சுட்டு இந்த விசயத்திலெ தப்புக் கணக்குத்தான் போடறோம்.

இப்பப் பாத்தேல்லே எங்க மாமா. கடைத் தெருலெ அவரைப் பேரைச் சொன்னாத் தெரியாது. "பெரிய செட்டியார்"ன்னாத்தான் தெரியும். அப்படிப்பட்ட மனுஷன். இப்ப நடந்த மாதிரி இருக்கு. இங்க சாலையிலெ அதிகம் இல்லெ, ஒரு அஞ்சாறு வருஷத்துக்கு முன்னெ மம்முதுன்னு ஒத்தன் இருந்தான். அப்படி உயரமில்லெ. கரிக்கறுப்பு. தொப்புள் ஒப்பியிருக்கும். அதுக்குக் கீழெ ஒரு கயிலி. கையிலெ – மணிக்கட்டின் வெளிப்புறத்தின் மேலே ஒரு ஒன்னும் உடுத்தாமப் பிறந்த மேனியா நிக்கற ஒரு பெண் உருவம் பச்சை குத்திண்டிருந்தான். கல்யாணம் கில்யாணம் கிடையாது. என்ன வேலை வேணம்னாலும் செய்வான் – ராகவனுடன் சேர்ந்து கறுப்பு விப்பான், வண்டி இழுப்பான், சாக்கடை வாருவான், எல்லாம்தான் செய்வான். உண்டைக் கண்கள், சற்று நீளமான கைகள். எனக்கு அவனைப் பார்க்கும்பொழு தெல்லாம் – பஷீர் எழுதினதுன்னுதான் நினைக்கிறேன் – ஒரு மலையாளக் கதையிலே "எட்டுக்காலி மம்மூது" எங்கற பாத்திரம் ஞாபகம் வரும். அவனுக்கு அப்பன் அம்மை பெண்டாட்டி புள்ளெ ஒத்தரும் கிடையாது. மாமாக் கடைத்

திண்ணெலெதான் சுருண்டு கிடப்பான். சாலைலெ சில சின்னத்தோதிலெ உள்ள துணிக்கடைகளிலெ கடைத் திண்ணையில் ஒரு கோடியில் ஒரு தையல்காரன் மிஷினும் வெச்சுண்டு வேலை செய்யறதைப் பார்த்திருப்பெ. அந்தக் கடையைப் பார்க்கப்பொ அந்தத் தையல் மிஷினையும் தையல்காரனையும் பிரிச்சு நம்பளாலெ பாவனை பண்ண முடியாது. அப்படித்தான் "எட்டுக்காலி விஷயமும்."

கூலி ஒண்ணும் கிடைக்காட்டா மாமா அவனுக்கு ஒன்னு ரண்டு குடுப்பார். கடைசிலெ அவன் அவர் கடைத்திண் ணெலயெ செத்துக் கிடந்தான். அவர் போலீஸுக்கு போன் பண்ணி அவன் "கருமாதி"ச் செலவெல்லாம் நடத்தினார். இதைப் போல அவரைப் பத்திக் கதைகள் பலது."

நான் ஒன்றும் சொல்லவில்லை. எழுத்தில் இது ஒரு விதம். என் பேனாவின் மைக்கறை பட்டதுமே மனிதர்கள்கூட நிழல்களாக மாறிவிடுகின்றனர். ஆனால் நடராஜன் எழுத்தில் இதை நான் கவனித்திருக்கிறேன். வேறு என்ன இருந்தாலும் இருக்காவிட்டாலும் அவனுடைய பாத்திரங்கள் நாம் கேட்டுப்பேசி, தொட்டுப் பழகும் மனிதர்களைப் போலத் தத்ரூபமாக இருக்கிறார்கள். என்றாலும் இந்த நூற்றாண்டில் வாழ்க்கையில் மனிதன் ஒரு அதிகப் பற்றாகிவிட்டான் என்கிற சமயத்தில் "பெரிய செட்டியாரை"ப் பற்றி எனக்குத் தெரிய வேண்டியதெல்லாம் தெரிந்திருக்கிறதா? இந்த இடத்தில் தான் "லயம்" சிருஷ்டி விஷயத்தில் எவ்வளவு அவசியமோ அவ்வளவு அவசியமின்மை என்றுகூடத் தெரிகிறது, சச்சி தானந்தம் பிள்ளை ஞாபகம்தான் எப்பொழுதும். "என்னவோ, நவீனா, சொல்கிறாய்; நமக்கு எவ்வளவு தெரிகிறதோ அதை விட தெரியாததுதான் அதிகம். அனுபவம் இதைத்தான் சொல்கிறது. ஆனால் அனுபவத்தை இந்த அடிப்படையில் கிடைக்கும் ஞானத்தின் பொருட்டு – நம்மால் அவ்வளவு எளிதில் உதறிவிட முடிகிறதா?" சம்பவங்கள் நிகழ்கின்றன, அவைகள் பின் நாம் செல்கிறோம். இவ்வாறு நான் சிந்திக்க, அவன் பேசிக்கொண்டிருந்தபொழுது அங்கு வேறு ஒருவன் வந்தான். அழுக்கு வேஷ்டி. கடையில் வாங்காமல் துணி வாங்கித் தைத்த பனியன். பீடி அமிதமாகக் குடிப்பதால் ஏற்படக்கூடிய கறுத்த உதடுகள். சீவி ஒழுங்காக்கப்படாத தலைமயிர். அவனை எங்கேயோ பார்த்த ஞாபகம். பிறகு "சட்"டென்று மின்னல் மாதிரி நினைவு வந்தது. பஸ்–ஸ்டாண்டில் கூலிக்காரப் பையன்களுடன் பீடி குடித்துக்கொண் டிருப்பான். அநேகமாக எல்லா ஸினிமாக்களுக்கும் தரை டிக்கட் வாங்கிக்கொண்டு வந்து விடுவான். இவன் இங்கு எங்கு வந்தான்? அவன் என்னையோ நடராஜனையோ

பார்க்காமல் நேரே வீட்டிற்குள் நுழைந்தான். போவதற்குமுன் ஒருமுறை பொடி போட்டுக்கொண்டான். போனவன் சீக்கிரமே திரும்பிவிட்டான். வந்தவன் நடராஜனிடம், "அண்ணி இல்லையா?" என்றான்.

"இல்லை" என்றான் நடராஜன்.

பிறகு வந்தவன் வந்தவாறே போய்விட்டான். இதை யெல்லாம் கவனித்துக்கொண்டிருந்த என்னிடம் நடராஜன் நடராஜா, "இவனும் என் தம்பிதான்" என்றான்.

"இவன் ஏன் இப்படியிருக்கான்?"

"சொல்கிறேன் கேள். அப்பாவைப் பத்தித்தான் உன்னிடம் சொல்லியிருக்கேனே. நாயாய் உழைப்பார். அவருக்கு ஒரு நேரமாவது சும்மா இருக்க முடியாது. பிறகு எதையும் கிரமப்படி அந்த அந்தச் சமயத்தில் செய்து பழக்கம். வீட்டு நிலைமையும் எங்களுக்கெல்லாம் அந்த வயதில்கூட மங்கலாகத் தெரியும் என்று வைத்துக்கொள். பிறகு அவருக்குப் படிக்க வசதியில்லை. தான் செய்ய முடியாததை ஆனால் தான் செய்ய விரும்பியதைத் தன் மகனாவது செய்ய வேண்டு மென்று ஒரு தீவிரமான ஆசை. இதைப் புரிந்துகொள்ள நீ ஒரு தந்தையாக இருந்தால்தான் முடியும். தன் நிறைவேறாத ஆசைகள், தன் புதல்வர் மூலம் நிறைவேற வேண்டும் என அவர் நினைத்தார். ஆனால் இவன் விஷயத்தில் எல்லாம் தலைகீழாக மாறிவிட்டது என்றுதான் சொல்லவேண்டும். படிக்கமாட்டான்; ஒழுங்காக ஒன்றைச் செய்வதில் நாட்டமில்லை. ஒரு முறை பரீட்சையில் தவறிவிட்டதனால் இவர் அடித்த அடி மிகவும் பலமாக வீழ்ந்துவிட்டது. பிறகு இவன் அவரைக் கண்டால் பயப்பட மாத்திரமில்லை, அலட்சியம் செய்யவுமாரம்பித்தான். வீட்டில் இருந்து திருடுவது, பீடி குடிப்பது, சில்லறைத் தொழில்கள் செய்வது இப்படி இப்படியாக, இஷ்டம்போல் வருவது போவது இப்படியாக, கடைசியாக ஒரு கெட்ட வியாதியையும் சம்பாதித்துக்கொண்டான். அப்பாவின் ஆசையின் குரூரத்தைத் தான் இவனிடம் என்னால் பார்க்க முடிகிறது. அப்பா நல்லவர் தான்; ஆனால் அவருடைய நல்ல தன்மையின் இந்தக் குரூர அம்சத்தைப் பார்க்கும்பொழுது? ஆனால் இதை யெல்லாம் சொல்லி?" அவன் நிறுத்தினான். அவன் தம்பி எல்லோரும் போன வழியில் போக மறுத்தவன். இவன் சினேகிதர்களுடன் இருக்கும்பொழுது இவனை மிரட்டி 5, 10 என்று வாங்கிச் சென்றுவிடுவான். இந்த வீட்டில் அவன் யார்? தம்பி? வேலைக்காரன்? ஊரறிந்த கேடி? எல்லாம்தான். என்றாலும்? ஒரொரு சமயம் அவனைப்

பார்க்கும்பொழுது அவனுக்கு அவன் அப்பாவைப் பார்க்கும் மாதிரி ஒரு பிரமை! இந்த உணர்ச்சியை எவ்வாறு பாகுபடுத்துவது?

நவீனனுக்கு இது பழைய கதைதான் என்ற உணர்ச்சி. இப்படித்தான் அவர்கள் பேசிகொண்டிருந்தனர். நடராஜன் பேசிக்கொண்டே இருந்தவன் நவீனனிடம், "ஒரு நாவலை எழுதுவது முக்கியமா அல்லது அதை எழுதிவிட்டு அதை விற்பது முக்கியமா?" என்றான்.

"இரண்டாவது பிரச்னை எழுத்தாளனைப் பற்றிய பிரச்னையே இல்லை."

"எழுத்தாளன் யாருக்காக எழுதுகிறான்?"

"தன் எழுத்தைப் படிக்க விரும்பாதவர்கள் அதைப் படிக்க வேண்டும் என்று அவன் ஒருபொழுதும் நினைக்கமாட்டான்."

"அப்படியானால் நம் பாதைகள் இங்கு பிரிகின்றன."

நான் ஒன்றும் சொல்லவில்லை.

சொல்லுவதற்கு என்ன இருக்கிறது?

நண்பர்கள் எதிரிகள் ஆவது ஒரு அனுபவம்தானே?

நண்பர்கள் என்று சொல்கிறேன்;

எதிரிகள் என்று இசைக்கின்றேன்;

எல்லாம்

வார்த்தைகள், வார்த்தைகள், வார்த்தைகள்.

அன்றி வேறென்ன?

பிரத்யட்ச அனுபவத்துடன் நேர்நின்று அதை வகைப் படுத்துவதற்கு இன்னும் நம்மால் இயலவில்லை. அனுபவம் என்பது என்னவென்று என்னையே கேட்டுக்கொள்கிறேன்.

நானும் நடராஜனும் பேசிக்கொண்டிருக்கின்றோம்.

நான்: நாவல் எவ்வளவு தூரம் போய்க்கொண்டிருக் கிறது?

நடராஜன்: ஒரு அடி முன்னேறுவது என்பது பகீரதப் பிரயத்தனம் ஆக இருக்கிறது.

நான்: ஏன்?

நடராஜன்: எழுதிக்கொண்டே இருக்கையில் ஒவ்வொரு முகமும் ஒவ்வொரு அனுபவமும் இடை மறிக்கறது.

நான்: ஏன்?

நடராஜன்: வேறென்ன? என்னைக் காட்டிக் கொடுத்து விடாதே, என்னைப் பற்றி உனக்குத் தெரிந்தது முழுவதையும் சொல்லிவிடாதே என்று, ஒவ்வொரு முகமும் ஒவ்வொரு அனுபவமும் இடை மறிக்கும்பொழுது எதைச் சொல்வது, எதைச் சொல்லாமல் விடுவது, என்பதே ஒரு பிரச்னையாகி விடுகிறது.

நான்: நீ சொல்வதைப் பார்த்தால் ஒன்று எழுதாமல் இருக்க வேண்டும் அல்லது எழுதுவதில் நாலு பேருக்கும் நல்லவனாக இருக்கிற மாதிரி எழுத வேண்டும்.

நடராஜன்: அது அப்படி முடியுமா? நாம் பழைய பிரச்னைக்கே திரும்பிவிடுகிறோம்.

நான்: அது சரி, உன் நாவல் எதைப் பற்றி?

நடராஜன்: என் நாவலை நான் எப்படி எழுதினேன் என்பதுபற்றி . . .

நான்: அதாவது நீ நாவலை எப்படி எழுதினாய் என்பது பற்றி ஒரு நாவல் . . .

நடராஜன்: அப்படியென்றால் அப்படி.

நான்: ஏன் அவ்வாறு சொல்கின்றாய்?

நடராஜன்: எனக்குத் தோன்றுகிறது. நம் இருவருக்கும் ஒருவரை ஒருவர் புரிந்துகொள்ள முடியவில்லை என்று தோன்றுகிறது.

நான்: ஏன்?

நடராஜன்: நான் ஒன்றைச் சொல்லுகையில் அதை நீ வேறு விதத்தில் அர்த்தம் செய்துகொள்கிறாய்.

நான்: அது அப்படித்தானே இருக்க முடியும்?

நடராஜன்: எனக்குப் புரியவில்லை.

நான்: வார்த்தைகள் மூலம் எதையும் சாதித்துவிடலாம் என்று நீ நம்புவதுபோல் இருக்கிறது.

நடராஜன்: நீதானே நாவல் எழுதுவதற்கு வார்த்தைகள் முக்கியம் என்றாய்?

நான்: அது சரி. ஆனால் வார்த்தைகளுக்கு முன் சிருஷ்டி.

நடராஜன்: சிருஷ்டி முகூர்த்தத்தில் லயம் தப்பக் கூடாது.

நினைவுப் பாதை

நான்: அதுதான் விஷயம். அது சரி, மறுபடியும் கேட்கிறேன். உன் நாவல் விஷயம் என்ன?

நடராஜன்: அதுதான் சொன்னேனே, என் நாவலை எப்படி எழுதினேன் என்பதுபற்றி.

நான்: இங்கு வார்த்தைகள் ஒரு பிரச்னை இல்லை என்றுதானே சொன்னாய்.

நடராஜன்: ஆமாம்.

நான்: அனுபவம்?

நடராஜன்: அதுவும் ஒரு பிரச்னை இல்லை.

நான்: பின் நாவலில் என்னதான் பிரச்னை?

நடராஜன்: நாவலை எழுதுவதுகூட ஒரு பிரச்னை இல்லை.

நான்: எனக்கு ஒரு மாதிரி புரிகிறது இதைப் பற்றிப் பிறகு பேசலாம்.

அவன் ஒன்றும் சொல்லவில்லை. நான் மறுபடியும் ஊர் சுற்ற ஆரம்பித்தேன். என் அருகில் சிவன். நடராஜன் எதைப் பற்றி எழுதியிருப்பான் என்று எனக்குத் தெரியும். எங்கள் மூவருக்கும் ஒருவருக்கு மற்றொருவரைப் பற்றி எவ்வளவு அந்நியோந்நியமாகத் தெரியுமோ, அவ்வளவு ஒருவருக்கு ஒருவரைப் பற்றி அதிகமாகத் தெரியாதோ என்று எனக்குத் தோன்றாமல் இருந்ததில்லை. சிவனுடன் பேசியதிலிருந்து அவனுடைய நாவலில் என்னையும், என்னுடைய நாவலில் அவனையும்தான் கண்டதாக ஒரு பிரமை ஏற்படுகிறது என்றான். அப்பொழுதுதான் அவன் எங்கள் இருவர் நாவல்களையும் அவன் படித்திருந்தான் என்று எனக்குத் தோன்றியது. நான் ஒன்றும் சொல்லவில்லை. நாங்கள் இருவரும் ஸ்டேஷன் அருகில் சென்றுகொண் டிருந்தோம். அன்று "பெருஞ்சுடரின்" ஆண்டு மலர் வந்திருந்தது. அதில் "பெருஞ்சுடரின்" ஆராதகர்கள் நடத்திய வருஷாந்திரச் சிறுகதைப் போட்டியும், பரிசு பெற்ற முதல் கதையும் வந்திருந்ததாக விளம்பரம்.

நான் சிவனிடம்: ஐயாயிரம் ரூபாய் பரிசு பெற்ற சிறு கதையைப் படிக்கவேண்டாமா?

சிவன்: வேண்டுமா?"

நான்: படித்துப் பார்த்தால்தான் என்னவாம்?

சிவன்: வழக்கமாக ஜனரஞ்சகமாக எழுதுபவர்கள் ஒருவருக்குக் கிடைத்திருக்கும்? படிக்கவேண்டிய அவசியமில்லை.

அதே சமயம் அங்கு நடராஜனைப் பார்த்தது எங்களுக்கு ஆச்சரியமாக இருந்தது. நான் அவனிடம் "பரிசுக் கதையைப் படித்தாயா?" என்றேன்.

"அந்த வயிற்றெரிச்சலைக் கிளப்பாதே. படித்தேன். அந்த ஏமாற்றத்திலிருந்து என்னால் இன்னும் விடுபட முடியவில்லை."

"ஏன்?"

"கதை எழுதிய விசாலாட்சி பத்மனாபனுக்குக் கதையைப் பற்றிய அரிச்சுவடி ஞானம் கூடக் கிடையாது, தவிர..."

"தவிர?"

"இதைத் தேர்தெடுத்த குழுவின் தலைவர் சு. சு. சு. என்றபொழுது முதலில் எனக்கு ஆச்சரியமாக இருந்தது."

"முதலில்."

"ஆமாம். ஆனால் சற்று நினைத்துப் பார்த்தபொழுது அவரால் என்ன செய்யமுடியும் என்றுதான் தோன்றியது."

"ஏன்?"

"மெஜாரிட்டி தீர்மானம்."

"தன் எதிர்ப்பைத் தெரிவித்திருக்கலாமே?"

"தெரிவித்தால் அடுத்த தடவை அவர் குழுவின் தலைவராக இருக்க முடியாது. மேலும்..."

"மேலும்?"

"பத்திரிகை வெளிவந்ததும் ஒரு பிரதி கிடைப்பது குதிரைக்கொம்பாக இருந்தது."

"விளம்பர யுகம்."

"அது மாத்திரமில்லை. நாமெல்லாரும் வாசகரில்லாத எழுத்தாளர்கள். இவர்கள் எழுதுவதற்கு ஒரு அமோக வரவேற்பு இருக்கிறது."

"நாம் 'எதிர்க்குரலில்' எழுதுவதற்கும் வரவேற்பு இருக்கிறது."

"$1\ 1/8$ பேர்."

“அப்படியானால் இலக்கியத்தைப் படைப்பது ஒரு சமூகப் பிரச்னையாகத் தீர்ந்துவிடுகிறது.”

“அப்படி நான் நினைக்கவில்லை.”

“நீ ஏன் அப்படி நினைக்கமாட்டேன் என்கிறாய்? என்பது தான் எனக்கு ஆச்சரியமாக இருக்கிறது. மனிதனுக்கும் சமூகத்திற்கும் உள்ள தொடர்புதான் அடிப்படையான தொடர்பு. நான் விற்பது செலவானால்தான் – அதை நாலுபேர் வாங்கிப் படித்தால்தான் எனக்குச் சமூகத்தில் ஒரு ஸ்தானம் உண்டு.”

“அதற்காகச் சமூகத்திடம் கைகட்டிச் சேவகம் புரிய நான் விரும்பவில்லை.”

“அது அப்படித்தான் என்று அர்த்தமில்லை.”

“அப்படியில்லாமல் அது வேறு விதமாக இருக்க முடியாது.”

“உனக்கே நீ என்ன பேசுகிறாய் என்று தெரியுமா என்பது எனக்குச் சந்தேகமாக இருக்கிறது.”

நடுவில் சிவன் குறிக்கிட்டான்: “அடியோடியைப் போய்ப் பார்க்கலாம், வருகிறாயா?”

நடராஜன்: “அடியோடி மாத்திரம் என்ன? ஒரு வெற்றி யடையாத கல்லூரி ஆசிரியர்தானே?”

நான்: “நீ அப்படிச் சொல்லாதே. ஒரு வெற்றி பெற்ற ஆசிரியர்தான்.”

நடராஜன்: “பின் ஒரு எடுபடாத இலக்கிய ஆசிரியன். இன்னொரு ஸ்பிளின்டர் க்ரூப்.”

நான்: அதில் தவறு ஒன்றுமில்லை. நான், எழுத்து, குழு, சங்கம் எல்லாம் எனக்காகத்தான். என் அவசியம் கழிந்ததும் நான் சென்றுவிடுகிறேன்.

நடராஜன்: என்னதான் சொன்னாலும் உனக்கு என்று ஒரு கூட்டம் வாசகர் உலகில் வரும்வரை நீ ஒரு எழுத்தாளன் இல்லை.

சிவன்: இப்படிச் சுற்றிச் சுற்றி வளைத்துப் பேசுவதில் பயனில்லை. நீ அடியோடியைப் பார்க்க வருகிறாயா?

நடராஜன்: இல்லை.

சிவன்: ஏன்?

நடராஜன்: நான் சு. சு. சு.வைச் சந்திக்கச் செல்கின்றேன்.

நான்: நம் பாதைகள் பிரிகின்றன.

நடராஜன்: அப்படிச் சொல்ல முடியாது.

அவன் சென்றான். நாங்கள் பார்த்துக்கொண்டு நின்றோம்.

நாங்கள் இருவரும் பார்க்கில் சென்று உட்கார்ந்து கொண்டோம். சிவன் பேசிக்கொண்டே இருந்தான். சில சமயம் அப்படி மனம் விட்டுப் பேசுவதைக் கேட்பதே ஒரு அனுபவம்தான். எல்லோரும் போய்விட்டார்கள். பார்க்கில் ஒரு ஈ, காக்கை இல்லை. சிவன் பேசினான், பேசினான், பேசினான். நான் ஒரு சிலையாகி அவன் பேசப் பேசக் கேட்டுக்கொண்டே இருந்தேன். "நவீனா, இப்பொழுது நான் ரெவினியூ டிபார்ட்மென்டில் இல்லை என்பது தெரியு மில்லையா? இப்பொழுது சர்வகலாசாலைக்கு அவர்கள் சொல்வது மாதிரி என்னுடைய வேலை கடன் கொடுக்கப்பட் டிருக்கிறது. என்ன கடனோ? இங்கு உள்ள இலாகாவுக்குத் தகவல்கள் சேர்க்கும் வேலை – கலைக்களஞ்சியம் தயாரிப்பது. எங்கள் அதிகாரி பழைய கால மோஸ்தர். அவரை நினைக்கும் பொழுது அவர் கார்தான் ஞாபகம் வருகிறது, பழைய ஃபோர்டு டி மாடல். ஆபீஸில் வந்துவிட்டால் வீட்டுக்குப் போகமாட்டார். வேலையும் அப்படி. கூட உள்ள ஆட்களும் அப்படி. அப்பளத்திலிருந்து பப்படம் எப்படி வந்தது, ஐன்ஸ்டீனின் சித்தாந்தம், ஒப்பாரியில் என்ன சந்தம் செயல் படுகிறது – இப்படியாகப் பலப் பல. நல்ல சம்பளம்; ராத்திரி போகும்பொழுது 10, 11 மணி ஆகும். அதற்கு முன் அவர் காரைத் தள்ளிவிடும் படலம். அவர் நல்லவர்தான். எப்பொழுதும் ஆபீஸில் – இங்கும் ஒருவன் செலவில் இன்னொருவன் – மில்லி அடிப்பது வழக்கமாகிவிட்டது. இந்த சந்தர்ப்பத்தில் தான் என் முரட்டுப் பசு முட்ட வந்தது என்று அதை அதன் வீட்டுக்கே துரத்திவிட்ட காலம். பெரியவனும் சின்னவனும் என்னை என்னவோ கொலை செய்தவன் மாதிரி பார்த்துக் கொண்டே இருந்தார்கள். அம்மாவுக்கு எதிலும் ஒரு அலுப்பு, அவளைக் கொண்டு வா, கொண்டு வா என நச்சரிப்பு, நானானா எந்த வக்கீல் கிட்டப் போகலாம்னு – ரத்துப் பண்ணிட்டா என்ன என்று. கடைசியிலே எல்லாம் பழைய இடத்திலேயே வந்து சேர்ந்தது – ஒரு நாள் போன மாதிரி வந்தா. "மச்சான்"னா கைகள் சுருண்டன. நவீனா, நான் செத்துக்கொண்டிருந்தேன். அதில்தான் எவ்வளவு சந்தோஷம். சதையின் நிர்ப்பந்தத்திலிருந்து நீ என்னதான் சொன்னாலும் என்னைப் போன்றவர்களாலும் விடுபட முடியாது. என்னவோ

நான் கவிதை எழுதுகிறேன் என்கிறாய்? அதுவும்தான் எதற்கு? இந்த நிர்ப்பந்தத்திலிருந்து விடுபடுவதற்குத்தான். அப்படி எழுதுகையிலும் நான் ஒரு பரவசத்தில் இருந்தேன். சரிதான். ஆனால் அந்த பரவசம் நீடிக்காது" என்றான். கடைசி வரையில் எனக்குச் சிவனைப் பற்றிய உண்மை தெரியாது என்றே நினைக்கிறேன், என்று சொல்லி நிறுத்தினான்.

நான்: அப்படியானால் நீயும் நடராஜனும் ஒரே பாதையில் தான் செல்கிறீர்களா?

அவன்: எப்படிச் சொல்ல முடியும்? நான் எதிர்பார்த்து ஏமாறுகிறேன். அவன் எதிர்பாராமலேயே ஏமாறுவதற்கு மறுக்கின்றான்.

நான்: எப்படி உன்னால் அவனைப் பற்றி இவ்வளவு நிச்சயமாய்ச் சொல்ல முடிகிறது?

அவன்: நான் அவன் நாவலைப் படித்துவிட்டேன்.

நான்: நாவல் வந்துவிட்டதா என்ன?

அவன்: அடுத்த வாரம் வரும்.

நான்: நாவல் எப்படி?

அவன்: நாவல் எதைப் பற்றி என்பதைவிட நமது விமர்சகர்கள் செய்வது மாதிரி நாவலின் சுருக்கத்தைச் சொல்லிவிடலாமென்று நினைக்கின்றேன். நாவல் ரவியைப் பற்றித்தான். அதைச் சுற்றி அவன் அப்பாவைப் பற்றி, தம்பிகளைப் பற்றி, மாமனாரைப் பற்றி, உன்னைப் பற்றி, என்னைப் பற்றி, தன்னைப் பற்றி, இப்படி இப்படியாக. நாவலின் ஒரு மையம் எப்படி ரகுவும் அவன் மனைவியும் ஒருவரை ஒருவர் வேற்றுமை பாவத்திலிருந்து ஒற்றுமை பாவத்திற்கு மாறுகிறார்கள் என்றும் எப்படி ரகுவின் மனைவி கூடத் தன் பெற்றோர்களைத் தன் குடும்பத்தின் சௌகரியத் திற்காகச் சுரண்ட ஆரம்பிக்கிறார்கள் என்பதும், எப்படி அதில் வரும் பாத்திரங்கள் அனைத்தும் அடிப்படையில் தோற்றம் விதமாக இருந்தாலும் அடிப்படையில் ஒரே ரீதியில் இயங்குகின்றனர் என்பதையும் காட்டியிருக்கின்றான்.

நான்: இவ்வளவும் நாவலில் இருக்கிறதா?

சிவன்: அதுதான் வேடிக்கை.

நான்: என்ன?

சிவன்: இதெல்லாம் நாவலில் இருக்கிறது.

என்றாலும் நடராஜன், நாவலின் மையம் எப்படிப் பொருளாதாரச் சக்தியில் சிக்கி மனிதன் கஷ்டப்படுகிறான்

என்பதைக் காட்டுவதுதான் நாவலின் நோக்கம் என நினைக்கிறான்.

நான்: அது அப்படி இருக்க முடியுமா என்ன?

சிவன்: எது?

நான்: படைத்தவனுக்கே தன் படைப்பைப் பற்றிச் சரிவர நிர்ணயம் செய்ய முடியாதா என்ன?

சிவன்: சொல்வதற்கில்லை. எழுதுபவன் தன்படைப்புகள் எல்லாமே முக்கியம் என்றுதான் நினைக்கிறான்.

நான்: (அவன் முடிப்பதற்குள்) போட்டோக்களின் ஓயாத நடமாட்டம்; வார்த்தைகளின் கோலாகலம். அது சரி, அவனுடைய போதத்திலே தென்படாத இந்தத் தன்மை அவன் நாவலில் எப்படி அமைந்திருக்கிறது என்று உன்னால் சொல்ல முடியுமா?

சிவன்: எழுத்துக்கும் படிப்புக்கும் அவனுக்கும் வெகு தூரம். மனிதனைத் தவிர அவன் வேறு எந்தப் புத்தகத்தையும் படித்ததில்லை. ஒரு சமயம் அவன் சொன்னது எனக்கு ஞாபகம் வருகிறது. ஒரு கட்டத்திற்குப் பிறகு தம்பதிகள் ஒருவரைப் போல் மற்றொருவர் நடை உடை பாவனைகளில் இருப்பதைக் கண்டிருக்கிறாயா என்றான்.

நான்: எல்லாம் பாவனைதானே?

சிவன்: இந்தமாதிரிக் கேள்விகள் எல்லாம் நடராஜனைப் பற்றியவரை போகாத ஊருக்கு வழி தேடுவதுபோல்.

நான்: ஆம், அது எனக்குத் தெரியும். அவன் இந்த 20ஆம் நூற்றாண்டின் குழந்தை. என்னைப் பற்றியவரை அது ஒரு அர்த்தம் இல்லாத வார்த்தைச் சேர்க்கை என்று நினைக்கிறேன்.

சிவன்: அது அப்படியானால் என்ன? மொத்தத்தில் நமக்கு இன்னுமொரு நல்ல நாவல் கிடைத்தது என்பதுதானே!

நான்: அது எப்படியாவது இருக்கட்டும்! ஒரு நாவல் போன வழி இன்னொரு நாவல் போகிறது.

சிவன்: எனக்குப் புரியவில்லை.

நான்: தனியாகப் புரியும்.

அன்று மீண்டும் நாங்கள் பிரிந்தோம். அவனிடமிருந்து விலகிய பிறகு நான் வெகு நாட்களுக்குப் பிறகு மீண்டும் நான் தனியாள் என்ற உணர்ச்சி தோன்றியது. அடுத்த

வாரம் நடராஜன் புத்தகம் "காந்தி நிலைய"த்தில் வைத்து வெளியிடப்பட்டது. அந்த விழாவிற்கு நானும் போயிருந்தேன். கடைசிப் பெஞ்சில் உட்காந்திருந்தேன். அதிகம் கூட்ட மில்லை. பேச்சும் சுமாராக இருந்தாலும், வந்த கூட்டத்தில் ஒன்றும் எடுபடவில்லை. நான் திரும்பினேன். எனக்கும் "அனுபவ சத்தியங்கள்" ஒரு பிரதிகிடைத்தது. அதற்கு சு. சு. சு. ஒரு முன்னுரை எழுதியிருந்தார். பாமர மக்கள் பொருட்டுத்தான். இலக்கியம் என்று எழுதியிருந்தாலும், அவர் அறிந்த அளவிற்குப் புத்தகத்தை இலக்கியத்தரமாகவே அறிமுகப்படுத்தியிருந்தார். நடராஜன் தன் முன்னுரையில் 20ம் நூற்றாண்டில் எப்படிப் பொருளாதாரம், பதவிமோகம், புகழாசை இவைகளெல்லாம் எவ்வாறு ஆட்சி செலுத்துகின்றன என்று எழுதியிருந்தான். எனக்குச் சச்சிதானந்தம் பிள்ளையின் ஞாபகம்தான் வந்தது. அவர் இந்தக் கட்டத்தில் சொல்லியிருப்பார்: "பிதாவே எங்களை மன்னித்துவிடு. எங்களுக்கு நாங்கள் என்ன செய்கிறோம் என்பது தெரியாது." நன்றாகவே பிரபலமான விமர்சகர்களால் "அனுபுவ சத்தியங்கள்" விமர்சனப்பட் டிருந்தது. விமர்சகர்கள் அதைப் போட்டி போட்டுக்கொண்டு வானளாவப் புகழ்ந்திருந்தார்கள். எல்லோருமே அதை ஒரு சமூக நாவலாகப் புகழ்ந்திருந்தார்கள். முன்ஜாக்கிரதை யாக ஒரு பிரசித்த ஆசிரியர் அதை முட்டாள்தனமாகக் கண்டனம் செய்ததும் அதற்குக் கூடுதல் முக்கியத்துவத்தைத் தான் அளித்தது என்று சொல்லவேண்டும். இருந்தாலும் சிவனிடமிருந்து, நடராஜனுக்குத் தன் நாவல் திருப்தி தரவில்லை என்று அறிந்தேன். அது அவன் நினைத்த அளவிற்கு விலை போகவில்லை என்பதுதான். ஒரு கட்டத்தில் அவன் சிவனிடம் சொன்னானாம்: "சிவா நவீனன் சொல்வது போல் மனிதனே ஒரு அதிகப்பற்றுத்தான்." ஆனால் எனக்கு ஒன்று நிச்சயம். மனிதன் தன்னை மீறினால் ஒழிய ஒன்றும் முடியாது என்பது என் சித்தாந்தம். ஆனால் நடராஜன் அடிப்படை, மனிதனை மீறியது ஒன்றுமில்லை என்பது. ஆனால் எதைச் சொல்லி எதைச் சொல்லாமல், எதைத் தெளிவித்து, எதை மறைத்து, எதை அழுத்தி, எதை அழுத்தாமல், எதை அப்பட்ட மாகவும், எதை மென்மையான கோடுகளாலும் வரைந்து அனுபவம் மூலம் அனுபவத்தை அழிப்பது என்று எனக்கு இன்னும் தெரியவில்லை. இருந்தாலும் நடராஜனிடமிருந்து நான் எனக்கு வேண்டியதை எடுத்துக்கொண்டேன். அதோ வருகிறான் அவன். அந்த வரை மீசை, இந்த நெட்டல் தேகம், அந்த மென்மையான முறுவல், ஏன் இப்படி என் உடல் புல்லரிக்கிறது?

4

13-4-'69-20-2-'70

என்னைப் பற்றி, சிவனைப் பற்றி, நடராஜனைப் பற்றி எழுதிவிட்டேன் என்றாலும் இது வரையிலும் எழுதியது முழுவதும் வெறும் கையெழுத்து, இனி எழுதப்போவதுதான் நிலையாக நிற்கும் – நிற்கவேண்டும் என்று ஒரு அவா.

சிவனைப் பற்றி நடராஜனைப் பற்றி ஏதாவது ஒன்றிரண்டு திட்டவட்டமாகச் சொல்லத் தெரியும். ஆனால் சுசீலாவைப் பற்றி உண்மையைச் சொல்வதென்றால் எனக்கு ஒன்றுமே தெரியாது. அதுகூடத் தவறு. அறியாத ஒன்றை அறிவதற்கு ஒரு முயற்சிகூட எடுத்துக் கொள்வதில்லை. அதுபோல்தான் இவள் விஷயத்திலும். ஆனால் உண்மையைச் சொல்வதென்றால் இவளைப் போல் வேறு ஒருவரும் என் வாழ்க்கையைப் பாதிக்கவில்லை என்றுதான் சொல்ல வேண்டும்.

நானும் தமிழை முறையாகக் கற்றவன்தான். அது இந்த இடத்தில் சௌகரியமாகத்தான் இருக்கிறது. அகத்துறையில் தலைவியின் பெயரைக் கூறக் கூடாது என்று ஒரு ஐதிகம். ரகு சொன்னமாதிரி ஐதிகங்களுக் குள்ள அழகு வேறு ஒன்றிற்கும் இல்லைதான். ஞாபகம் இருக்கிறதா? நீ ஆட்டின் உயிரைப் பெரிதாகக் கருது கிறாய். ஆனால் எனக்குச் சடங்கு, பலி என்ற ஐதிகங்கள் அதைவிடப் பன்மடங்குச் சிறப்பாக இருக்கின்றனவே என்று ஒரு கட்சி. அது எப்படியாவது போகட்டும். தலைவி பெயரைக் கூறக் கூடாது என்ற அதே தருணத்தில் நான் அடிக்கடி சுசீலாவைப் பற்றிக் குறிப்பிடுகின்றேனே

என்று ஐயம் எழக்கூடும். ஆனால் அவள் பெயர் சுசீலா இல்லை! பெயருக்கும் அது சுட்டப்படுவதற்கும் என்றுமே ஒரு பொருத்தம் இருப்பதில்லை. நமது சௌகரியத்திற்கு, இனம் பிரித்து அறிந்துகொள்வதற்கு, பெயர்களைச் சங்கேதங் களாக உபயோகப்படுத்துகிறோம். அவ்வளவுதான். ஆனால் எழுதுவதில் எனக்கு நம்பிக்கை இருக்கிறது என்பதால் எனக்குத் தெரிந்த அளவு நான் உங்களுக்கு சுசீலாவைப் பற்றிக் கூறக் கடமைப்பட்டவனாகின்றேன். இந்த 'நாட்டில்' முன்கூறியபடி அழகிய பெண்களுக்குப் பஞ்சமில்லை. என்றாலும் இந்த அழகிய பெண்கள் அனைவரையும் விட என் அகத்தை மிகவும் கவர்ந்தவள் இவள். ஏன்? ஏன்? ஏன்? என்று என்னையே கேட்டுக்கொள்கின்றேன். மீண்டும் எழுதுகிறேன். வார்த்தைகளே நீங்கள் என்னை எங்கே அழைத்துச் செல்கிறீர்கள்?

அவள் அழகாக இருக்கின்றாள்.

அதை உங்களுக்கு எப்படித் தெரிவிப்பது என்றுதான் எனக்குத் தெரியவில்லை.

ஏன் நானே நாள்கணக்காக மாதக்கணக்காக அவளுடைய மௌன ஆராதகனாகத்தான் இருந்திருக்கிறேன். அவளும் தான் என்னுடன் அதிகமாகப் பேசியதில்லை. உண்மையான அன்பு என்பது பேச்சு, ஸ்பர்சம், என்ற நிலைகளைக் கடந்த ஒன்றுதானோ என்று நான் என்னையே கேட்டுக்கொள்கிறேன். அவளைப் பார்க்கும்பொழுதெல்லாம் அவளுடன் மனம் விட்டுப் பேசி, "உன்னை நான் பார்க்கும் ஒவ்வொரு வினாடியும் என்னையே நான் புரிந்துகொள்ள முடியாமல் இருக்கிறேன்" என்றுகூட நான் சொல்ல விரும்பவில்லை.

அவனிடம் "நீ அமரத்தன்மை பெற்றவள்" என்று சொல்வதுகூட எங்கள் உறவைக் கறைப்படுத்துவதுபோல் தான் எனக்குத் தோன்றுகிறது.

நேற்றுவரை "ஈசுவர சிருஷ்டியாக" இருந்தவள் இன்று அர்த்த நாரீசுவர வடிவைப் பெற்றுவிட்டாள் என்பதை நான் அறியாதவனில்லை.

என்னையே நான் கேட்டுக்கொள்கிறேன். யார்தான் யாரை யாருடைய உடமைப் பொருளாகக் கருத முடியும்? எதிரும் புதிருமாக நாம் இருவரும் இருந்த நிலையில் நீ இருந்த நிலை வேறு; நான் இருந்த நிலை வேறு. பார்ப்பது – பார்க்கப்படுவது என்ற நிலையில்தான் ஒவ்வொரு விஷயமும் சலித்துச் செல்கிறது. ஒரு புத்தகத்தைப் படிக்கும் பொழுது வார்த்தைகளையா படிக்கின்றோம்?

படிக்கப் படிக்க வார்த்தைகள் அழிகின்றன.

பிரக்ஞையின் நிதானமான போக்கு.

வார்த்தைகள் புத்தகத்தைக் கறைப்படுத்துகின்றன என்று ஒருவரும் சொல்வதில்லை என்று கூறும் அதே தருணத்தில் அப்படியே ஒரு பிரசித்தமான கவிஞன் சொன்னதும் ஞாபகம் வருகிறது.

ஒரொரு சமயம் உன்னுடைய இயற்கையிலேயே உன் எழில் மிக்க வதனம் அன்பின் சோபையினால் பன்மடங்கு ஒளிர்வதை நான் கண்டிருக்கின்றேன். இதற்குச் சம்பிரதாய மாகக் கூறும் வியாக்கியானத்தை என்னால் ஏன் ஏற்றுக் கொள்ள முடியவில்லை?

உன்னிடம் என்றுமே அந்தமாதிரி உந்துதல் இருந்ததில்லை.

அவள் அழகாக இருக்கிறாள் என்றேன்.

அழகு என்றால் அதை நாம் எப்படி வகைப்படுத்து கிறோம் என்பதே எனக்குத் தெரியவில்லை. ஒருமுறை நண்பர்கள் இருவருக்கு அவளைக் காட்டி இவள்தான் சுசீலா என்றேன்.

இதில் விசேஷம் என்னவென்றால் அவளுக்கு அவள் தான் சுசீலா என்பது தெரியாது.

நண்பர்கள் இருவரும் எழுத்தாளர்கள்.

ஒருவர் கவிஞர்; ஒருவர் ஒரு சிறந்த சிறுகதை ஆசிரியர்.

இருவருக்கும் அழகு என்றால் என்ன என்று தெரிந்திருக்க வேண்டும்.

ஒருவர் என்னிடம் “இவளிடம் நீ எதைக் கண்டு இப்படிப் பரவசமுறுகிறாய்? இவள் என்னிடத்தில் ஒரு சலனத்தையும் எழுப்பவில்லையே” என்றார்.

மற்றவர்: “பட்டணத்தில் இருக்கும் பல பெண்களைப் போல் இவளிடம் தான் பெண் என்ற உணர்வே இல்லை போல் இருக்கிறதே” என்றார்.

ஆனால் இருவருமே என்னிடம் “இவள் அந்தமாதிரியான பெண் இல்லை” என்றார்கள்.

எனக்கு அதன் அர்த்தம் புரியவில்லை.

நான் அவளை அந்தமாதிரியான பெண்ணாகவும் கருத வில்லை.

அவளும் என்னை, எனக்கு அவளிடமிருக்கும் ஈடுபாடு தெரிந்திருந்தும், அந்த மாதிரியான மனிதனாகக் கருதவுமில்லை என்பதும் தெரியும்.

ஆனால் ஒன்று, அவர்களைப் போல் நான் அவளை அழகுடன் இணைத்துப் பார்க்காமல் இருக்க முடியவில்லை. அவள் பெண். என்றாலும் அவளிடம் சில தன்மைகள் இருந்தன. அவள் கூந்தலில் பூச்சூடுவதில்லை. ஆனால் இன்று பெண்கள் அதிகமாகப் பூச்சூடுவதை நான் அதிகமாகப் பார்த்ததில்லை.

அதிகமாக நகைகள் அணிந்தும் பார்த்ததில்லை. ஆனால் அவள் ஒருவிதத்தில் ரஸனையைத் தூண்டும் வகையில் ஆடை அணிந்துகொண்டாள் என்பதும் வாஸ்தவம்.

என்னிடம் அவள் அன்பு காட்டினாள்.

இதில்கூட ஒரு வரையறையை வைத்திருந்தாள்.

இந்த வரையறையை நான் சந்தர்ப்ப வசத்தில் மீறி விடுவேனோ என்று தடுமாறுகையில் அவளுடைய திட சித்தம் என்னை நிலையில் வைத்தது என்றுதான் சொல்ல வேண்டும். நாங்கள் இருவரும் அதிகமாகப் பேசினதே இல்லை. அப்படிப் பேசின சந்தர்ப்பங்களிலும் அவள் மறை முகமாக – நானும் அவளும் வெவ்வேறு உலகில் இருக்கிறோம் என்பதை உணர்த்தாமல் உணர்த்தினாள். இதை எப்படிச் சுட்டிக்காட்டுவது என்பது எனக்குத் தெரியவில்லை. உதாரணமாக ஒரு சம்பாஷணையைக் கொடுக்கிறேன்.

"நான் கதை, கவிதைகள் எழுதியிருக்கிறேன்."

"உண்மையாகவா?"

"ஆமாம்."

"உங்களைப் பற்றித்தான்."

"அப்படியா?"

"ஆமாம்."

"பிரசுரமாயினவா?"

"ஆமாம்."

"உங்களுக்குக் கதை கவிதை இவைகளில் ஈடுபாடு உண்டா?"

"ஈடுபாடு என்று சொல்லும் அளவுக்கு ஈடுபாடு கிடையாது."

"நீங்கள் என் கவிதைகளைப் படிப்பீர்களா?"

"கேட்டதற்கு வந்தனம். ஆனால் என்னைத் தவறாகப் புரிந்துகொள்ளாதீர்கள். உங்கள் மனதைப் புண்படுத்தவும் நான் விரும்பவில்லை ஆனால் நான் அவைகளைப் படிக்க விரும்பவில்லை."

இதைச் சொல்கையில் அவள் முகத்தில் ஒருவித பாவமும் இல்லை. அதற்குமேல் நான் ஒன்றும் சொல்லவுமில்லை.

அதற்குப் பிறகு நானும் அவளும் ஒருமுறை தனியாக இருக்கும் ஒரு சந்தர்ப்பம் ஏற்பட்டது. நாங்கள் இருவரும் தனியாக இருந்தோம். எனக்கு நிலைகொள்ளவில்லை. அவள் இருந்த பக்கம் என்னால் பார்க்க முடியவில்லை. நான் எதைக் கண்டு பயப்பட்டேன்? எனக்குத் தோன்றியது; எந்தச் சந்தர்ப் பத்தில் ஒரு மனிதன் தன்னைக் கண்டு பயப்படுகின்றானோ, அந்தச் சந்தர்ப்பத்தில் அவன் மிகவும் ஜாக்கிரதையாக இருக்கவேண்டுமென்று. நான் இருந்த இடத்தில் இருந்து கொண்டே ஒருமுறை வெற்றிலை போட்டுக்கொண்டேன். சமீபத்தில் என் உறவினர் ஒருவருக்கு இந்தப் பழக்கத்தினால் கான்ஸர் வந்ததால், டாக்டர் சொன்னதின்பேரில் நான் இந்தப் பழக்கத்தை நிறுத்தி வைத்திருந்தேன். ஆனால் இந்த மாதிரிச் சந்தர்ப்பங்களில் தடம் மாறிப் பழகுவதைவிட என்னை அழித்துக்கொள்வது எவ்வளவோ சிறந்தது என்று தோன்றியது. அவளைப் பற்றியே நினைவு ஓடியது. பலர் அவள் அழகானவள் என்றுதான் கருதினார்கள். ஓரிருவர் அவள் ஏன் இன்னும் கல்யாணம் பண்ணிக்கொள்ளவில்லை என்று கேட்டார்கள். என்றாலும் ஒருவரும் அவளிடம் மறந்தும் நிதானம் இழக்காமல்தான் பழகி வந்தார்கள். அவள் தொழிலில் திறமை உடையவள் என்பதுமாத்திரம் இதற்குக் காரணமல்ல. அவளிடம் வேறுவிதமான உறவைச் சாதாரணமாக இரண்டுங்கெட்டான் நிலையில் உள்ளவர்களால் கூடக் கற்பனைபண்ணிக்கொள்ள முடியவில்லை. இவ்வாறு யோசனை பண்ணிக்கொண்டு நான் வெற்றிலைச் சக்கையைத் துப்பிவிட்டு என் இருப்பிடத்திற்குத் திரும்பி வந்தேன். சுசீலா அவளிருந்த இடமிருந்து எழுந்தாள். இடது கையில் அவள் சாதாரணமாகக் கொண்டுவரும் ஒரு கறுப்புத் தோல் பையைக் கச்சிதமாக மார்பில் அணைத்துக்கொண்டு, வலது கையில் குடையை வைத்துக்கொண்டு என்னருகில் வந்து நின்றாள். நான் என்ன செய்கிறேன் என்பதை அறியாமலேயே எழுந்து நின்றேன். அவள் முகம் புன்னகையில் மிகவும் கவர்ச்சிகரமாக இருந்தது. சிரித்துக்கொண்டே, "ஏன் எழுந்து நிற்கிறீர்கள்?" என்று கேட்டுவிட்டு, அவள் பையைத் திறந்து வில்லியம்

கார்லாஸ் வில்லியம்ஸ் எழுதிய பேட்டர்ஸன் என்ற புத்தகத்தின் ஒரு மலிவுப் பதிப்பை எடுத்தாள். நான் அதை வெகு நாட்கள் படிக்க வேண்டுமென்று ஆவலுடன் எதிர்பார்த்துக்கொண்டிருந்த புத்தகம். அவள் என்னிடம் "இதைப் படித்திருக்கிறீர்களா?" என்று கேட்டாள். நான் என்ன பதில் சொல்வது என்று குழம்பிக்கொண்டிருக்கையில், "இது ஸ்டேட்ஸிலிருந்து ஒரு சிநேகிதி எனக்கு அனுப்பியிருக்கிறாள். நீங்கள் வேண்டுமென்றால் இதை வைத்துக்கொள்ளுங்கள்" என்றாள். நான் மீண்டும் என்ன சொன்னேன் என்ற போதமே இல்லாமல் "நான் படித்த புத்தகம்தான்" என்றேன். அவள் புத்தகத்தை மறுபடியும் பைக்குள் வைத்துக்கொண்டு போய்விட்டாள்.

அவள் கொடுத்த புத்தகத்தை நான் ஏன் நிராகரித்தேன்?

ஒருவேளை நிராகரித்து இருக்கக் கூடாதோ? அவள் ஏன் எனக்கு அந்தப் புத்தகத்தைத் தர முன்வர வேண்டும்?

சச்சிதானந்தம் பிள்ளை ஒரு முறை சொன்னது ஞாபகம் வந்தது. "கலைஞர்கள் எல்லோரும் கறுப்புத் தின்பவர்களைப் போல்தான். அவர்களுக்குப் பிறரை அறிய முடிகிறது. அவர்கள் தங்களைப் பிறராகப் பாவித்துக்கொண்டு அந்தப் பாவனையை ஒரு பிரமை என்ற அளவுக்குச் செய்துவிடுகிறார்கள். ஆனால் இதில் ஏதோ ஒரு தாத்பரியம் இருக்கலாம் என்றாலும் வீதம்தான் என்பது அவர்களுக்குப் புரிவதில்லை. அதனால் தான் கலைஞர்களாக நாம் கணக்குப் பண்ணுகிறவர்கள் எல்லோருமே நூற்றுக்குத் தொண்ணூற்றொன்பது சதமானம் மனோவியாதிக்காரர்கள்." சுசீலா எனக்கு ஏன் ஒரு புத்தகத்தைத் தரவேண்டும் என்ற கேள்வியைவிட நான் நான் படிக்காத, ஆனால் வெகு நாட்களாக ஆவலுடன் படிக்கக் காத்துக் கொண்டிருந்த புத்தகத்தைப் படித்துவிட்டதாக ஏன் அவளிடம் பொய் சொல்ல வேண்டும்? எனக்கு இந்தக் கட்டத்தைத் தாண்ட முடியாதபடி மனங்குழம்பியது. சைக்கிளை உருட்டிக்கொண்டே சென்றேன். யாரோ என்னைக் கூப்பிட்ட மாதிரி ஒரு உணர்ச்சி "நவீனா"? ஆனால் ஒருவரும் இல்லை என்பது நிதரிசனமாகவே தெரிந்தது: வெற்றிலை பாக்குக் கடையில் நின்று வெற்றிலை போட்டுக்கொண்டேன் புகையிலை புளித்ததோ என்று ஒரு தடுமாற்றம். துப்பிவிட்டு வாயைக் கழுவிவிட்டு உடனேயே மீண்டும் வெற்றிலை போட்டுக்கொண்டேன். அப்படியானால் 400 பக்கம் எழுத வேண்டியதை எப்படி எழுதி முடிக்கிறது? வீட்டிற்கு வந்தாகி விட்டது. கடிகாரத்தில் முள் 10இல் நின்றது. வழக்கம்போல் தூக்கம் வரவில்லை; 11க்கு நகர்ந்துகொண்டிருந்தது. வெற்றிலை

இரண்டு தடவை போட்டாகிவிட்டது, மறுபடியும்? பயம். மணி 12. ஸிமினான் நாவல். ஒன்று முடித்தாகிவிட்டது. இலக்கியமா, இல்லையா என்ற பிரச்னையே சில புத்தகங்களைப் பற்றிக் கிடையாது. அப்படித்தான். ராமச்சந்திரன் க.நா., சுப்ரமண்யம் க.நா., விருத்தாசலம் சொ., செல்லப்பா சி.சு., பிச்சமூர்த்தி ந. இதெல்லாம் என்ன? க.நா.ரா. ஸிமினானைப் பற்றி; இந்தப் பிரெஞ்சுக்காரர்களுக்கு வேறு எதுவும் தெரிகிறதோ இல்லையோ எழுத்தில் காரியபூர்வமான தொழில் திறமை இருக்கிறது. அதனால்தான் ஸிமினானைக் கீழே வைக்க முடியாமல் படிக்க முடிகிறது. ஒரு முறை அவள் யாருடனோ பேசிக்கொண்டிருந்தபொழுது அவள் இடது கையைப் பார்க்க நேர்ந்தது. தோள்மீது கண் சஞ்சாரம் செய்தது. ஒரு காலணா அளவுக்கு அம்மை குத்தின வடு தெரிந்தது. அதைப் பற்றியே மனம் சுற்றிச் சுற்றி வந்தது. ஏன்? இந்த நாவலில்கூட இவளைப் பற்றி எழுதும் கட்டத்தில் ஒரு அனுபவம். நோட்புக்கில்தான் எழுதுகிறேன். தினம் உபயோகிப்பது சந்தன ஸோப். மைஸூர் ஸான்டல்வுட், ராஜாராவ் நவாப் மாதிரி இருக்கிறார். அவர் நாவலில் வேதாந்தத்தை வடித்து எடுத்துவிட்டதாகச் சொல்கிறார்கள். இருக்கலாம். ஸோப் கூட்டைத் திறக்கிறேன். ஸோப்பைச் சுற்றி வைத்திருந்த வெங்காயத் தோல் போன்ற காகிதத்தை – அது வாசனை கமழ்கிறது – இந்த நோட்புக்கில் வைக்கிறேன். இது ஒரு பழக்கமாகிவிட்டது. சுசீலாவைப் பற்றி எழுதும் ஒவ்வொரு எழுத்தும் மணம் கமழ வேண்டும் என்று மனதின் துர்லபம். ஏன் இப்படி? யார் இந்தச் சுசீலா? ஏன் இவளைச் சுற்றி இப்படி மனம் வலம் வருகிறது? அவலான் எழுதிய ஸர்ப்பத்தின் வீர்யம். ஆங்கிலத்தில் *The Serpent Power.* வார்த்தைகள் வெருட்டுகின்றன. சீறிப் பாய்கின்றன. *"Some Yogis can make both the penis and testes disappear in the public arch, so that the body has the appearance of that of a woman" (p.239).*

ஆமாம், இராமகிருஷ்ணர்கூட ஒரு காலக்கட்டத்தில் தன்னைப் பெண்ணாகப் பாவித்துப் பெண்போல் ஆடை அணிந்துகொண்டு நடை உடை பாவனையில்கூடப் பெண் போல் பழகினார் என்று சொல்கிறார்கள். அண்மையில் ஒரு கவிதையிலிருந்து சில வரிகள் ஞாபகத்திற்கு வருகின்றன.

நாசத்திற்கு வழி காட்டும்
ஈசான மூலையில்
குடியிருக்கும் காளியைக்
கண்டு மையலுற்றேன்.
மீள்வதற்கு வழியுண்டோ?

விவேக சூடாமணி (?) எழுதிய சங்கரர்கூட "சௌந்தரிய லஹரி"யை எழுதவில்லையா? சுசீலாவைப் பற்றி எழுதத் தொடங்கியவன் ஏன் இதையெல்லாம் எழுத வேண்டும்? பின்? என்னைப் பற்றியவரை சுசீலா ஒரு பிரத்யட்ச அனுபவம். ஆனால் இப்படி எழுதும் அதே சந்தர்ப்பத்தில் அவள் என்னைப் பொறுத்தவரையில் ஒரு சுவப்னாவஸ்தைதானே? அவள் விஷயத்தில் கனவு – நினைவு என்ற நிலைகள் ஒன்றி லொன்று ஐக்கியப்பட்டு கனவு எது? நினைவு எது? என்ற அவஸ்தையில் கொண்டு விடுகிறது. இதற்கு விடுதலையே கிடையாதோ? எவ்வளவு நாட்கள் எவ்வளவு நேரம் மனம் விட்டு இது விஷயமாகச் சிவனுடன் பேசியிருக்கிறேன். இந்தக் காரியத்தில் சிவன் பேச்சு ஒரே ரீதியில்தான் இறங்கியது.

"இன்று சுசீலா எப்படி இருக்கிறாள்?"

"என்ன! நீகூட இப்படிப் பேச ஆரம்பித்துவிட்டாய்?"

"ஏன்?"

"உனக்குத்தான் இந்த ஆண் – பெண் விவகாரம் எல்லாம் பிடிக்காதே!"

"இல்லை. எல்லாமே அப்படித்தான்."

"அப்படியென்றால்?"

"கைக்கெட்டாததின் கவர்ச்சி."

"உனக்கென்ன தெரியும்?"

"சுசீலாவைப் பற்றியவரை தெரியும் – தெரியாது என்ற பாகுபாட்டையே நான் அடையவில்லை."

"இதெல்லாம் வார்த்தைகள்."

"பின் நீ என்னதான் சொல்கிறாய்?"

"சுசீலா பெண்தானே?"

"ஆம்."

"நீ ஆண்தானே!"

"அப்படித்தான் தோன்றுகிறது!"

சிவன் சிரித்துக்கொண்டே சொன்னான். "ஏன் தோன்று கிறது என்று சொல்கிறாய். அவள் பெண். நீ ஆண், இதுதான் விஷயம்."

"அதாவது?"

“பிரகிருதியின் சூழ்ச்சி.”

“உனக்குத் தெரியுமா சச்சிதானந்தம் பிள்ளை இது விஷயமாக நான் பேசும்பொழுது என்ன சொல்வாரென்று?”

“மறுபடியும் ஆரம்பித்துவிட்டாயா, அந்தச் சித்தாந்த சாமியின் பேச்சை. அவர்களைப் போன்றவர்களால்தான் இந்த நாடே மலினமடைந்துவிட்டது.”

“இருக்கலாம். நான் சுசீலாவின் பேச்சை எடுக்கும் பொழுதெல்லாம் அவர்,

எப்பாலுக்கும் அப்பாலாய்
விளங்கும் அத்தா!
உன்னை நான் காண்பதும்
எந்நாளோ

என்று பாட ஆரம்பித்துவிடுவார்.”

“அவர் அப்படித்தான் சொல்வார். மனிதன் மனிதனாக வாழ விரும்பச் செய்யும் முயற்சிகளையெல்லாம் அழித்துவிட்டு மயான தாண்டவம் புரிய வேண்டும் என்பது அவர் வாதம். ஆனால் உனக்குத் தெரிந்திருக்குமே. நீதான் வர்ஜினியா வுல்ஃபின் நாவல்களைப் பற்றி ஆராய்ச்சி செய்துகொண் டிருக்கிறாயே.”

“என்ன?”

“இந்த வாதத்திற்கு எதிர்நேர் கலைஞன். கலைஞனும் சிருஷ்டி விஷயத்தில் ஈடுபடுகையில் பால் வேற்றுமையிலிருந்து அகன்று நிற்கிறான். அப்பொழுது அவன் ஆணானாலும் சரி, பெண் ஆனாலும் சரி அர்த்தநாரீசுவர வடிவைப் பெறுகிறான். கலைக்குப் பொருந்துவதுதான் வாழ்க்கைக்குப் பொருந்தும். தான் இழந்த தன் பாதியைத்தான் இங்கு பிறந்த துவேஷத்தால் நாம் தேடிக்கொண்டிருக்கிறோம்.”

“எந்தப் பாதியும் எந்தப் பாதியுடனும் சேருமா?”

“ஏன்?”

“புரியவில்லை.”

“ஆணும் – பெண்ணும் மாறுபட்ட சக்திகள்தானே?”

“இல்லை, வேறுபட்ட.”

“அந்த வேறுபாட்டிலும் ஒரு மாறுபாடு உண்டு. நீ சொல்வதுபோலவே இருந்தாலும் நடைமுறையில் நாம் காண்பது எந்தப் பாதியும் எந்தப் பாதியுடனும் சேருமா என்பதுதான் விஷயம்.”

"எங்கும்?"

"எங்கும். மேலும் உனக்கு இருக்கும் கவர்ச்சி உன்னிடம் சுசீலாவுக்கு இல்லைதானே?"

"இல்லைதான்."

"அப்படியானால் அவளை அடைவதற்கு நமது முன்னோர் வகுத்தபடி பைசாச மார்க்கந்தானே உகந்தது?"

"மன்னித்துக்கொள். உன் தாம்பத்ய வாழ்க்கையும் பைசாச சகவாசம்தானே?"

"எனக்கு அவளால் இன்பம் கிடைக்கவில்லை என்று என்னால் சொல்ல முடியாது."

"இன்பம், இன்பம், இன்பம்! யாருக்கு அது வேண்டும்?"

"உன்னுடன் இனிமேல் எனக்குப் பேசத் தெரியாது."

அவன் பஸ் வந்ததும் ஏறிப் போய்விட்டான். தெரு விளக்குகள் திடீரென்று அணைந்துவிட்டன. நிர்ஜனமான ஒரு சந்து. ஸைக்கிளை உருட்டிக்கொண்டே சென்றேன். ஒரு ஒதுக்கமான மறைவிடம். இது யார்? இந்த நிசியில்? வெட்டவெளி ... மனதின் திகம்பரப் பரப்பு ... நல்ல உடல்கட்டு ... இந்தச் சதையின் நிர்ப்பந்தத்தைப் போல் ... அவளுடைய அலட்சியமான புன்னகையிலும் ஏதோ ஒரு கவர்ச்சி ... பேர் தெரியாது, ஊர் தெரியாது ... ஆதி பராசக்தி ... அந்தகாரத்தின் பிரவாகம் ... அவளுடைய அலக்ஷ்யம் ... என்னுடைய தடுமாற்றத்தைக் கண்டு உரக்கச் சிரிக்கிறாள் ... அதாவது என்னிடம் தருவதற்கு நிறைய இருக்கிறது. வேண்டுமானால் எடுத்துக்கொள் என்று சொல்வது மாதிரி ... அவள் விரல்கள் ...? அவள் கண்களில் ஆசையின் குரூரம் ... மனம் வெறுமையாக ... நான் மறுபடியும். ஸைக்கிளை எடுத்துக்கொண்டு ... அவள் ஒன்றும் சொல்ல வில்லை ... என்னைத் தடுக்கவும் இல்லை ... அந்த ஆசையின் குரூரத்தில்கூட அவள் கை என் சட்டைப்பையைத் துழாவ வில்லை ... ஸைக்கிளில் ஏறி மிதிக்கின்றேன் ... திரும்பிப் பார்த்த பொழுது அந்த இருட்டிலும் அவள் தன் ஆடையைத் திருத்திக்கொண்டு, தலைக் கூந்தலை வாரி முடித்துக்கொண்டு, நான் செல்லும் எதிர்த்திசையில் சென்று மறைவதைக் காண்கிறேன் ... அடுத்த தெருவில் புகுந்ததும் விளக்குகள் குபீரென்று எரிகின்றன ... அப்படியானால் சிவன் சொன்னது சரிதானா? அன்று அப்படி முடிந்தது. ஒவ்வொரு முறையும் அவளைப் பார்க்கும்பொழுது என்னில் ஒன்று பரவச நிலை

அடைகிறது. அவளைக் கண்டால் பயம்; கம்பனைப் படித்திருக்கின்றேன். அவளை யார் என்று நினைக்கிறாய்? கற்பின் கனலி. நிருதர் குலத்தை வேரறுக்க வந்த விஷம். ஆனால் சுசீலாவுக்கு இன்னும் கல்யாணம் ஆகவில்லையே. பாரதி ஞாபகம் வருகிறது. "சேரநாட்டு நங்கையருடன்" என்றான். இப்பொழுது அவள் எங்கிருப்பாள்? யாருடன் பேசிக்கொண்டிருப்பாள்? வாசலில் நிழல் தட்டுகிறது. தம்பி முகம் வெளுத்து வருகிறான். ராத்திரி 11 மணி. ஆஸ்பத்திரியில் பிறந்த குழந்தை உயிருக்கு ஊசலாடிக் கொண்டிருக்கிறது. என் சகோதரி, "நவீனா போ; என் கைக் குழந்தையை விட்டுவிட்டு வர முடியாது. அவன் மனைவி வீட்டிலிருந்து வந்த ஆட்கள் அங்கிருப்பார்கள், அப்பாவுக்கும் அம்மாவுக்கும் தள்ளாத வயது. காலையில் வந்துவிடலாம்." அவளுக்கு என்னைத் தெரியும். மனதில் மாத்திரம் உறவு இருந்தால் போதாது, செயலிலும் செய்கையிலும் சைகையிலும், அது வெளிப்பட வேண்டும்; ஒரு ஜமக்காளத்தையும் தலையணையையும் சைக்கிள் பின்னால் வைத்துக் கட்டுகிறேன்; ஒரு பொதி; வெற்றிலை பாக்கு புகையிலைப் பொதி; ஸிகரெட் *Malcolm Lowry*யின் *Lunar Caustic* எவ்வளவு வேண்டியிருக்கிறது மனதைச் சமனப்படுத்த. என் சகோதரி "போ, நவீனா, போ" என்றதும் நான் ஏன் சுசீலாவைப் பற்றி அந்தச் சாட்சாத் சந்தர்ப்பத்தில் நினைக்கவேண்டும். ஏன்? ஏன்? ஏன்?

இராத்திரி முழுவதும் அந்த நர்ஸிங் ஹோமில் இருந்தேன். நடுவில் நானும் தம்பியும் 12 மணி, 2 மணி என்று விட்டு விட்டுத் தெருவில் டீக்கடையில் சென்று டீ குடித்தோம். என் தம்பியின் மாமியார் தன் பிள்ளைக்குப் போர்வை கொண்டு கொடுத்தாள். அறையில் குழந்தைக்கு ஆக்ஸிஜன் கொடுத்தார்கள். கடிகாரத்தில் முள் மெதுவாக நகர்ந்து கொண்டிருந்தது. மால்கம் லௌரியின் புஸ்தகத்தை எடுத்தேன். எனக்கு மிகவும் பிடித்த புத்தகம். இரண்டு மூன்று தடவை படித்ததுதான். ஆனால் இப்பொழுது ஒரு பக்கம்கூட நகரவில்லை. காலையில் வெள்ளி முளைத்ததும் பல்லைத் துலக்கக் காத்துக்கொண்டிருக்கையில் மறுபடியும் அந்த அம்மாள் அங்கு வந்தாள். வீட்டு ஞாபகமாகக் கையை நீட்டினேன். அந்த அம்மாள் தன் கையிலிருந்த பல்பொடி பொட்டலத்தை என்னை எடுத்துக்கொள்ளச் சொன்னாள். எடுத்துக் கொண்டேன். ஹோட்டலில் சென்று ஒரு கப் காபி குடித்து விட்டு ஜமக்காளத்தையும் லௌரியையும் ஸைக்கிளின் பின் ஸீட்டில் கட்டிவிட்டு தம்பியிடம் சொல்லிக்கொண்டு கிளம்பினேன். குழந்தைக்கு மறுபடியும் ஆக்ஸிஜன் கொடுத்துக்

கொண்டிருந்தார்கள். தெருவும் நிர்ஜனமாக இருந்தது. வீடு சேர்ந்ததும் வாசலில் டாக்ஸி நின்று கொண்டிருந்ததைப் பார்த்தேன்.

உள்ளே சென்றதும் சகோதரி தந்த காபியை மறுபடியும் குடித்தேன். ஸைக்கிள் பின் ஸீட்டிலிருந்த ஜமக்காளத்தை எடுத்து அதை வைக்கவேண்டிய இடத்தில் வைத்துவிட்டு லௌரியை மேஜைமீது வைத்தேன். அதன் பச்சை அட்டையைப் பார்த்துக்கொண்டே நின்றேன். சகோதரியின் குரல் என் சிந்தனை மௌனத்தைக் குலைத்தது.

"குழந்தைக்கு எப்படியிருக்கிறது?"

"ஆக்ஸிஜன் கொடுக்கிறார்கள்."

அப்பா ஆஸ்பத்திரிக்குப் போகத் தயாரானார்.

அம்மா கட்டிலிலேயே உட்கார்ந்திருந்தாள். அப்பாவிடம் "நான் வரவேண்டுமா?" என்று கேட்டாள். சகோதரி, "அம்மா நீயும் போய்விட்டு வந்துவிடு" என்றாள்.

அவர்கள் போகக் கார் திரும்பி வந்தது. சகோதரியின் குழந்தை அழுதது. அவள் அதற்குப் பால் கொடுக்க ஃபிடிங் பாட்டிலில் பால் விட்டுக்கொண்டிருந்தாள். பாலை விட்ட பிறகு குழந்தைக்குப் பாலைக் கொடுத்துக்கொண்டிருந்தாள். அப்பாவும் அம்மாவும் திரும்பி வந்தார்கள். மறுபடியும் சகோதரி கேட்டாள் "எப்படி இருக்கிறது?" அப்பா "ஒன்றும் சொல்வதற்கில்லை" என்றார். அம்மா தனக்கு ஒன்றும் வேண்டாம் என்று சொல்லிவிட்டு படுக்கையில் சென்று படுத்துக்கொண்டாள். சகோதரி ஒரு டம்ளர் ஹார்லிக்ஸைக் கொடுத்து "அம்மா இதைக் குடி" என்றாள். அவள் குழந்தை தூங்கிக்கொண்டிருந்தது. மத்தியானம் 3 மணிக்குத் தம்பி வந்ததும் அவன் சொல்லாமலேயே எங்களுக்கு விஷயம் தெரிந்துவிட்டது.

அப்பா மாத்திரம் மயானத்திற்குத் தம்பியுடன் போனார். அவர் போகும்பொழுது சகோதரி ஒரு டவலை அவரிடம் கொடுத்துவிட்டு "அப்பா இதுவும் இருக்கட்டும்" என்றாள்.

அப்பா அதை வாங்கிக்கொண்டு போனார். அடுத்த நாள் என் தம்பி ஆபீஸிற்குப் போகவில்லை. நடந்ததை நினைத்து நினைத்துப் புலம்பிக்கொண்டிருந்தான். அவன் மனைவி கட்டிலில் அசையாமல் ஒன்றும் பேசாமல் படுத்துக் கொண்டிருந்தாள். அடுத்த நாளும் அவன் ஆபீசுக்குப் போக வில்லை. அன்றுதான் அவன் ஒரு மாதம் லீவ் எடுத்துக்கொண்

டிருப்பதாகத் தெரிந்தது. அன்று அம்மா ஏதோ நினைத்துக் கொண்ட மாதிரி என்னிடம் "நீயும் கல்யாணம் பண்ணிக் கொண்டால் இப்படித்தான் இருப்பாயா?" என்றாள்.

என் சகோதரி: "அம்மா பேசாமல் இரு" என்றாள். "சரசு, நீ பேசாமல் இரு. நவீனா, அந்த அம்மாள் (என் சகோதரனின் மாமியாரைத்தான் சொன்னாள்) கல்யாணம் ஆகி அவள் சீமந்தத்தின்பொழுது சொன்னாளாம் – பிள்ளை கொடுத்தவன் தான் பேற்றுச் செலவும் ஏற்றுக்கொள்ள வேண்டும் என்று. இப்பொழுது கருமாதிச் செலவும் வந்து சேர்ந்தது."

நான் ஒன்றும் சொல்லவில்லை.

என் சகோதரி: "அம்மா ராத்திரிக்கு என்ன சமையல்?"

அம்மா அதற்கு, "ஏதோ சமைக்கிறது சாப்பிடுவது என்று உண்டா இந்த வீட்டில். அவருக்குக் குழம்பில் கடுகு அதிகம் இல்லாவிட்டால் கோபம் வருகிறது. இவனுக்கென்றால் ஒரு கடுகுகூட கண்ணில் படக்கூடாது. என்னவோ அம்மா நீ பார்த்துச் செய்தால் சரிதான்" என்று சொல்லவும் என் சகோதரி அங்கிருந்து சென்று விட்டாள்.

கடுகு விஷயத்தில்கூட அபிப்பிராயப்பேதம். நானும் என் அறைக்குச் சென்றுவிட்டேன். சற்று நேரங்கழித்து வாசலில் ஸைக்கிள் மணி சத்தம் கேட்டது. தபால்காரன் தங்கப்பன் ஒரு புக்போஸ்டைக் கொடுத்தான்.

ஏதோ ஒரு திருமண அழைப்பு.

பார்த்ததும் என் அசிரத்தை மறைந்துவிட்டது.

அன்று மாலை "அம்மா நான் நாகர்கோவிலுக்குப் போய்விட்டு வருகிறேன் – இரண்டு வாரம் ஆகலாம்" என்றேன்.

"ஆமாம் போய்விட்டு வா. எப்பொழுதும் என்ன ஒரே இடத்தில் அடைந்துகிடப்பது" என்றாள்.

அது அவள் சுபாவம். அப்பாவுக்கு நான் ஏன் இப்படித் திடீரென்று போகிறேன் என்று கேட்க ஆவல். ஆனால் அம்மா இப்படிச் சொன்னதும் கேட்கவில்லை. சகோதரி "போய்விட்டு வந்து சொல்" என்றாள். நாகர்கோவிலில் சிநேகிதர்கள் கண்ணில் படாமல் ஒரு தனி அறையில் ஒரு ஹோட்டலில் தங்கினேன்.

ஒன்றும் செய்யவுமில்லை. இரண்டு நாள் கழித்துத் திரும்பி விட்டேன்.

"வந்தபின் சொல்" என்ற என் சகோதரியும் ஒன்றும் கேட்கவில்லை; நானும் ஒன்றும் சொல்லவில்லை.

நான் இரண்டு நாளில் திரும்பிவந்த காரணமும் எனக்குப் புரிந்துவிட்டது. நேராகக் கரண்ட் புக் ஹௌசுக்குச் சென்று "ராஜமல்லிகை" என்ற கதைத் தொகுப்பையும் (அதில் 'தகர்ந்த கனவு' என்ற கதை என் மனதைக் கவர்ந்தது.) W.B. Yeatsஇன் ஒரு கவிதைத் தொகுப்பையும் வாங்கிக்கொண்டு அந்த ரிஸப்ஷனுக்குச் சென்றேன். முதலில் அவளைக் காணவில்லை. பிறகு அவள் வந்ததும் அவளைப் பார்த்தேன். குருவாயூரில் கல்யாணம் நடந்தது என்று கேள்விப்பட்டேன். வாடின புஷ்பம் மாதிரி இருந்தாள். மிகவும் சோர்வாகவே இருந்தாள். நான் வாங்கிவந்த புஸ்தகங்களைக் கொடுத்தேன். அதில்கூட "சுசீலாவுக்கு – நவீனனிடமிருந்து" என்று ஒரு காகிதத்துண்டில் எழுதி அதை ஒவ்வொரு புஸ்தகத்திலும் பின் பண்ணி வைத்திருந்தேன். ஒருவிதமான பயம், அவள் என்னிடம், 'காப்பி சாப்பிட்டுவிட்டுப் போகலாம்' என்றாள்.

நான்: "உன் கணவரைப் பார்க்கலாமோ" என்று கேட்டேன்.

"இருங்கள். அழைத்து வருகிறேன்" என்றாள். பிறகு 10 நிமிஷம் கழித்து "காணவில்லை, சிநேகிதர் யாருடனோ வெளியில் போயிருப்பதாகத் தெரிகிறது. வருகிற ஞாயிற்றுக் கிழமை நாங்கள் இருவரும் உங்களை வீட்டில் வந்து பார்க் கிறோம்" என்றாள். ஞாயிற்றுக்கிழமை அவள் வரவில்லை; நானும் "ஏன் வரவில்லை?" என்று கேட்கவும் இல்லை.

வீட்டில் தனிமையாக இருக்கவே விரும்பினேன். மனிதனுக்கு நினைவுகள் இருக்கிறவரையில் அவன் எப்பொழுதும் தனி மனிதனாகிவிடுகிறான். வீட்டில் தனி அறையும் கிடையாது. சகோதரி மாத்திரம் எப்பொழுதாவது அறையில் வந்து என்னைப் பார்த்துவிட்டுக் கேட்க வரும் பாவனையில் கேட்காமலேயே போய்விடுவாள். அவளுக்குச் சுசீலாவைப் பற்றித் தெரியும். அம்மா ஒரு முறை என்னிடம் "ஏண்டா ஒரு மாதிரி இருக்கிறாய்?" என்று கேட்டுவிட்டுப் பேசாமல் இருந்துவிட்டாள். அப்பா ஒன்றிலும் ஈடுபடாமலே இருந்து விட்டார் – அவர் மாதிரி மாத்திரம் இருக்க முடியுமானால்?

மனம் அவளைச் சுற்றி வட்டமிட்டது. குருவாயூரில்தான் அவள் கல்யாணம் நடந்தது. அதில்கூட எனக்குப் பொருத்தம் இருந்ததாகத் தெரிந்தது. அவளை அந்த ரிசப்ஷனில் பார்த்ததும், அவளுடைய சோர்வுற்ற முகம், பறித்த புஷ்பம் மாதிரி தோன்றியது. அவள் இப்பொழுது என்ன செய்துகொண் டிருப்பாள்? அவனுடன் பேசிக்கொண்டிருக்கலாம். அவனை ஒரு முறை பார்க்கக்கூட முடியவில்லை. சாத்தன் விபூதியைத் துலாம்பரமாகப் பூசிக்கொண்டு, "பைலார்க்கஸ், பைலார்க்கஸ்,

பைத்தியக்காரன்," என்று சொன்னான். ஆனால் பைலார்க்கஸைப் போலப் பைத்தியக்காரனாக இருப்பது சாத்தனைப் போல் விபூதி பூசிக்கொள்வதைவிட எவ்வளவோ மேல். ஒன்றுமே ஓடவில்லை. சில கசப்புகள் அடியோடு மாறாது என்றுதான் தோன்றியது. "என்ன பைத்தியக்காரத்தனம்" என்று சொல்லிக் கொண்டு ஷெல்ஃபிலிருந்து ஒரு புஸ்தகத்தை – ஹெமிங்வே யின் "மூவபில் ஃபீஸ்ட்"டை எடுத்துப் புரட்டினேன். அவன் எழுதியிருந்த ஆரம்பக் குறிப்பு என் மனதைக் கவர்ந்தது. கௌமாரதசையில் பாரிஸில் இருக்கும்படியாக அதிர்ஷ்டம் படைத்தவனாயிருந்தாயானால், பின்னால் நீ எங்கு போனாலும் அது உன்னை விட்டு அகலாது: உன்னிடமேயே ஒட்டிக் கொண்டு விடுகிறது; ஏனென்றால் "பாரிஸ் உன் உடன் வரும் ஒரு விருந்து." "For Paris is a movable feast" என்பதை என் மனம் முணுமுணுத்தவண்ணமே இருந்தது. இதை என்னவென்று சொல்வது – இன்பம் என்று சொன்னால் போதுமா?

சுசீலா?

உனக்கு என்ன தெரியும்?

நீ இருக்கும் இடம் பார்க்காமல், உன்னைப் பற்றிக்கூட நினைக்காமல், கண் சலிக்க, வாய் குவிய, மனம் வியக்க, நீ இருக்கும் அதே இடத்தில் நானும் இருக்கிறேன் என்ற ஒரு உபபோதமே என்னை உன்மத்தமாக எவ்வளவு நிமிஷங்கள் யுகாந்திர காலமாகக் கற்பூரம் கரைவதைப் போல நான் இருந்திருக்கிறேன், ஆனால் காலந்தான் கற்பாந்தத் தத்துவத் தையும் சிறைப்படுத்திவிடுகிறது.

ஒரு தும்மல்.

யாரோ சொன்ன ஞாபகம்.

அடுக்களையில் சென்று ஒரு கற்பூரத்தைக் கைக் குட்டையில் முடிச்சாக்கி அதை முகர்ந்து கொண்டிருந்தேன்.

இந்த வேதனை கலந்த இன்பம்? எதன் பொருட்டு? சுசீலா ஏன் என்னை இப்படி வதைக்கிறாள்? "நெருநல் செருப்பறை கேட்டு" என்ற பாட்டுத்தான் ஞாபகம் வந்தது. இருந்தாலும் அவளுக்கு 30 வயதிற்குமேல் இருக்காது. ஆனால் என்ன நினைத்து என்ன பயன்?

இதன்பிறகு அவளை விட்டுப்பிரிய ஒரு சந்தர்ப்பம் தனியாகவே வந்து சேர்ந்தது. ராமநாதன் என்னை வலுக் கட்டாயமாக கல்கத்தாவில் நடந்த எழுத்தாளர் மகாநாட்டிற்குக்

கூட்டிப்போனார். நானும் சந்தோஷமாகவே போனேன். எனக்கு இங்கிருந்து எங்கேயாவது போய்விட்டால் போதுமென்று தோன்றியது. ஒரு புது சூழ்நிலையில் கொஞ்சநாட்கள் இருக்கவேண்டுமென்று ஒரு ஆவல்.

கல்கத்தாவில் என் சகோதரன் வீட்டில் தங்கியிருந்தேன் – அவன் இருந்தது – சமூகத்தில் மேல்தட்டைச் சேர்ந்தவன் என்பதால் – ஒரு ஃப்ளாட்டில் – குளிப்பதற்குத் தொட்டி, மேலும் கீழும் எலெக்டிரிக் விளக்குகள், ஐஸ்பெட்டி, பட்ளர், அறைக்கு அறை மின்சார விசிறிகள், இப்படி, இப்படி. அடிக்கடி பெண்கள் போன்ற ஆண்களும், ஆண்கள் போன்ற பெண்களும் வருவார்கள். ஃபோன் அடிக்கொரு தடவை சப்தித்துக்கொண்டிருக்கும். நான் புஸ்தகக்கடைதோறும் ராமநாதனுடன் சுற்றிக்கொண்டிருக்காவிட்டால் வீட்டில், கட்டிலில் படுத்துக்கொண்டிருப்பேன். அது என் சகோதரனுக்குப் பிடிக்காது. வாழக்கையில் முன்னேறுவதற்கு வேண்டிய ஊக்கம் என்னிடமில்லையென்பான். நான் எழுந்து ஒருமுறை வெற்றிலை போட்டுவிட்டுத் துப்பிவிட்டு மறுபடியும் படுத்துக் கொள்வேன். வீட்டின் வராந்தாவில் நின்று பார்த்தால் எதிர் வீட்டுப் புராதானமான கட்டிடம் தெரியும். சிதிலமாகிக்கொண் டிருந்தது. துளசி மாடம், குசினிக்காரர்கள், அங்கு வசித்திருந்த சட்டர்ஜி மகானுபாவரை – அவர் ஒரு பெரிய அரசாங்க உத்தியோகஸ்தர் என்றும் வெகு திறமைசாலி என்றும் தெரிய வந்தது. அவர் வீட்டில் பெண்களை நான் ஒரு முறைகூடப் பார்க்க முடியவில்லை. யாராவது வந்தால் சட்டர்ஜியைக் குனிந்து அவர் பாத தூசியை நெற்றியில் தரிப்பதைப் பார்த்தேன். அந்தக் காட்சியைப் பார்த்துகொண்டே நிற்பேன். சகோதரன் வந்து “நான் ஒரு பார்ட்டிக்குப் போகிறேன், நீ வரவில்லை இல்லையா?” என்பான். “இல்லை” என்று நான் திரும்பிப் பார்க்காமலேயே பதில் அளிப்பேன். அப்பொழுதெல்லாம் எனக்கும் சுசீலா ஒரு நாளாவது நெற்றியில் குங்குமம் இட்டுக்கொள்ளாமல் இருக்கமாட்டாள் என்பது நினைவிற்கு வந்தது. இப்படித்தான் ஒவ்வொன்றும். நான்தானா அல்லது ஒரு சமயம் இல்லாவிட்டால் நாமெல்லாருமே புராதன மனிதர்கள்தானா, ஒரு சமயத்தில் இல்லாவிட்டால் இன் னொரு சமயத்தில்? எலியட்டின் கவிதை ஞாபகம் வந்தது. செத்தபிறகும் கதை முடியவில்லையா?

இப்படியாகத்தான் ஒவ்வொன்றும். ராமநாதனுடன் “கண்டக்டெட் டூரில்” தாகூர் வீடு பார்க்கச் சென்றேன். அங்கு அவர் கையெழுத்துப் பிரதிகளைப் படம் போட்டு வைத்திருந்தார்கள். அவர் அடித்துத் திருத்தியதுகூடக் கலைப்

பாங்குடன் மிளிர்ந்ததைக் கூறியவுடன் ராமநாதன் இதிலிருந்து தான் அவர் சித்திரம் வரைய ஆரம்பித்தார் என்றார். மறு படியும் சுசீலா ஞாபகம் வந்தது. இதைப் படிக்கும் உங்களுக்கு இந்த அனுபவம் ஏற்பட்டிருக்குமா என்பது எனக்குத் தெரியாது. அவள் ஆங்கிலத்தில் *S* என்ற பெயர் எழுதிக் கையெழுத்துப் போட்டால், அதைப் பார்த்தால் அவளைப் பார்ப்பதுபோலவே இருக்கும் – அதே ஒயில், சாயல். ராமநாதனிடம் இதைப்பற்றி நான் ஒன்றும் சொல்லவில்லை. அவரும் சிவனைப் போல் "அவள் பெண் – நீ ஆண்" என்று சொல்லிச் சிரித்திருப்பார். ஆனால் அவரே ஒருமுறை என்னிடம் சொன்னது ஞாபகம் வந்தது. (அவர் டான்டே பக்தர்) காதல் என்பதே கவிஞர்கள் பாஷையில் ஒரு ஐதிகம்.

மீண்டும் கேட்கிறேன் "வார்த்தைகளே நீங்கள் என்னை எங்கே அழைத்துச் செல்கிறீர்கள்?" மறுபடியும் ஒரு ஞாபகம். கடைசியாகப் பரமஹம்ஸர் இருந்த இடத்திற்குப் போனோம். தட்சினேசுவரத்தைப் பார்த்தோம். அவர் தியானத்திலமர்ந்த மரத்தடியைப் பார்த்தோம். அவர் சயனக்கிருகத்திற்கு அழைத்துப் போனார்கள். இரண்டு படுக்கைகள் – ஒன்று அவரது, ஒன்று சாரதாமணியுடையது என்றாலும் பரமஹம்ஸர் தன் தாரத்துடன் உடல் உறவு கொள்ளவில்லை என்று ஞாபகம் வந்ததும் எனக்கென்னவோ செய்தது. நல்ல குளிர்ச்சியான பச்சைத் தண்ணீரில் குளித்த மாதிரி. அதன் பிறகு நான் அதிகமாகப் பேசவில்லை. வீட்டில் சென்றதும் என் சகோதரன் கூப்பிட்டுக் கேட்டான் "ஏன் ஒரு மாதிரி இருக்கிறாய்?" என்று. ஆனால் நான் ஒன்றும் சொல்லவில்லை. என்றுதான், யார்தான் ஒரேமாதிரி இருக்கிறார்கள்?

அதன் பிறகு நான் மீண்டும் ஊர் திரும்பினேன். திரும்பி யதும் ஒரு வாரம்வரை எனக்குச் சுசீலா ஞாபகமே வராதது எனக்கே ஆச்சரியமாக இருந்தது. இது முதல் தடவை இல்லை. இருந்தாற்போல் இருந்து எனக்கு அவள் ஞாபகமே வராது – பிறகு தொடர்ந்தாற்போல் பைத்தியம் பிடித்தாற்போல் அவள் நினைவின்றி வேறொன்றுமே என் போதத்தில் இருக்காது. ஏதோ ஒரு தொந்தம், பாசம் அல்லது சாபம். எதுவாயிருந்தால் என்ன? இதிலிருந்து எனக்கு விமோசனமே கிடையாது என்று தான் தோன்றியது.

நான் எழுதிக்கொண்டிருந்தேன்.

அம்மா ஒரு தூக்கம் போட்டுவிட்டு எழுந்து "என்னடா இன்னுமா தூங்காமல் இருக்கின்றாய்?" என்றுகேட்டுவிட்டு தூங்கப் போய்விட்டாள்.

அப்பா என்றும்போல் 1.30 மணிக்கு வாசல் பக்கம் சென்றவர் திரும்பித் தன் அறைக்குப் போகும்முன் என் அறைக்குவந்து கடிகாரத்தைப் பார்த்துவிட்டு "மணி ஒண்ணரை ஆகிவிட்டது" என்று சொல்லிவிட்டுப்போனார்.

நான் விடாமல் எழுதிக்கொண்டிருந்தேன். மனது சுசீலாவையே சுற்றிக்கொண்டிருந்தது:

பாயல் இரண்டு

பரமஹம்ஸர் இருந்த இடத்தில்
பாயல் இரண்டு
பரமஹம்ஸர் இல்லை
அவர் அருகில் அவள் இல்லை
அன்று போல் இன்றும்
நிழல்கள்
மௌனி எழுதிய மாதிரி
"எவற்றின் நடமாடும்
நிழல்கள் நாம்?"

உண்மையின் குரூரங் கண்டு
மனம் மடங்க
வந்த வழி திரும்பி

நடு வீதியில் நடந்து
நால்வரில் ஒருவனானேன்;

அங்குதான் என்ன?
அங்கும் அவள் இல்லை
அன்று போல் இன்றும்

என்றாலும்
பாயல் இரண்டு.

இந்தக் கவிதையை எதற்கு, எப்படி, ஏன் எழுதினேன் என்று எனக்கே தெரியவில்லை. கல்யாணமான புதிது; நான்கு நாட்கள் கழித்துப் பார்க்கக் கூடாது, பார்க்கக் கூடாது என்று மனம் மனனம் செய்துகொண்டிருந்தும் மறுபடியும் அவளைப் பார்க்க நேர்ந்தது. நேர்த்தியாகப் புடவை உடுத்திருந்தாள். அவளுடைய தீர்க்கமான விரல்கள், அடிவயிறின் அடியில் வருடியவண்ணம் இருந்ததைக் கண்டேன். அவள் முகத்தில் ஒரு வசீகரமான புன்னகை. அவள் என்ன செய்துகொண்டிருந்தாள் என்று அவளுக்கே தெரியுமா என்பது என் மனதில் உதித்தது.

ஒருவேளை சிவன் சொன்னது சரிதானா?

ராமநாதன் சிரித்ததும் சரிதானா?

இந்த நிலையே பைத்தியம் பிடித்த நிலைதானா?

மறுபடியும் நினைவு தடம் புரண்டது.

மூன்று நாட்களாக அவளைப் பார்க்கலாமா கூடாதா என்று குழம்பியிருந்த நான் கடைசியாக அவள் எதிரில் சென்று நின்றேன். அவள் புன்னகை செய்துகொண்டே "உட்காருங்கள்" என்றாள். நான் உட்காரவில்லை. அதற்கு எனக்குத் தைரியம் கிடையாது. உட்காராமலேயே "என் கதை ஒன்று பிரசுரமாயிருக்கிறது, அதை நீங்கள் படிப்பீர்களா?" என்று கேட்டேன். "கொண்டு வாருங்கள்" என்றாள். வெளியில் சென்று பையில் வைத்திருந்த பத்திரிகையை எடுத்துக்கொண்டு வந்து அவளிடம் கொடுத்துவிட்டு "நீங்கள் வைத்துக் கொள்ளுங்கள். திரும்பித் தரவேண்டாம்" என்றேன். இரண்டு நாட்கள் கழித்து மறுபடியும் அவளைப் பார்க்க நேர்ந்தது. அவள் தானாகவே நான் இருக்குமிடம் வந்து "நீங்கள்தானா சகதேவன்?" என்று கேட்டாள். எந்த சகதேவன்? என்று கேட்க ஆரம்பித்தவன் சுதாரித்துக்கொண்டு, "ஆமாம் அது என் புனைபெயர்" என்றேன். அவள் போய்விட்டாள். அவள் போனவிதம் எனக்கு ராமநாதனை ஞாபகப்படுத்தியது. எழுத்து விஷயத்தில் அவர் எனக்கு ஒரு வழிகாட்டிமாதிரி.

ஏதாவது எழுதினால் அவரிடம் காட்டுவேன். அவர் நான் எழுதியதைப் படித்துவிட்டு ஒன்றும் சொல்லாமல் திருப்பிக்கொடுத்துவிடுவார். நானும் வாய்திறந்து உங்கள் அபிப்பிராயம் என்ன என்று கேட்கமாட்டேன்.

வருஷங்கள் கழிந்தபிறகு என்வழியை தெரிந்தோ, தெரியாமலோ, பலிக்குமா பலிக்காதா என்ற ஒரு போத மில்லாமல், சுசீலாவைப் பின்பற்றிய மாதிரி, என் வழியை நானே வகுத்துக்கொண்ட பிறகும் அவர் என் எழுத்தைப் படித்தாரா படிக்கவில்லையா என்று நான் கேட்பதையே விட்டபிறகு, அவர் என் எழுத்தை என்றாவது படித்ததைப் பற்றி என்றாவது நாலு வார்த்தைளில் "நீ எழுதிய அந்தக் கதை எனக்குப் பிடித்தது" என்று சொல்லி விட்டு வேறு பேச்சிற்கு நகர்ந்துவிடுவார். ஆனால் நடுநடுவில் எனக்கு அவர் எழுதியதில் அது பிடித்தது, இது பிடிக்கவில்லை, என்று விமர்சனம் எழுதிவந்தேன். அவர் இவைகளைப் படித்தாரா என்பதுகூடத் தெரியாது. ஒருமுறை "உனக்குத் தான் நான் எழுதுவது பிடிக்கவில்லையே" என்று சொல்லி விட்டு நகர்ந்துவிடுவார். வேறொரு சமயம் "அன்று எது பொருத்தமற்றதாகத் தோன்றியதோ, இன்று அது உனக்குப் பொருத்தமாகத் தோன்றுகிறது" என்று சொல்லிவிட்டு நகர்ந்து விடுவார். "இன்று என் அனுபவ முதிர்ச்சி" என்றால் அதையும்

அவர் கேட்காத மாதிரியே வேறு இலக்கியத்தைப் பற்றியும் தத்துவத்தைப் பற்றியும் பேசுவார். இன்று நான் ராமநாதன் மூலம் சுசீலாவை அறிந்து கொண்டிருக்கிறேன். யார் இந்த சுசீலா? ஏன் இந்த அவஸ்தை?

ஆசை என்பதே ஆசை என்று வரையறுக்கத் தெரியாத ஒரு நிலையில்தான் நான் தமிழைச் சிறப்புப் பாடமாக எடுத்துப் படித்தது. அதுவும் இப்பொழுது நல்லதுதான் என்று தோன்று கிறது. பிறகுதான் ஆசையை ஆசையென்று இனங் கண்டு பிடித்த பின்னர் ஆங்கிலத்தைச் சிறப்புப் பாடமாக எடுத்துப் படித்தது. நமது அனுபவங்கள் எல்லாமே ஏதோ ஒரு சந்தர்ப்பத்தில் சந்திக்கின்றன. அப்பொழுதுதான் எழுத்துப் பிறக்கிறது என்று நினைக்கிறேன்.

> அணங்குகொல் ஆய்மயில் கொல்லோ கனங்குழை
> மாதர்கொல் மாலுமென் னெஞ்சு.

நினைவின் ஓயாத ஓட்டம். தில்லையம்பதி. அண்ட கோளங் களின் நடுமையத்தில் கூத்தன் நடனம் புரிகிறான் என்று யாரோ சொன்ன ஞாபகம். அவன் காலடியில், சாத்தன் பாடல் மீண்டும் மீண்டும் ஞாபகம் வருகிறது. சொ.வி., நான் உன்னை மனமார வாழ்த்துகிறேன். "மனிதப் பிறவியும் வேண்டுமே" என்றதற்கு, ஒரு சூழ்நிலையைச் சிருஷ்டித்து, அதில் ஒரு ஆதர்சத்தைப் பிரதிஷ்டை செய்து, எத்தகைய அர்த்தத்தைக் கொடுத்துவிட்டாய். அந்த ஊரில் தன்னை வந்து கண்டு தன்னுடன் ஓரிரு நாட்கள் தங்க வேண்டும் – தமிழிலேயே சிந்தை செல்லா சேணெடுந்தூரம் செல்லும் அனுபவ எல்லைக்கோட்டிற்குத் தன் கதைகள் மூலம் அழைத்துச் சென்ற கதை எழுதியவரின் (சாதாரண வாசகர் களுக்கு இப்படி ஒரு எழுத்தாளர் இருக்கிறார் என்பதுகூடத் தெரியாது. அவர்களைப் பற்றியவரை அவர் எழுத்து "செத்தே பிறந்த குழந்தை" மாதிரி) வீட்டில்தான் ஓரிரு நாட்கள் தங்க நேர்ந்தது. என்னுடன் கூட, கொஞ்ச நாட்கள், சோடாவைக் கள்ளாக்கிக் குடித்தும், பஞ்சை – பனாதிகளுடன் தோள் சேர்ந்து நடந்த ஒரு சாமியாருடன் காலங்கழித்து நடந்தவரும் "வாழ்வின் குரூரத்தைப் பற்றி உனக்கு என்ன தெரியும் நவீனா?" என்று கேட்டவருமான ஒரு உத்தம எழுத்தாளரும் வந்திருந்தார். நடுராத்திரியில்தான் நல்லசிவன்பிள்ளை – முதலில் குறிப்பிட்ட ஆசிரியர் – வீட்டிற்குச் சென்றிருந்தோம். அந்தப் பாதி ராத்திரியிலும் அவர் பஸ் ஸ்டான்டிற்கு வந்திருந்தார். அவர் பேச ஆரம்பித்ததும் நானும் ஜெய ராமனும் – இரண்டாவதாகக் குறிப்பிட்ட எழுத்தாளர் – எங்கள் தலை திரிந்து சுழன்றுகொண்டிருப்பதாக ஒரு

உணர்ச்சி வயப்பட்டோம். ஆனால் அவர் நிறுத்தினபாடில்லை. அவர் கதைகளைப் பற்றித்தான் பேச்சு. எல்லாவற்றிற்கும் அடிப்படை – கேட்பது, காண்பது, ருசிப்பது, உணர்வது, சிந்திப்பது, செயல்புரிவது – எல்லாவற்றையும் உள்நோக்கி ஊடுருவிச் சென்றால் சூன்யமாக விரிவதையும் இந்த மசான அனுபவத்தையும் தாண்டிச் செல்லும் நிலையில்... இங்கு அவர் நிறுத்திவிட்டார். அவர் எங்கள் இருவரையும் ஒரு நிர்ஜனமான தெருவில் சிதலமாகிக்கொண்டிருந்த ஒரு பழைய வீட்டில் தங்கச்செய்துவிட்டுப் போகும்பொழுது மணி மூன்று. அடுத்த நாள் ஐயராமன் என்னிடம் "நான் போய்வருகிறேன்" என்றார். நான் அவரிடம் "அவர் ஏன் இப்படிப் பேசுகிறார்?" என்றேன். அதற்கு அவர் "நவீனா, மறுபடியும் நான் சொல்கிறேன். உனக்கு வாழ்வின் குரூரத்தைப் பற்றி ஒன்றும் தெரியாது!" என்று சொல்லிவிட்டுப் போனார்.

அடுத்த நாள் இரவு எனக்கு அந்த வீட்டில் இருப்பதற்கே பயமாயிருந்தது. சுவரில் ஒரு எட்டுக்கால் பூச்சி, எட்டுக்கால் பூச்சி என்றால் எனக்குப் பயம். அதை அடித்துத் துரத்தினேன். எங்கேயோ ஒரு எலி நெல்லைக் கொறித்துக்கொண்டிருந்தது. தெருவிலிருந்து மூத்திர வாடை. ஒரு சிகரெட்டை எடுத்துப் பற்றவைத்தேன். மணி ஒன்று இருக்கும் அவர் மறுபடியும் வந்தார். மறுபடியும் பேச ஆரம்பித்தார். அவர் அடுத்தபடி யாகக் கேட்ட கேள்வி எனக்கு ஆச்சரியத்தை அளித்தது.

"நவீனா, நீ எப்பொழுதாவது பரத்தை வீட்டிற்குப் போயிருக்கிறாயா?" என்று கேட்டார். நான் ஒன்றும் சொல்ல வில்லை. ராமநாதன் ஒரு முறை அப்படித் தனியாக ஒரு வர்க்கம் இப்பொழுது இல்லை என்று கூறியது ஞாபகம் வந்தது. ஆனால் அவர் என் பதிலுக்குக் காத்திருக்கவில்லை. "நவீனா நான் போயிருக்கிறேன். சிநேகிதர்களுடன். அவர்கள் உள்ளே செல்வார்கள். நான் கூடத்தில் உட்கார்ந்துகொண் டிருப்பேன். எனக்கே ஏன் என்று தெரியாது. ஆனால் என் தேகம் மாத்திரம் சுத்தமாக இருந்தது. ஏன் காயம் என்று சொல்லவேண்டும். மனம் கூடத்தான்" என்றார். "நீ என்னவோ எழுதுகிறேன் என்கிறாய். உனக்கு ஒன்றுமே தெரியாதுபோ லிருக்கிறதே" என்றார். நாங்கள் பேசிக்கொண்டிருக்கும் பொழுதே யாரோ "ஐயா" என்று கூப்பிட்டது கேட்டது. அவர் போய் பார்த்துவிட்டு வந்தவர், "நான் இப்பொழுது பேசிக்கொண்டிருந்தேனே அந்தத் தாசிதான் இவள். இங்கு என்றுமில்லாதபடி விளக்கெரிகிறதே என்ன விஷயம் என்று கேட்டுவிட்டுப் போனாள்" என்றார். நான் வாசலில் சென்று பார்த்தேன். படுகிழம். ஸ்தூலமான சரீரம், வற்றிய மார்பகங்கள்.

எனக்கு மணிமேகலையில் ஒரு பகுதி ஞாபகம் வந்தது. "மணிமேகலை" கவிதை இல்லை என்கிறார்கள். "சிலப்பதி காரத்"தில் ஒரு கவிதை இருக்கிறது என்றால் "மணிமேகலை" யிலும் ஒரு கவிதை இருக்கிறது என்றுதான் தோன்றியது. ஆனால் நல்லசிவன்பிள்ளை பேச்சை நிறுத்தவில்லை. அவர் மறுபடியும், "நவீனா நீ கஞ்சா குடித்திருக்கிறாயா? அபின் தின்றிருக்கிறாயா?" என்றார்.

நான் ஒன்றும் சொல்லாமல் தலையை அசைத்தேன். அவர் "அப்பொழுது கல்யாணமான புதிசு, இருந்தாலும் என்ன? பட்டணத்திலிருந்து யாராவது வந்துகொண்டே யிருப்பார்கள். ராத்திரி முழுவதும் அவர்களுடன் – நாள் கணக்காகச் சுற்றிக்கொண்டிருப்பேன். அப்பொழுதுதான் அபினிப் பழக்கம். அதுவும் பூவன் பழத்துடன் சாப்பிட்டால், நீ பேசுவதை யாரோ வேறு ஆள் கிணற்றின் அடியிலிருந்து பேசுவதுபோல், நீ பேசுவதை வேறு யாரோ பேசுவதை நீ செவிசாய்த்துக் கேட்பதுபோல், தூரத்திலிருப்பது வெகு சமீபமாகவும், சமீபத்திலிருப்பது வெகு தூரத்திலிருப்பதாகவும் எல்லாம் தாறுமாறாக... ஆனால் இந்த பழக்கமும் நீடிக்க வில்லை." அவர் போய்விட்டார். எனக்குப் பயமாகவே இருந்தது. அந்தக் கிழத்தாசி மறுபடியும் கதவைத் தட்டினால்? திடீ ரென்று சுசீலா ஞாபகம் வந்தது.

சுசீலா!

நீ ஏன் என்னை

இப்படி வதைக்கின்றாய்?

மணி 1.45. வாய் தானாகவே திருமந்திரப் பாடல்களை முணுமுணுத்தன. ஒரு வேளை அபின்?

திகைக்கின்ற சிந்தையுள் சிங்கங்கள் மூன்று
நகைக்கின்ற நஞ்சுள் நரிக்குட்டி நான்கு
வதைக்கின்ற நெஞ்சினுள் ஆனைக்கன் றைந்து
பகைக்கின்ற நெஞ்சுக்குப் பாலிரண் டாமே.

வழுதலை வித்திடப் பாகல் முளைத்தது
புழுதிதை தூண்டினேன் பூசணி பூத்தது
தொழுது கொண்டோடினார் தோட்டக் குடிகள்
முழுதும் பழுத்தது வாழைக் கனியே.

ஏற்றம் இரண்டுள ஏழு துகவுள
மூத்தான் இறைக்க இளையான் படுத்தநீர்
பாத்தியிற் பாயாது பாழ்ப்பாய்ந்து போயிடிற்
கூத்தி வளர்த்ததோர் கோழிப் புள்ளாகுமே.

பிண்டாலம் வித்தில் எழுந்த பெருமுளைக்
குண்டாலங் காயத்துக் குதிரை பழுத்தது
உண்டனர் உண்டார் உணர்விலா மூடர்கள்
பிண்டத்துட் பட்டு பிணங்குகின் றார்களே.

மனமாயை மாயைஇம் மாயை மயக்க
மனமாயை தான்மாய மற்றொன்று மில்லை
பினைமாய் வதில்லை பிதற்றவும் வேண்டா
தணையாய்ந் திருப்பது தத்துவந் தானே.

அடுத்த நாள் கிழக்கு வெளுத்ததும் நான் இரயிலேறி ஊர் திரும்பினேன். ஸ்டேஷனுக்கு என்னை வழியனுப்ப நல்லசிவன் பிள்ளை வந்திருந்தார்.

மறுபடியும் என் பழைய அறைக்குள் புகுந்துவிட்டேன். சுசீலாவைப் பற்றி எப்படி எழுதி எப்படி உங்களுக்குப் புரியவைப்பது என்றுதான் தெரியவில்லை. தெரியவில்லை என்பதால் தெரியாமலேயே இருந்துவிடும் என்பதோ, முடிய வில்லை என்பதால் முடியாதே போய்விடும் என்பதோ எழுத்தைப் பற்றி சரியில்லை. அம்மா சொல்லிக் கேட்டிருக் கிறேன்– ஒவ்வொரு பிரசவ வேதனையும் மரண வேதனை யாகத்தான் இருக்கிறது என்று. வாசகா நீ என்னை மன்னித்து விடு. அதுகூட அவசியமில்லை. ஏனென்றால் நமக்குத் தெரிந்த பாஷையில், இது பிரசுரமாவதே குதிரைக் கொம்பு; அப்படியே பிரசுரமானாலும் நீ இதைப் படிப்பது என்பது அதனினும் – அதனினும் அரிது! அப்படியானால் நினைவின் வரிசைக்கு, கடிகார – கால – ஒழுங்கிற்கும் என்ன பொதுத் தன்மை. வார்த்தைகள் செல்கிற வேகத்தில் அவைகளின் பின்னால் ஓடுகிறேன்; ஒவ்வொரு எழுத்தாளனும் போல் நானும் எழுதி, எழுதி, எழுதித்தான் எழுதக் கற்றுக்கொள்கிறேன். இந்தச் சுசீலா என்ற தத்துவத்திலிருந்து என்னால் விடுபடவே முடியாது போலத்தான் இருக்கிறது. அவளுக்கு மணமான பிறகு அவளை ஒரு வாரமாகப் பார்க்க முடியவில்லை. கோவிலுக்கு வழக்கமாகப் போகிறவர்களுக்கு எப்படி ஒரு நாள் போகாது இருந்தால் ஒருமாதிரி இருக்குமோ எனக்கும் அப்படித்தான். எனக்கு என்னவோ மாதிரி இருந்தது; அவளைப் பார்க்காத நாளையெல்லாம் நான் பிறவாத நாளாகவே கருதினேன். அவளுக்குக் குருவாயூரில் கல்யாணமானது, அவள் முகம் சோர்வுற்றிருந்தது, வாடின புஷ்பம் மாதிரி இருந்தது, அன்று என்ன செய்கிறோம் என்று அறியாமலேயே அடிவயிற்றில் தடவியது, அவள் முகத்தில் ஒரு அபூர்வமான மகிழ்ச்சி பிரதிபலித்தது, என்னைத் தானாகவே வந்து பார்க் கிறேன் என்று வந்து பார்க்காமல் இருந்தது – எல்லாமாகச் சேர்ந்து என்னைப் பைத்தியமாக்கிவிட்டது என்று சொல்ல

வேண்டும். அந்த வாரம் முழுவதும் என் மனதின் மைதுன வேகத்துக்கு ஒரு வடிகாலாக ராத்திரி 2 மணி, 3 மணி என்று எழுதிக்கொண்டே இருந்தேன். நான் எழுதியதை உங்களிடம் பகிர்ந்துகொள்ள விரும்புவதால் அவற்றின் நகலைக் கீழே தருகிறேன்.

நான் எழுத்தைப் பயன் படுத்தவில்லை.
எழுத்து என்னைப் பயன் படுத்துகிறது.
எனக்குப்பின்னால் ?

இன்றளவும்
ஈசுவரி
இரஜஸ்வலையிலும்
சுடரும் நின் பொற்பு
இனி
நின்ஜகனம் வழி
ஒரு ஜகமே உருவாகும்
அல்லவா
என் அன்பே!"

லா.ச.ரா.வின் 'புத்ர' என்ற புத்தகத்தில் இப்படி ஒரு வாக்கியம்:

சிவன் தனது மூன்றாவது கண்ணைத் திறந்து என்னைப் பார்த்தான்;
என் மெய் சிலிர்த்தது.

(ஆனால்)

கொல்லிப்பாவை - 6

உன்னைப் பற்றிப் படரும் தருணத்தில்தான் வார்த்தை பிறக்கிறது; உணர்ச்சி உருவங்கொள்கிறது: சொல்கிறது. "உன்னைக் காணும் பொழுதெல்லாம் நான் என் வசமாகின்றேன்." அப்படியென்றால், நான் உன்முன் நிற்கும் அம்முள் பிசகா நிமிஷத்தில் என் உருவத்தைத்தான் நீ காண்கிறாய்; என் உருக்கொண்டிருக்கும் உணர்ச்சியின் துடிப்பை நீ காண்பதில்லை; அல்லது இல்லையா? கண்ணொடு கண்மிடைகையில், ஒரு க்ஷணம் என் கண் நிழல் குறைந்து அமிழும் பீதியின் சாயை கண்டும், நின் கண் சுருக்கென்று திசை மாறுவதின் தாத்பரியம்; இதுதான் இப்படித்தான் என்றில்லை. அடிதோறும் அடிமுடி காணமுடியாத அனுபவத்தின் அறைகூவல்; என் யாதனா சுரூபத்தை அழித்து முன்னேற, அடிச்சுவடால் நாள்தோறும் தேய்க்கும் இடவரம்பைப் பின் விட்டு, சுவாசிக்கும் பொழுதனைத்தும் உள்ளுக்குள் உருமறைந்து, வலம் வரும் சலித்துத் தங்கிய, நூலிரண்டு எழுத்தாளரைச் சென்று காண சென்றவிடத்து கண்முன்

நிற்பவர் முகந் தெரியாத இவர்கள், முள் உள் முகங்கொண்டு சுளீரென்ற போதையில், தெருத் தெருவாய் இருந்த இடம் பெயராமல் காணும், குட்டித் தெய்வங்கள் காட்சி அளிக்க, சை என்று கால் தூஸியைத் தட்டிவிட்டு, மீண்டும் எந்தத் திராவகத்தின் வீர்யத்தையும் குறைக்கும் காலம் நின் விஷயத்தில் கைவிதிர்த்து உதற, உள்ளம் அரற்ற, கயிற்றரவு கடித்த கனவின் – நினைவாக, நின்னுரு நினைந்து, வெளியில் வெறித்த கண்களுடன், நான் அகத்தமர...

கையெழுத்து மறையும் வேளையில், கண் மயங்கும் நேரத்தில் என் அறையில் சாயைபோல் தாயின் உருவம் ஊர் பேர் தெரியாத கனவு கலைந்த நினைவில் நிழலைப் போல் ஊர, சன்னல் சாடி மடிமீது தன் மென் சருமத்தைத் தேய்க்கும் இப்பூனையின் குரூரம் நிழலிக்கும் வட்ட நீலக் கண்களைக் கண்டு துணுக்குற்றுத் தாயின் இதழ்கள் உதிர்க்கும் பிரார்த்தனையை உட்செவி கேட்கும் கட்செவி கொட்டும் போதம். “வீட்டுக்கு ஒரு பெண் வேண்டும்; இது ஏன் உனக்குத் தெரியவில்லை? வருவதையெல்லாம் தட்டிக் கழித்தால்; எங்களுக்கும் வயதாகிவிட்டது; என்னதான் செய்வதாக உத்தேசம்?” ஆனால் கனவுபோல் காணும் இந்நினைவு, வேரூன்றி பச்சை பிடிக்க, தாம்பத்ய உறவு, வீடு, குழந்தைகள், இத்யாதி, “தாம்பத்ய உறவை விட்டுவிடு; அல்லது கைநகத்தை வெட்டியெறி...” “காற்றைப் பிடித்து, நகத்தைக் கிழித்து, விளக்கேற்றி” பைத்தியமில்லை; பச்சையுண்மை, குரூரம் நிழலிக்கும் வட்ட நீலக் கண்கள், முலைக் குன்றின் பால் சுரக்கும் முள்ளைச் சுவைக்கும் ஒரு பிஞ்சு முகம்; ஆனால் பாலுக்கும் புலாலுக்கும் உறுமித்திரியும் இப்பூனைக்கும் எனக்கும் என்ன உறவை நீ கற்பிக்க விரும்புகிறாய்? என்றால் “என்ன பிதற்றுகிறாய்?” என்றுதான் எதிரொலிக்கும் வார்த்தைகள் என்பதை அறியாதவனில்லை; “யார் சுசீலாவா? நல்ல கதை; என் மனம் பேதலித்துவிட்டது.” அவளையும்தான் தெரியாதா? பூனைக் கண் புலிக்கண்ணாக மாறின பேய்க் கனவு. “இந்த உலகத்தில்தான், வெளிப் பூச்சு ஏகாதிபத்தியம் புரியும், இந்த தவிர்க்க முடியாத நாக்கில் ஜலம் சொட்டச் செய்யும் இம் மனிதக் கும்பலின் முன் வரிசையில்தான், நான் அமர வேண்டும், தெரிந்ததா?” எழுத்துக்கு விலையில்லை; மனம் ஒரு பிரமை; கற்பனை; ஒரு கயிற்றரவு; ஆழத்தோண்டினால் அடிப்படையென்கிறாய்; அடியில் வெறுஞ் சூன்யம்; ஆனால் ஜடம்தான் சைதன்யம்; தெரிந்ததா?

என்றாலும் உன் உருவம் என்னை வசீகரிக்கிறது; உன் புன்னகை ஒரு புதிர்; உன்னைப் பற்றிப்படரும் தருணம்தான்

வார்த்தை பிறக்கிறது; நீ என்ன சொன்னாலும் வார்த்தைதான் இவ்வையத்தைக் காத்து நிற்கும். உன் தொடர்பு கைப்பைத் தான் சுரக்கிறது; ஆனால் அதன் அடிப்படையில் மாதுர்யம்; உன் விஷயத்தில் வெறுப்பின் சகவாசம்கூட லகிரி பிடிப்ப தில்லை; உனது உருப்புரியாத தத்துவத்தை நினையுந்தோறும் "மனைவி வீட்டில் இல்லாத சமயம் தன் முன் வீட்டின் முன் நின்று கதவைத் தட்டி என்ன பயன்?" "எழுவரைப் பெற்றெடுத்து அவரில் அறுவரை ஒருவர்பின் ஒருவராக பிரவகிக்கும் நதியில் விட்டெறிந்த உன்னை வீட்டுப் பூனையாக வளர்க்க முடியுமா என்ன?" என்று இதழ்கள் அரற்றுகின்றன.

என்றாலும் உன் ஆதிக்கத்தைத் தடுக்க முடியாது. சேற்றில் வைடூர்யம் மிளிர்கிறது. உன்னைப் புரிந்துகொண்டுதான், உன்னுருவம் என்னுள் உருத்தெரியாமல் உருவாகும் பொழுது தான் வார்த்தை பிறக்கிறது; நீ வந்துவிட்டாய்; குப்பென்று தாழம்பூ வாசனை அடிக்கின்றது. நல்லது எங்கேயோ வளைய வருகிறது; ஆனால் இது சத்தியத்திற்குக் கட்டுப்பட்டது: மகுடிமுன் தலை பணியும்; பரீக்ஷித் மகராஜாவின் கையில் எலுமிச்சை; அடி மனதின் பிரத்யக்ஷப் பிரதிபலிப்புக் கண் ணிமைக்கும் நேரம்; நாம் எது ஆவோம் என்றிருக்கிறதோ அது நம்மைப் பின்தொடருகிறது; அதன்பின் நாம் செல் கிறோம்; இதுபோல் நான் உன்பின்.

எத்தனை நேரம் ஒரே அறையில் நாமிருவரும் உட்கார்ந் திருந்தோம்; வெளியில் அந்தகாரம் விம்மிப் புடைக்கிறது; என்றாலும் கண் மூடும் நேரத்திலாவது கிழக்கு வெளுக்கும்.

கொல்லிப்பாவை - 5

நீ
என் வாழ்வைக்
கனவாக்கி விட்டாய்;

"கனவு
நினைவின் நிழல்"

மனதை வசீகரிக்கும் இதன் விருட்டென்ற நடை
கண்டு என் மனம் மிரள்கிறது;

தேதி 20;
அதற்குள் பை
ஓட்டை;
நினைவு
பிய்த்துப் பிடுங்குகிறது;

பகல்
குற்றுயிராகிக்

கிடக்கும்
அந்திப்பொழுது

ஜுர வேகத்தில்
பிரக்ஞை தடுமாறுகிறது;
பிராந்திக் கௌவிப் பிடிக்கும் நேரம்
வரும்
மண்டைக் கனம்
மனம்
அட்டையாகச்
சுற்றிச் சுருண்டு
அசைவற்றுக்
கிடக்கும் முடக்கு வாதம்
நொண்டிப் பேச்சு
புலன்கள் மரத்துக்
கட்டையாகப் போகின்றன.
துயில் சுருட்டும்
கண்கள்
உள்ளிருக்கும்
இருட்டில்
நிழல் போன்ற
நினைவின் நச்சரிப்பு

தெருவில் காலிப் பையன்கள்
யாரையோ பார்த்துச் சிரிக்கிறார்கள்
ஏன்?
யாரைப் பார்த்து?
ஒரு டையரிக் குறிப்பு
எங்கும்
“வெளிப்பூச்சின்
ஏகாதிபத்தியம்
பூச்சுக் கலைந்துவிட்டால்
சூன்யம் பல்லிளிக்கிறது”

திரும்பிப் பார்க்காத
உன்னைப் பின்பற்றி
வாழ்க்கையைக்
கனவாக்கி விட்டேன்
நினைவின் ஸ்பர்சம்
சுளீரென்று தைக்கிறது
நீ
என்னதான்
என்/எனக்கு
உள்ள(த்)தைக்
கவர்ந்தாலும்
உன் தத்ரூபப் பிரதிபலிப்பு
ஆக
அப்பா – அம்மா

சொன்னதைக் கேட்கும்
நல்ல பிள்ளையா என்ன நான்?
என்ற
வினாவின் கொக்கி உருவைக்
கண்டதும்
இந்த நிகழும் நிமிஷங்கூடத்
தெருவின் காலிப் பையன்கள்
போல
சீட்டியடித்துச் சிரிக்கிறது
எல்லாம் உடைந்த
கண்ணாடிச் சில்லின்
ஒளிவீச்சு.

கொல்லிப்பாவை - 7

(சுவாமிநாத ஆத்ரேயனின் "மாணிக்க வீணை" என்ற கதையில் வரும் "அவள் என்னதான் செய்யமாட்டாள்" என்ற அடியின் நினைவில் எழுதியது.)

உன் உருவம்தான்
என்னைக்
கண்ணில் கண் மணியாகக்
கவர்கிறது;
நீ
எதைச் செய்தாலும்
அதில் உன் தன்மை மிளிர்கிறது.

"இப்படிச் செய்த பிறகு
இப்படிச் செய்திருக்கலாமே"
என்ற பேச்சு
உன்னைப் பற்றிய வரை
இங்கு கிடையாது;
இப்படியல்லாமல்
என்று இப்படித்தான்
செய்ய முடியும்
என்ற கேள்விதான்
ஒலி,
அமைதியில்
சென்று லயிப்பது போல்
தன்னில்தானே அமிழ்கிறது;
அப்படிக்கு நீ
என்னதான் செய்தாய்?
என்று கேட்டால்
உருக்கொண்டு
உருக்கொண்டு
உருவெளித் தோற்றமாய்
ஒன்றுமே சொல்லாமல்

ஒதுங்கி நின்றாய்
உன்னைக் கண்டவர்
தன்னை அறியும்
தன்மை பெற்றார்
ஆனால்
உன்போல்
தன்னைக் கண்டு
தன்மை மறந்தவர்
இங்கு நின்னைத் தவிர
வேறு யார்?

செல்லரித்த விண்ணில்
செல்லாத காசுபோல்
நிற்கும்
சந்திரனும்
நின்னைக் கண்டு
காசத்தால் தன்னாகம்
இன்னும் மெலிகின்றான்.

வாயில்
தாம்பூலம் கமழ
உள்ளில்
கற்பனை வளங்கொழிக்க
காமனும்
கண் விழித்து நிற்க
நடை பயின்று வரும்
காளிதாஸனும்
"துயிலுரியும் சர்க்கம்
இங்கில்லை" என்று
முகஞ் செத்து நின்றான்.

பாரதியும்
உடுக்கடித்து
ஆதி சக்தியை
அகத்தில் உருவேற்றும்
அருங்கலையை
ஒதுக்கி
வழி மாறி நிற்கின்றான்

"பித்தனும்"
தன்னில் தானாகி
"இங்கு தவிப்பில்லை"
என்னும் உன் முன்
கொக்கி வளையமாய் வரும்
வினாக்களைக்
கசக்கி எறிகின்றான்.

கண்ட
அடி மனதின்

நடு மையத்தில்
கேட்டேன்

"அதைத்தான்
செய்யமாட்டேன்"
என்றாய்

பிரளய ருத்திரன் போல்
காளி மகமாயி போல்
எட்டுத் திக்கும் சிதறும்
ஒரு கண் சிமிட்டும் கணத்தில்

கிழட்டு முலை
ரெண்டு கண்டேன்
கோடி கோடி
சாயைகள்
நின்று துதிபாட
நின்னைச் சுற்றிப் பரவும்
கண் மருட்டும் காட்சி
உள்ளஞ் சிலிர்க்கக் கண்டேன்

என்றால்
மறுகணம்
காலங் கண்டு நகைக்கும்
நிகழும் நிமிஷம் போல்
உயிர் வெளவி
உயிர் காக்கும்
யாதுமறியாப் பேதை போல்
யான் போற்றும்
கொல்லிப் பாவையாய்
தன்மை பொலியத் தன்னுருவாய்
நீ நிற்பாய்
அது கண்ட நெஞ்சம்
பறை கொட்ட
நின் முன் மீண்டும் மீண்டும்
வந்தேன்; வகை செய்யப்பட்டேன்.

கொல்லிப்பாவை - 4

என்னகத்து நின்னுரு
கண் முன் மிளிரும் கயிற்றரவு
உள்ளுக்குள்
ஊர் மறைவில்
மூடிப் புதைத்த
பிரேதங்கள்
கைகொட்டிக் குசலங் கேட்கும்

பிள்ளை தின்னும்
முதலை யொன்று

மெல்லப் புகுந்து
முகமன் கூறும்
எழுது மெழுத்தும்
உயிர் பெற்று
முகஞ் சுளிக்கும்
நின்னுரு
வெருவிப் பாயும் யாளி,

காற்றடித்தால்
குலை அசையும்
நின்னுருக் கண்டு
என்னெழுத்து
உயிர் பெற்று
முகஞ் சுளிக்கும்

அது கண்டு
வெளி உலவும்
பல உருவும்
உள் வாடி
வழி விலகும்

என்னுள்
நின்னுருக் கண்டு
கைக்கும் மெய்யும்
நிழலென
நின்றெரியும்.

மறுபடியும்,

சுசீலா எங்கெல்லாம்தான் என்னை அழைத்துச் செல்கிறாள். For Paris is a movable feast.

ஒரு டயரிக் குறிப்பு: சங்கரலிங்கத்தின் நண்பர்; சப்பை மூக்கு; வட்ட முகம்; எப்பொழுதும் ஒரு சந்துஷ்டி. பெயர்? பலராமன்.

சினிமாப் பிரியன்; ஒரு சினிமாவைப் பற்றி ("இரு பறவைகள்") விமர்சிக்கிறார்; ஒருவன் காதலிக்கிறான்; ஒருவன் வயிற்றில் ஏற்றுகிறான்; இதுதானா மீண்டும், மீண்டும். சை!

என் டயரியில் காதல் என்பதற்கே அர்த்தம் ஆபாசம்; அது புனிதமானது அன்று.

பின்னால்தான் தெரிந்தது; அவர் மறைவாகத் தொடர்பு வைத்திருந்தார் என்று. அழுக்கு என்றால் அழுக்கு என்றுதான் இவர்கள் வியாக்கியானிக்கிறார்கள்.

ஆனால்

மண்ணை நம்பித்தான் மரம் வாழ்கிறது.

கடல் நீலம்

பச்சையாய்ப் படரும் நீலமாய்
நுரை மலராய் விரியும் வெண்ணிறமாய்ப்
பட்டென ஒளிரும் படிகமாய்க்
கண்டவர் முன் மிளிரும் புனலாய்
மேல் விரியும் நீல வானைக்
கண்டு சிரிக்கும் கண்டு சிரிக்கும்
ஆவி பருகும் அன்னை பராசக்தியாய்
ஆடவர் உள்ளஞ் சிலிர்க்க
ஆடிச் சிலிர்க்கும் பேராற்றலாய்
ஓவென அலறும் பேராழியாய்
உருண்டோடி இல்லையென்று
கண்டவர் மனம் மருள
விரியுமிக் கடல் நீலம்.

நின்னைக் கண்டு என்னைக் கண்டு
நடுவில் அலை ஏற்றி நுரை கக்கி
தன் வயந்தன்னில் தன்னை மறந்து தான் தனியாகி
ஓடிச் சென்றாலும் உடைந்து தகர்ந்தாலும்
உள்ளது இல்லையென்று வருவதில்லை, வருவதில்லை.
“இல்லை”யென்பது “இல்லை, இல்லை”யென்று கூறி
“உண்டு, உண்டு” என்று நின்று நிறம் மாறி
நிலையான கற்பனைக்கடலில் சிலையான கொடிப்பவளமாய்
நின்றிமைக்கும் முத்தாய், நிழல் வீசும் கனவாய்
மாறிமாறி மறிகடலாய் நின்று சலிக்கும் இக்கடல்நீலம்.
கிட்ட வரும் கிட்ட வரும்
எட்டச் செல்லும் எட்டச் செல்லும்
கரையில் காலூன்றி நின்று கண்டவன்
கண்பற்றி நடந்தாலும் எண்பற்றிக் காண ஒவ்வாது
கடல் நீலமும் வான் நீலமும் கட்டித் தழுவும்
பேரதிசயந்தன்னைப் பேசாமல் கண்டுநின்றான்.

ஓயாமல் நின்று சலிக்கும் என் நெஞ்சின் பேரலைகளை
என்னை, கிட்டவரும், கிட்ட வரும் என்னைக் கண்டு நீ

மாறி விலகும், மாறி விலகும் – நின்னை
வானமும் வையமும் ஒரு சேர வளைக்கும்
இக்கடல் நீலம் கண்டு சிரிக்கும் கண்டு சிரிக்கும்

அழுக்குத் தண்ணீராய்
பழுப்பு நிறமாய்
பச்சை நீலமாய்
பொங்கி வழியும் பால் நுரையாய்
உப்புக் கரிக்கும் புன்னீராய்
உயிர் காக்கும் வெண் நீராய்
நிறம் மாறி நின்று சலிக்கும்
இக் கடல் நீலம்.

கடல்தாண்டி நாடு நகரம் காண்பதுண்டு;
ஆழிவயிறு கிழித்து முத்துப் பவளமும் இருகை கொண்டு
வாரி வருபவருமுண்டு;
கரைக்கு அப்பால் கடல் உண்டு என்பது காலங்
கண்டதுமுண்டு;
கடல் தாண்டிக் கொண்ட நங்கையைச்
சிறை மீட்கச் சென்றவன் கதை கூறி
இன்றும் சிரித்துச் சலிக்கும், மாயமாய்
மறிகடலாய் உருண்டோடும் இரகசியமாய்
நின்று மீளும் மீண்டு வரும் இக்கடல் நீலம்.

வருவாய் நீ
வரமாட்டாய் நீ
இசைவாய் நீ
இசைவதுமில்லை என்றும் சொல்வாய் நீ

உள்ளக் கடலில்
காலப்போக்கில்
நிறம் மாறி நிறம் மாறி
ஒன்று பெருகி
அவ்வொன்றும் நீயாகி
வெடித்தெழுந்த வயிரமாய்
வான் பெற்ற வேதனையாய்
மண் பெற்ற சாதனையாய்
பேராழியின் மறுகரையில்
நான் நானே ஆகி
உன்னில் நீயாகி உய்யுமாற்றல்
வேண்டி நின்றேன்

நீ; நின் சரிதம்;
"கடல் தாண்டிக் கொண்ட நங்கையைச் சிறைமீட்கச்
சென்றவன் கதை கூறி
இன்றும் சிரித்துச் சலிக்கும்
மாயமாய் மறிகடலாய் உருண்டு ஓடும் இரகசியமாய்
நின்று மீளும் மீண்டு வரும் இக்கடல் நீலம்."

என்ன எழுதி என்ன பயன்? இதில்கூட ஏதோ பிசகு இருப்பதாகத் தெரிகிறது. நான் சொல்வது நான் சொல் லாமலேயே உங்களுக்குத் தெரிகிறது என்று நினைக்கிறேன். ஏனென்றால் வார்த்தைகள் எந்த அனுபவத்தையும் மலினப் படுத்திவிடுகின்றன. அதுவும் இந்தச் சுசீலா என்ற விஷயத்தில். எனவே,

கொல்லிப்பாவை

வட்டமிடும் பருந்து போல்
வாடியிருக்கும் நாரை போல்

செத்துக்கிடக்கும் தன் இனமொன்றைச்
சுற்றிச் சுற்றிவரும் காகம்போல்
ஓங்கி வளரும் கோபுரம் போல்
ஒடுங்கிப் பிலிற்றும் ஊற்றுப் போல்

கடுஞ்சாரலில் அகத்திருந்து
தீக் காய்ந்தேன்
"என்னருகே
நீயிருந்தாய்"

என்ற ஆசையின் அவலம்
பருந்து போல் வட்டமிடும்; இரை தேடும்
நாரைபோல் கூம்பிக் குவியும்;
இனம் போற்றும் காகம் போல்
சுற்றிச்சுற்றி வரும்;
கோபுரம் போல் வீறியெழும்;
ஊற்றுப் போல் ஒடுங்கிப் பிலிற்றும்

ஆனாலும்
அன்பே
தனியிருந்தே
கடுஞ் சாரலில்
அகத்திருந்தே தீக்காய்ந்தேன்
நீ
செல்லுங் காற்றென நில்லாமல் சென்றாய்.

எவ்வளவு அனுபவங்கள்: "மௌனி" சொன்னது போன்ற ஒரே அனுபவத்திற்கு எவ்வளவு விவிதாம்சங்கள். அப்பொழுது அவளுக்குக் கல்யாணமாகவில்லை. ஆனால் அப்பொழுதும் இப்பொழுதும் ஒரே மாதிரியாக இருந்தாள். (குருவாயூரில் கல்யாணம்; சோர்வுற்ற முகம்; பறித்த புஷ்பம் மாதிரி) அப்பொழுதுதான் முதல்முதலில் அவளைப் பார்த்ததும் அப்பொழுதே அவளில் ஈடுபட்டதும். அந்தச் சமயம் ஜெர்ட்றொட் ஸ்டீன் படித்துக்கொண்டிருந்த சமயம். எனவே,

அன்று பிற்பகல் 4 மணிக்கு நான் உன்னைப் பார்க்காமல் பார்த்தபொழுது பார்வை மூலம் என் மௌனமான ரூப முறாத மோனத்தில் லயித்திருந்த என் துயின்று கொண்டிருந்த உணர்ச்சியைத் தேய்ந்து மறையும் மின்னல் கீற்றைப் போன்ற உன் முறுவல் பூத்த பார்வை எழும்பி மறைய நான் அக் கணத்தில் பார்வை மாற்றிக்கொண்ட அத்தருணத்தில் என் பார்வை உன் பார்வையுடன் உட்கலந்து ஒன்றாகியதா? அல்லது பார்ப்பவர் அனைவருக்கும் பார்வையாக நின்று தொழிலாற்றும் நீ ஒரு கணத்தில் மீதூரும் உன் உள் அயர்வினால் என்மீது வீசிய அப்பார்வை பார்வைக்கு என்று ஏங்கும் என் துயிலுணர்ந்து தடுமாறும் என் உள்ளப்

பார்வையின் பரிணாம விசேஷமா? மறைந்து சென்ற உன் பார்வை மாறாமல் மின்னலிட்டுக்கொண்டிருப்பது பார்த்து மகிழ நான் கிடந்து அவஸ்தையுறும் என் உள்ளத்தின் சுளீரென்றடிக்கும் வேதனையின் தனிப் பார்வைதானா? நான் உன்னைப் பார்க்க, நீ என்னைப் பார்க்க அப்பரவச நிலையிலிருந்து ஒருவரிடமிருந்து ஒருவர் சுழன்று செல்லும் அப்பார்வையின் கடைசிப் பார்வையும் பார்வை அளவில் பரிதவிக்கும் வேதனையின் கடைக்கண் பார்வையா? இன்றும் அன்றும் பிறந்து பிரிந்த பார்வை எவ்வாறு சென்று லயித்தது? நீ பார்க்கையில் எல்லாம் அப்பார்வையாக உன் நினைவெனும் நீள் விழியின் கடை வீச்சென்று நான் பரபரக்கும் இவ்வுணர்வு என் உன் நினைவின் என் ஏக்கத்தின் அவலப் பார்வையா? பார்வை என்றால் பார்க்கிறவன் பார்க்கப்பட்டவன் என்ற இரு நிலையினும் மீறிச் செல்லும் தூரத்துப் பச்சையின் இக்கரைப் பார்வையா? நீ என்னைப் பார்த்தாயா அல்லது நான் உன்னைப் பார்த்தேனா? பார்வைக்குப் பார்க்கப்படும் பொருளும் தேவையா? பார்க்கப் பார்க்கப் பரந்து விரிந்து சுருங்கி மடியும் இப்பார்வையின் பரிணாம வளர்ச்சியும் படுதோல்வியும் நினைவில் பொருத்திச் சேர்க்கப்படுகையில் உருவாகி வரும் இப்பார்வையும் சூன்யத்தின் முழுஉருவா? நீ என்னைப் பார்த்தாயா அல்லது நான் உன்னைப் பார்த்தேனா? பிற்பகல் 4 மணிக்குப் பலராலும் பார்க்கப்பட்டுத் தொழிலாற்றும் நீ என்னைப் பார்த்தாயா? நான் பார்க்கப்படும் பொருள் ஆனேனா? அல்லது நீதான் என் பார்வைப் பொருளாக மீண்டும் ஆனாயா? யார் யாரைப் பார்த்தார்கள்? பார்க்கப் பார்க்கப் பார்வை பரிமாறிக் கொண்டோமா? அல்லது என்னையே நான் பார்த்தேனா? நீ என்னைப் பார்த்தாயா? அல்லது நான் உன்னைப் பார்த்தேனா? பிற்பகல் 4 மணிக்கு யார் யாரைப் பார்த்தார்கள்? பார்த்தவர் யார்? பார்க்கப் பட்டவர் யார்? யார் யாரைப் பார்த்தோம்? அல்லது இருவரும் ஒருவரை ஒருவரே பார்த்தோமா? யார் யாரைப் பார்த்தார்கள்? பிற்பகல் 4 மணிக்கு நீ என்னைப் பார்த்தாயா? அல்லது நான் உன்னைப் பார்த்தேனா? அல்லது இருவரும் ஒருவரை ஒருவர் பார்த்தோமா? யார் யாரைப் பார்த்தார்கள்? நீ என்னைப் பார்த்தாயா? நான் உன்னைப் பார்த்தேனா? பிற்பகல் 4 மணிக்கு யார் யாரைப் பார்த்தார்?

○

கடைசியாக அந்த வாரம் தீர்ந்தபிறகு என் கால்கள் அவள் இருந்த இடத்திற்குத் தானாகச் சென்றன. வழக்கத்தை விட அவளை அதிக நேரம் பார்க்கவும் முடியவில்லை. ஆண்டு

இறுதிப் பரீட்சை; வீட்டில் அம்மாவிற்கு உடல் நிலை மோசம்; இப்படியே 4, 5, மாதங்கள் அவள் என் உள்போதத்தில் அமிழ்ந்து விட்டாள்.

பிறகு ஒரு நாள். இப்பொழுது நினைத்தாலும் ஒரு விவரிக்க முடியாத உணர்ச்சிக்கு ஆளாகிறேன். ஆங்கிலக் கவி பிளேக் சொன்னான் கண்கொண்டு அன்று, கண்மூலம் பார்க்கிறோம் என்று. வேறொரு இடத்தில் பேக்கன் சற்று கலாபூர்வமாகவே தன் "துர் அதிர்ஷ்டம்" என்ற கட்டுரையில் கண்ணால்தான் பார்க்கிறோம் என்று. ஒரு படி மேற்கொண்டு சொன்னால் இரண்டாவது இல்லாவிட்டால் அதிமுக்கிய மான முதல் – கண்மூலம் பார்ப்பது – சிறப்படையாது. ஏன் சுற்றி வளைக்கவேண்டும். உங்களிடம் சொன்னேனோ என்பது தெரியாது – சுசீலா மிகவும் கோடு கிழித்தால் போன்ற ஆகிருதி படைத்தவள், இப்பொழுது அவள் தேகமெல்லாம் வயிறாக, அந்த வயிற்றைத் தள்ளிக் கொண்டுவந்தது எனக்கு ஒரு துர்பல உணர்ச்சியை உண்டுபண்ணியது. ஆனால் இந்த நிலைமையிலும் அவள் நேர்த்தியாக உடையணிந்துகொண் டிருந்ததும் வழக்கம்போல் சிரித்துப் பேசிக்கொண்டிருந்ததும் ஞாபகம் வந்தது. ஒரு குறள் மனதில் பளிச்சிட்டது:

பெண்ணிற் பெருந்தக்க யாவுள கற்பென்னுந்
திண்மை யுண்டாகப் பெறின்.

வேறொரு முறை இந்தக் கோலத்தில் அவள் தாம்பூலந் தரித்துக்கொண்டும் நெற்றியில் சந்தனம் தீத்திக்கொண்டும் நடந்துவருவதைக் கண்டேன். அப்பொழுது அவள் வயிறு இன்னும் முன்னைவிடப் பூதாகாரமாக இருந்தது. என் அன்பும் பன்மடங்கு விருத்தியாயிற்று. யாரோ என்னைக் கண்டு பரிகசிப்பதுபோன்ற ஒரு உணர்வும், ஆனால் மனிதன் என்ற நிலையில் நானும் அசட்டு உணர்ச்சி வசப்பட்டவன் என்பதை ஏற்றுக்கொள்ளாமல் நிவிர்த்தியில்லை. பிறகு அவளை ஒரு இரு மாதங்களாகக் காண முடியவில்லை.

பிறகு மறுபடியும் நாங்கள் சந்தித்தோம். பிள்ளைப் பேற்றின் சின்னமே அவளிடம் இல்லை. அவள் அழகு ஒரு மாற்று அதிகரித்திருந்தது. என்னுடன் எப்பொழுதும்விடச் சற்றுச் சுதந்திரமாகவே பேசினாள் என்று சொல்லவேண்டும். ஒரு நாள் என் சர்வ தைரியத்தையும் வரவழைத்துக்கொண்டு "உங்களுக்கு என்ன குழந்தை பிறந்தது?" என்று கேட்டேன்.

"பெண்" என்று சொல்லிவிட்டுப் போய்விட்டாள். மறு படியும் இதன் பிறகு நான் வியாகுலத்தில் ஆழ்ந்தேன். எனக்கே

ஏனென்று தெரியவில்லை. ஓரொரு நாள் இரவு நான்கு மணிவரை விழித்துக்கொண்டிருந்தேன் அம்மா "என்னடா, இன்னும் தூங்கவில்லையா?" என்றும், அப்பா என் அறைக்குள் வந்து "மணி நாலு ஆகிறது" என்று தனக்குத்தானே சொல்லிக் கொண்டும் போனார், ஆனால் அவர்களுக்கு என்ன தெரியும்? நான் எழுதிக்கொண்டிருந்தேன்.

ஒரு செடி,

இலை விட்டு மலர் காட்டிக் காயாகிக் கனியாகி விதை தூவி இனம் பெருக்கும் ஆற்றலை எண்ணும் சமயம் மனம் சிந்தனையில் அமிழ்கின்றது.

ஒரு பெண்,

பூப்பெய்து, பருவ எழில் பெற்றுக் கருத்தரித்து கூடிப் பிரிந்து தன் மூலம் தான் வேறாகி உயிர் படைக்கும் ஆற்றலை எண்ணும் சமயம் மனம் சிந்தனையின் ஆழத்தை அளந்து நோக்குகின்றது.

மண்ணும் விதையும் சேர்கையில் செடி உயிர்க்கின்றது. சுக்கிலமும் சுரோணிதமும் சேர்கையில் மனிதன் ஜனிக் கின்றான். இவ்வாறு அறிவு கூறுகிறது.

ஆனால் "ஏன்" என்று கேட்கையில் இரண்டிற்கும் ஒரு ஒழுங்கு வகுக்கும், ஆனால் சிந்தனையின் பிடியில் சிக்காத அந்த அடிப்படையை,

மனம் நினைவுகூரும் அந்த முள் பிசகாத நிமிஷத்தில்

கவிதை பிறக்கிறது.

இது சிருஷ்டி ரகசியம்.

❍

சுசீலாவுடன் நான் ஒரு நாலு நிமிஷமாவது தொடர்ந் தாற்போலப் பேசினது கிடையாது. ஆனால் அவளை அவள் கருவுற்ற கோலத்தில் கண்டதும், அவளுக்கு ஒரு குழந்தை பிறந்திருக்கிறது என்பதும் – ஏன் எவ்வளவு குதூகலம்? இந்த மாதிரிப்பட்ட அனுபவங்களுக்கு அர்த்தமுண்டா? சிவன் "அவள் பெண், நீ ஆண்" என்று சொல்லி ஒதுக்கி விடுவான். ராமநாதன் சிரிப்பார். பிறர் ஏளனம் செய்வதாலும், புறக் கணிப்பதாலும் இருக்கிற அனுபவங்கள் இல்லாமல் ஆகிவிடுமா? எழுத்து என்பதே அனுபவத்தின் நிறபேதங்களைக் காட்டுவது தானே. மீண்டும் எழுதுகிறேன்.

பூரணமாம் தொட்டிலுக்குள்

நண்பன் வீட்டிற்குப் போயிருந்தேன். புதிதாகப் பிறந்த குழந்தை கத்திக்கொண்டேயிருந்தது. இந்த உயிரின் நாதத்தில் ஒரு கிளர்ச்சி இருக்கிறது.

கடிகாரத்தில் முள் நகர்ந்துகொண்டேயிருக்கிறது. அதன் முள்தான் நம்மைக் குத்தித் தள்ளுகிறது. சாவி கொடுக்காமல் இருந்தால் நின்றுவிடும். ஆனால் அப்படி அதை நாம் நிற்க விடுவதில்லை.

தெருவில் கால் தோய நடப்பதில் ஒரு இன்பம் இருக்கிறது. அப்பொழுது நாம் எல்லோருமே ஒரு அத்துவித நிச்சயத்துடன் கால் நனைய நடக்கிறோம்.

வீட்டிலும் என் மனைவி ரத்தம் சிந்த ஒரு மகவைப் பெற்றாள். உடலின் உந்துதல். உயிரின் உந்துதல். நான் என்னவோ எழுதிக்கொண்டிருக்கிறேன்; அருகில் ஆவலே உருவாக என்னைப் பார்த்த வண்ணம், தன் நைவேத்தியத்திற்கு எங்கள் வீட்டு நாய் காத்துக்கொண்டிருக்கிறது. கட்டின மனைவிகூட அதைப்போல உடல் அன்பால் குழைய நான் கண்டதில்லை. பல சமயங்களில் நான் கடிகாரத்தையும் நாயையும் பார்த்துக்கொண்டு உட்கார்ந்துவிடுகிறேன்.

வெற்றிலை போடக் கற்றுக்கொண்டிருக்கிறேன். முதலில் வெள்ளை வெற்றிலையாகப் பார்த்து எடுத்து, முதுகு நரம்பைக் கிழித்து எறிந்துவிட்டு, சுண்ணாம்பைத் தடவி விட்டு, பிறகு பக்குவமான அளவில் பாக்கையும் சேர்த்துவிட்டு வாயில் மென்று பிறகு சரியான அளவில் புகையிலையைச் சேர்த்துக் கொள்ள வேண்டும். வாயில் கலவை சேர்ந்த பிறகு ஒரு நிதானமும் அமைதியும் பிறக்கிறது. சிந்திக்கவேண்டிய சந்தர்ப்பம் வரும்பொழுதெல்லாம் வெற்றிலை போடவேண்டும். அது ஒன்றுதான் இப்பொழுது அர்த்தம் மிகுந்த சடங்காக எஞ்சி நிற்பதாகத் தோன்றுகிறது; அன்பை நாடிப் பைரவரிடம் செல்வதுபோல்.

ஆனால் எல்லாவற்றிற்கும் பின்னால் நிர்விகாரமான நிர்க்குணமான, அகண்டாகரமான பிரம்மம் உண்டு என்ற பாவனை இருப்பதால் சுபாவம் ரீதி பிறழாமல் நிற்கிறது. அதனால்தான் சாவுகூட சட்டை மாற்றும் விஷயமாகத் தீர்ந்துவிடுகிறது.

"ஏகதேசம் பூர்ணத்திற்குண்டோதான்" என்பது தாயுமானவர் வாக்கு.

◯

எழுதி முடிந்தபின்? மீண்டும் மீண்டும் அவளைச் சுற்றி மனம் வளைகிறது. சில பெண்களுக்குப் பிள்ளைப்பேற்றின் பிறகு வயிறு தள்ளிவிடுகிறது. ஆனால் அவள் விஷயத்தில் அப்படியில்லை என்றும்போல்தான் இருந்தாள். சொல்லப் போனால் முன்னைவிட அழகாகவே இருந்தாள். என்ன எழுதினாலும் இதைச் சுசீலா பார்க்கவேண்டும் என்று ஆவல். ஆனால் சில சமயங்கள் அவளை நினைத்துக்கொண்டே ஒருவித மௌனத்தில் ஆழ்ந்துவிடுவது என்பது அனுபவமாகி விட்டது. ஒருவேளை... இதுதான் எழுத்தின் இரகசியம். அப்படியும் இருக்கலாமோ? ஏன் இருக்கக் கூடாது? ஆனால் அதை அப்பட்டமாக எழுதுவதைவிட அதைக் குரல் வளையைத் திருகி அழித்துவிடுவதே மேல். அடிமுடி காணமுடியாத அனுபவங்கள்.

இன்று மீண்டும் அவளைப் பார்த்துவிட்டு வருகிறேன். எவ்வளவு அழகாக இருக்கிறாள்! முதன்முதலில் அவளைப் பற்றி எழுதிய கவிதை நினைவில் வருகிறது.

கொல்லிப்பாவை - 1

திரௌபதி அவள்
வந்து போகும் அர்ச்சுனன் நான்
வில்லெடுத்துக் கணைபூட்டி
நாண்வளைத்துக் குறிவீழ்த்தி
சௌரியம் காட்டிச் சமர் செய்து
காதல் பெற்றான் ஒருவன்.
ஆனால்
வந்துபோகும் அர்ச்சுனன் நான்.

நாக்கடித்து
வாய்ப்பறை கொட்டி
வேதாந்தக் கயிறு திரித்துக்
குறிதான் ஏதுமின்றி
ஆண்மை தோற்று
பேடியெனப் பால்திரிந்து,
அவள் உருக் கண்டு
உள்ளங் குலைந்து
உரம் வேண்டி
வந்துபோகும் அர்ச்சுனன் நான்.

திரௌபதி அவள்
நெற்றித் திலகமும்
நெறி மிக்க வாழ்வும்
கைத்திறனும் கலைப் பொலிவும்
மிக விளங்க,
நேர் நோக்கும் நிமிர் நடையும்

பொலிவூட்டக்
கல்வி கற்றுத் தொழில் புரிந்து
காரியத்திறனும் கருத்துறுதியும்
பூண்ட
இந்நங்கை நல்லாள், அர்ச்சுனன் தன்
அவநம்பிக்கை உருவறிவாளோ ?

அன்று
சுற்றத்தார் முகம் நோக்கி
களம்தனில் கை சோர்ந்தான்
அதன் முன்னர்
விதிமுன் தலை வணங்கி
உருமாறிப் பேடியானான் அவன்
என்றாலும்
கண்ணன் கைகொடுக்க
உள் நின்ற சௌகரியம் எடுத்துதவ,
முன்னோக்கித் தருக்குடன் திரிந்தான் அவன்

திரௌபதி அவள்
தூய்மையின் ஊற்று;
பலர் கண்டும் உருவ அமைதி பெற்று,
பேடியெனச் செயலிழந்து
தன்னைக்கண்டு மயங்கித் திரிவோனை

"வாழ்க்கைப் பாடி வீடு சென்று
வாகை சூடிவா
காத்திருப்பேன்" என

மௌனத்தில் ஞானம் பேசி
முறுவல் பூத்துக் கற்பின் வைரப்படை
தாங்கிநிற்கும் கொல்லிப் பாவை அவள்.

திரௌபதி அவள்
வந்து போகும் அர்ச்சுனன் நான்.

ஏறக்குறைய இதே சமயம்தான்

காவியத்தின் சுவை போல, சுவை போல
நீள் நகரின் எழில் போல, எழில் போல
உன் நினைவு தான், நினைவு தான்

என எழுதினேன்.

மற்றொரு சமயத்தில்,

கொல்லிப்பாவை - 2

அகலிகை நகைக்க
அருந்ததியும் நின்றிகழ
வருமீரசை ஒரு சொல்

நின் நாமம் செப்ப,
வில்லெடுத்து நாண் வளைத்துக்
குறிவீழ்த்தும் முன் கருத்துந்த
கண்ணோடு கண் வளைத்து
உள்ளம் புணர்ந்து உடல் தழுவத் துடித்து
அன்று நின்ற அச் சீதையும்
நின் செயல் கண்டு நெடிது நிற்பாள்.

நின் நாமம் கேட்டு
மாரனும் கை சோர்வான்
அவன் உயிரனைய ரதியவளும்
நின்றதிசயிப்பாள்:

வில்லெனவுடலும் வளைய
"விண்"ணென்று நாணையொத்து உள்ளமும்
தெறித்து நிற்க
கண்ணெடுத்து உள்ளம் வளைத்துக்
குறிவீழ்த்த முயலாது நிற்கும் நின் செயல் கண்டு
விண்ணவரும் எட்டி நின்று
எள்ளி நகைப்பர்.

மெய்யினிருளகல
உயிரின் கனவலர
விண்ணவர் கோனும்
சேவலெனக் கூவியழைக்கக்
காவல் நீத்து கடிது சென்று
ஒரு கணம் அமுதம் பருகி
மறுகணம் கல்லென உருவெடுத்த
அகலிகையும் தீதிலள் என்று
கூறியவனும் அறம் வகுத்த அண்ணலே காண்.
ஆனால்
ஆசையகற்றி
வெறுங் கல்லென வறிது நிற்கும்
நின்செயல் புரிவதுமில்லை

நீதான்
கல்லிலடித்த சிலையாக
கனவில் வடித்த ஓவியமாக
சதையும் குருதியும் சமைத்துயிர்த்த
உயிர் குடிக்க இதழ் துடிக்கும் பாவையாக
வாரி அணைக்க வந்த மாரணமாய்
நெடிது நின்றாய்.

ஆனாலும்,

அலையாது குலையாது
அலைதள்ளும் நின்குலவும்
வடிவழகு கண்டு
அல்குதலே அதன் வாழ்வெனக் கண்டு அதனைப்

புல்குதலே வாழ்வென வேண்டி
“சில்”லென்று நின்றேன் நின் முன்.

ஆனாலும் சுசீலாவைப் பற்றிய முழு உண்மையையும் கூறிவிட்டதாகவோ கூற முடியுமென்றோ தோன்றவில்லை, யூங் கூறிய மாதிரி “அவள் கட்டுக்கடங்காத ஜீவப்பிரளயம்; மோகினிப் பிசாசு; வாழ்விக்க வந்த பிராட்டி; தவிர மனிதனைக் காதல் – சாதல் என்ற இரு உச்சங்களுடனே இழுத்துச் செல்லும் வேகம்; கிரியா சக்தி; பிரளயத்தின் ரூப சத்தியம்” என்றாலும் என்னவோ நெருடுகிற மாதிரி; மீண்டும் எழுதினேன்.

வெற்றிலையும்,
குவிமுகையும்.
விரிகின்ற செம்மலரும்
என்னைச்
சொல்லாமல் சொல்லிக்
கொல்லாமற் கொல்லும்.

என்றாலும் ஒரு நெருடல், எனவே மீண்டும்,

பேதாபேதம்

மண்புழு
மண்ணைப்
பொன்னாக்கும்
இலைப்
புழு பட்டு நெய்யும்;

மனிதரில்
சிலந்தியும்
பெண்டிரும்
சிதலும் உண்டு

என்றாலும் தீர்ந்தபாடில்லை.

அலங்காரம்

மயிற்கண்,
முலைப்பால்,
நெடுவேனில்,
கார்காலம்,
சென்று தேய்ந்திறுதல்
கொல்லிப்பாவை
மன்னுமிவ்வுலகு.

என்ன எழுதினாலும் சுசீலாவிடமிருந்து தப்ப முடிய வில்லை. இதைப் பாவம் – புண்ணியம் என்ற சிமிழில் போட்டு

அடைத்துவிட முடியாது என்றுதான் தோன்றுகிறது. அனுபம் தான் அனுமானம். அதன் பின்தான் கலைஞன் செல்கிறான். அதற்குப்பின் அனுபவம் அவன் வழி வர, வார்த்தை முன் வியாக்கியானம் பின் என்ற முறை. ஒரு வாரமாக ஒரு வெறுமை உணர்ச்சி. யார் இந்தச் சுசீலா? ஏன் இந்த அவஸ்தை? அவள் தீர்க்கமான விரல்கள். நெற்றிக் குங்குமம் இட்டுக்கொள்ளாமல் என்றுமே வந்ததில்லை. மணி இரவு இரண்டு. அம்மா அயர்ந்து தூங்குகிறாள், அப்பாவும்தான். படுக்கையிலிருந்து மேஜைக்குப் போகிறேன். நோட்புக்கை விரிக்கிறேன். எழுதுகிறேன்.

தியாகம்

சுசீலா
செத்துக் கிடந்தாள்
கழுகொன்று
அவள் முலையை கொத்திற்று
அவள் துவாரம்
நோக்கி எறும்புக் கூட்டம்
பிண வாடை
வயிற்றைக் குமட்டக்
கவிஞன்
கறுப்புத் தின்றான்.

நாலடிக்கப்பால்
அவர்
மாபெருங் கவிஞர்
தாடி வருடித்
தியானத்திலாழ்ந்தார்.

இன்றளவும் இந்தக் கவிதையின் தாத்பரியம் எனக்குப் புரியவில்லை. அடுத்த நாள் மாலை அவளை மீண்டும் சந்திக்க நேர்ந்தது. எப்பொழுதையும்விட மிக அழகாக இருந்தாள். என்னருகில் வந்தாள். "நான் நாளை இந்த ஊர்விட்டுப் போகிறேன்; என் கணவருக்கு மாற்றலாகிவிட்டது" என்று திரும்பிப் பார்க்காமலேயே போய்விட்டாள். அதுதான் அவள் போக்கு. எவ்வளவோ அவளிடம் கேட்க வேண்டும் என்று ஒரு பரபரப்பு. ஆனால் கேட்கவில்லை. ஞானரதத்தில் கந்தர்வ லோகத்தின் (?) முடிவுதான் ஞாபகம் வந்தது. அதன் பிறகு அவளை நான் பார்க்கவில்லை. மற்ற எல்லாவற்றையும்போல இந்தச் சுசீலா என்ற அத்தியாயமும் முடிந்துவிட்டதா? அதை அப்படிச் சொல்ல முடியவில்லையே என்றுதான் என்னுள் ஏதோ ஒன்று கூறுகிறது.

○

5

10-4-'70 – 14-4-'70

இன்று, இதைத் தொடர்ந்து, எழுதும் எனக்கு வயது 75. வயோதிகம். அதைப்பற்றி உங்களுக்கு என்ன தெரியும். வைத்ததை எங்கேயோ கைமறதியாக வைத்து விட்டு அங்குமிங்கும் தேடுவதுபோல்தான் ஒவ்வொரு விஷயமும், வேண்டிய வேளையில் மறந்துவிடுவதும், வேண்டாத வேளையில் ஞாபகம் வருவதுமாகிவிட்டது. அப்பா – அம்மா இரண்டுபேரும் வாழ்க்கையிலிருந்து மாற்றலாகிவிட்டார்கள். கூட இந்தப் பையன்தான். உரக்கக் கத்த முடியவில்லை. எனவே அவனைக் கூப்பிடுவதற்குப் பதிலாக அவனை வேண்டும்பொழுதெல்லாம் கையைத்தட்டித்தான் கூப்பிடவேண்டியிருக்கிறது. என்ன சொல்லிக்கொண்டு வந்தேன். ஒவ்வொன்றும் வரவேண்டிய வேளைக்கு ஞாபகத்திற்கு வருவதில்லை யென்று. அப்படித்தானே? அப்புறம் இந்தப் பூனை உபத்திரவம். அச்சுதன் என்றால் இப்படியில்லை. அவன் செத்த பிறகு நாய் வளர்ப்பதை விட்டுவிட்டேன். ஒரு நாள் திரும்பி வரும்பொழுது இந்தப் பையன்தான் இந்தப் பூனைக்குட்டியைக் கொண்டுவந்தான். அன்றிலிருந்து பிடித்தது உபத்திரவம் – ஒருசமயம் விளையாட்டாகப் பிறாண்டிவிட்டது – நகக்குறி இந்த வயசிலும், அப்பொழுது ஞாபகம் வந்தது – இப்பொழுதும் ஞாபகம் வருகிறது – வரைந்த கோடு மாதிரி – அதே ஒயில் – அதே சாயல் – S – இவ்வளவு அழகா யார் S எழுதுவா – எங்கேயிருந்து எங்கே போய்விட்டேன் பார்த்தீர்களா? – யாரோ இங்கு வருவதுபோல் இருக்கிறது? – பழனிசாமி – சுந்தராம்பாள் பாடுவாளே – பழம் நீ – ஆமாம் பழம் நான் – எந்த நிமிஷம் – அப்பெல்லாம், அதாவது நான் சொல்வது – கணக்குப்

போடுங்கோ 75 மைனஸ் 45 – என்ன, 35 ஆ – தப்பு, தப்பு, தப்பு! – 25 இல்லையா இதுகூடத் தெரியலையே உங்களுக்கு! நீங்கள்ளாம் என்னவோ, என்னென்னவோ சொல்றேளே! – ராத்திரி வேளையில் தனியாக இருக்கிறதற்குப் பயமாருக்கு – அந்தக்காலத்திலெ – அவன் பேரென்ன – எங்க மங்களத்துச் சித்தியைப் பத்திக்கூட விதவிதமாப் பேசுவா – ரொம்ப நன்னா இருப்ப – பாக்கறதுக்கு – ரொம்ப தைரியம் – அந்தக் கட்டேலே போவானே – அவன் பேரென்ன – ஐயோ, ஞாபகம் வரமாட்டேங்கறதே.

ஜிங்ளி, ஜிங்ளி
ஜலஸா, பைலஸா
டம்டம் டமாரம்
பேச்சுப் பிரதாபம்
மன்னன் பீதாம்பரம்
பேச்செல்லாம்
வெறும் சேதாரம்.

ஜிங்ளி, ஜிங்ளி – ஐயோ, இதன்ன – இந்த அறையிலே ஜன்னலே கிடையாதா – இருக்கு, இருக்கு, இருக்கு – இல்லெ, தப்பு, தப்பு, தப்பு – ஜன்னல்னா, கை எட்டற உசரத்தில் இல்லையா இருக்கணம் – இது என்னடான்னா ஒரு அப்பளக் குடுமி மாதிரி – அதிலேருந்துதான் சின்னப் பாப்பா மத்தாப்புக் கொளுத்தற மாதிரி – கொஞ்சம் வெளிச்சம் – குப்பென்னு எல்லாம் அணைஞ்சுடறது – இதென்னா ஒரே வெள்ளையா இருக்கு – அதிலெ பாருங்கோ. பாருங்கோ, பாருங்கோ, பாருங்கோ, பா ரு ங் கோ – பாாார் ருங்கோ ருங்கோ ருங்கோ ரங்கன் இப்ப எங்கெ இருக்கான்– கோடு கிழிச்ச மாதிரி ஐயோ எவ்வளவு அழகா இருக்கா பாவி உன்னைப் பார்த்திண்டிருக்கிறபோதே படக்கின்னு இந்த உயிர் போயிடுத்துன்னா, அதுவே போருண்டி– ஒரு நாளாவது நெத்திலெ குங்குமம் இல்லாம அவளைப் பார்த்ததில்லை மங்களச் சித்திக்கு அவ்வளவு குண்டு தைரியம் ஐயோ, நேக்கு இப்பச் சொல்றதுக்குக்கூட வெக்கமா இருக்கு அப்ப அவளுக்கு வயது 17, 18 –ன்னு இருக்கும் ஓ ஓ அதுவா விஷயம் காதுக்கு மேலே என்ன இது எனக்குக் கேசவமாதவன் வீட்டுலெ தாணுத்தாத்தா ஞாபகம் வறது அவா வீட்டுக் காரியஸ்தர் எப்பவும் காதுக்கு மேலே ஒரு பென்ஸில் இருக்கும் அதுதான் அந்தக் கட்டேலே போவான் அவன் பேர் இன்னும் ஞாபகம் வர மாட்டேங்கறதே – வந்துடுத்து, வந்துடுத்து, வந்துடுத்தூ ஊஉஉ ஜிங்க்ளி, ஜங்ளி, ஜங்கிளி ஜிங்ளி சாரா சாராா, ராராப் படிச்சிறுக்கேளா ராராரா ஞாபகம் இருக்கா நித்யம், சத்யம், பொய், பொய், பை பை – சபாஷ், என்ன எழுத்து எழுத்து அப்படின்னு

சொன்னேளோ இல்லையோ, அவர் என்ன செஞ்சார் தெரியுமா யாரு? அந்தக் கட்டேலே போவானா? இல்லெ, இல்லெ, தப்பு, தப்பு இவர் யாரு? இவர்னா? சொல்றேன், சொல்றேன் தமிழ் எழுத்தாளர் வரிசெலெ தனித்தங்கம் இந்தத் தங்கக்கட்டி, வைரப்புலி, சிங்கக்குட்டி என்ன செஞ்சது தெரியுமா – இப்ப நான் எழுதறேன் பாருங்கோ அவன் வந்து கோச்சுப்பன் ஏன்னா மணி டாண்ணு 2 அடிச்சா; அ, ஆ, இ, ஈன்னு கீழ்ஸ்தாயி, மேல்ஸ்தாயின்னு பஞ்சாதி பாடறதுன்னு பாடணும், எழுதணம் இந்த வயசிலெ அது கொஞ்சம் கஷ்டம்தான் இந்த எழுத்து விஷயமே கொஞ்சம் கஷ்டம்தான்னு வச்சுக்கோங்கோ, கோங்கோ, கோங்கோ

கொங்கு மலைப் பெண்ணே
கொங்கை குலுங்க
எங்கு நீ எங்கு நீ

ஜிங்ளி, ஜங்ளி ... என்னவோ சொல்லிண்டு வந்தேனே ... ஞாபகம் வந்துடுத்து, வந்துடுத்து; வந்துடுத்து ... எழுதறே விஷயமே கஷ்டம்தான் ஆனா இஷ்டம் வந்துடுத்துன்னா. துன்னா?

சூசிப்பெண்ணே
ரோசாப் பூவே
ராத்திரி வெயிலடிக்கும்
பகல்லெ பைத்தியம் பிடிக்கும்

ஜிங்ளி, ஜங்ளி, ஜிங்ளி ... வந்துடுத்து, வந்துடுத்து, ஞாபகம் வந்துடுத்து ... அந்த ராரா இருக்காறே ராரா, எழுதிண்டே வருவாராம் வரப்போ அப்படிப் பளீரென்று பிரதிபாசக்தி மின்னலடிக்கிற மாதிரி அடிக்கிற வேகத்திலெ அவர் பேனாத் தனியா எழுத ஆரம்பிச்சுடுமாம் அப்பப்பாருங்கோ சும்மா இப்படி? ஒரு கோடு கிழிச்சிடுவாராம் ... அந்தமாதிரி மாத்திரம் ஒரு புத்தகம் பூரா எழுதணம்னு எனக்கு ரொம்பநாளா ஒரு ஆசை ... என்னிக்குத்தான் நடக்குமோ. யாரோ வராப்லெ இருக்கு. டேய், டேய் கொஞ்சம் மெதுவாப் பேசுடா; பகல்லெ பக்கம் பார்த்துப் பேசணம்; நாத்திரின்னா அதுவும் கூடாது ... மெள்ள, மெள்ள, மெள்ள, மெள்ள ... ஜிங்ளி, ஜிங்ளி, ஜிங்ளி அந்தக் கட்டேலே போறவன் ஞாபகம் வந்திடுச்சு –

மச்சான் ஞாபகம் வந்திடுச்சு
உச்சி குளுந்து போச்சு
சிறுக்கி மவளுக்கு –

சை இதென்ன இப்படிப் பாட்டுப்பாட்டா வறது ... அவன் பேரு நயினா ... ஐயோ மறுபடியும் மறந்து போச்சு ... நல்லாப் பிள்ளை மாதிரிக் கஞ்சாக் குடிச்சாத் தேவலாம் ஸார் கேக்கறேளா ... போர் அடிக்கலையே.

சொன்னான்
கோசலை கேள்வன்
ஸ்ரீராமன்,
அவன் தெய்வம்
அசல் தெய்வம்
சுசீலா.

ஐயோ, ஐய்யய்யோ, ஐய்யய்யோரா, பயமாருக்கே... யார்றா இப்படிக் கத்தறா?

சூசிப்பெண்ணே
ரோசாப் பூவெ

ஐயோ இதென்ன? இல்லெ, வேண்டாம்; இல்லெ வேணம். யார் நடக்கிறா?

தட தட தட் தட்
ரைட் லெஃப்ட்
மார்ச்
தடக் தடக் தடக்
குதிரைக் கொளம்படி!
கேட்கப் போனா
அடி தடி.

இதென்ன சத்தம்? என்ன சொன்னேன், தாணுத்தாத்தாக்குக் காதிலெ பென்ஸில் முளைச்சதுன்னுதானே ... அப்பக் கேசவ மாதவன் ... இப்பல்லியா தெரியறது ... அவன் எழுதற தெல்லாம்

கண்ணாடிப் பாத்திரம்
பள பளா
கை தவறினால்
டண் டணார்!

ஜிங்ளி, ஜிங்ளி, ஜிங்ளி ... வேகமாகப்போறேன் ஸார் ... அவசரம், ரொம்ப, ரொம்ப அவசரம், அவ ஸ்வரம் ஸார் ... யார் அங்கே? நடேசனா? என்ன நடேசா, எப்படிப் புஸ்தகம் விக்கலெ ... வாத்தியார் வந்தாப் பையன் க்ளோஸ் ... பையனைக்கண்டா வாத்தியார் க்ளோஸ் ... அப்பப் பாருங்கோ மங்களச் சித்தி ... வாசல்லெ விளையாடிண்டிருக்கப்போ திண்ணை தீப்பிடிச்சிடுத்து ... கொஞ்சம்கிட்ட வாருங்கோ ... ரகசியம் பேசலாம் ... அவ பாவாடை கீவாடை எல்லாத்தையும் ... ஹீஹீஹீ மரத்துக்குமேலே குரங்கு மாதிரி ... யாரோ புத்திசாலிப் பெண்ணுன்னா! என்ன சொன்னே நடேசா. புஸ்தகம் ஜோர்... ஆனாப் பைஸாதான்! ஜிங்ளி, ஜிங்ளி.

ஜலஸா
பைலஸா

அடுக்கி வச்ச
புஸ்தகம்

முடுக்கி விட்ட
குதிரை
சறுக்கி விழுந்த
சமாச்சாரம்

அப்படிச் சொல்லு சம்பு ... சம்பு யாரு? அப்படிக் கேளுங்கோ

புஸ்தகம் போட்டேன்
குஸ்திக்கு மாட்டேன்

ஜிங்ளி, ஜிங்ளி, ஜிங்ளி

எழுத்துக்கு அழுகு
கழுத்துக்குப்
பூ மாலை

முனியன் சடையன்
முதுகுளத்து அப்பன்
எல்லோருக்கும் போட்டி
என் எழுத்தைக் காட்டி

எப்படிலே! புஸ்தகமா போட்டேலே; பணம் சம்பாதிச்சால்லெ எழுத்து எடுக்கும்? ஐயோ அந்த Sக்கு என்ன ஸ்டைல்

எஸ்ஸுக்குப் பின்னாலே
டி
டிக்குப்
பின்னாலே
யூ
யூக்குப் பின்னாலே ?
வி

ஜிங்ளி, ஜிங்ளி; சம்பு எப்படியிருக்கு? நடேசா, தெரிஞ்சுதா? இதென்ன யார் போறா? சூசிப் பெண்ணா? நடேசனா, சிவனா? சிவசிவா? இது என்ன? சூசிப் பெண்ணா பேசறே?

பாடேலே
பிணம்
மச்சான்
செட்டிலெ
நெருப்பு
மச்சான்

அவன் செத்தான் மச்சான்
ஆனாலும்
மச்சான்
செத்த பிணம்
செத்தாலும்

மச்சான்
நெருப்பைக் கொட்டு மச்சான்
கொட்டு நெருப்பை

என்ன மச்சான், புரிலே; ஆல் ரைட், மை பாய்ஸ் – ஹியர் மி ப்ளீஸ் – லுக்.

இது ட
அதுலெ ſ
பின்னாலெ யூ
அப்ப
மறுபடியும் V

எப்படி மச்சான் துபு துபு துபுன்னு விமர்சனம் மச்சான் ... அட சை, தீப்பெட்டி கேட்டா தீக்குச்சியா தரெ ... ஆ எழுத்தா பின்னெ சரி ... ஜிங்ளி, ஜிங்ளி, ஜிங்ளி! ஐயோ பாவம் சிவனெ ஒரு எட்டுக்கால் பூச்சி இடுப்புக்குக் கீழே கடிச்சிடுத்து ... சூசிப் பெண்ணுக்குக் கர்ப்பம் ... சும்மாச் சொல்லக் கூடாது ... ஒரு நாக்கூட குங்குமம் இல்லாம ... என்னவோ தட்றதே.

தட தட தட் தட்
ரைட் லெஃப்ட்
மார்ச்
தடக் தடக்
குதிரைக் கொளம்பு
கேட்கப் போனா
அடி தடி!

வாங்க ஸார், வாங்க ஸார்;

சு சு சு
வா வா
என் எழுத்து
ஹை ஹை

எப்படி நடேசா! உன் எழுத்து ஹை ஹை! என் எழுத்து நடேசா நை, நை! சூசிப் பெண்ணே, ரோசாப்பூவே, வா, வா!

ஊருக்கு ஊர்
குருவாயூர்
சூசிப் பெண்ணே
உன் கல்யாணம்,
என் கல்யாணம்!

ஜிங்ளி! ஜிங்ளி!! ஜிங்ளி!!! ஆ, என்ன சொல்கிறாய்?

அவள் தாலி முடிச்சு
என் கழுத்தில் சுருக்கு

ஆ இதென்ன பேச்சு! பைலார்க்கஸ், நீ சாத்தன் சொன்ன மாதிரி வெறும் பைத்தியம்தானா? பயித்தியக்காரன் பைலார்க்கஸ், பைலார்க்கஸ் பைத்தியம்! ஒவ்வொரு வார்த்தையும் ஒரு வாகனம் அல்லது ஒரு ஜில் குதிரை; அது மேலே ஏறி ஐயா ஒரு ஜாலி ரைட்! ஜிங்ளி! ஜிங்ளி!! ஜிங்ளி!!!

கொங்கு மலைப் பெண்ணே
கொங்கை குலுங்க
எங்கு நீ எங்கு நீ

பட்! பட்பட்! பட்பட்பட்! யே, சிவு அண்ணாச்சி! இப்படி வாரும்! எப்படி இருக்காவே! அத்த் தான் நீர் தொட்டுத் தாலி கட்டின தீப்பெட்டி? அட; இத்து யார்ர்ரா! நவீன்! ராராரா! ரே! பத்மாஷ்! கியா ஹை! கோன் ஹை! அச்சா லட்கி பர்ரா பத்மாஷ், ஸாப்!

மேம் டக்
டர் டர் பொலொ
அதிசுக தாயி
ரிம் சிம் பாணி

தமிழ் போலோ மான்! ஸ்பீக் இன் டமில் ஸாப்!! டீக் ஹை சாப்; மேரே நாம் போல்.

கல்யாண்
நோ ஜோர்
பாப்
பாப்ரே பாப்
ஜி! ஹை!!

ஹே மான்! நோ மான்! ஓ மான்! ஹியர் மான்! நிங்கள் கி சட்பட் ஒன்று! அவள்கி ஜுட்!

என்னய்யா பின்னெ உனக்கும் அவளுக்கும் இரண்டுக்கும் வேண்டியது ஒன்னு இல்லே. பின்னெ கஞ்சாப் பிள்ளெ சொல்லிச்சு பாரு! அதுதான்

இரண்டுக்கும்
ஒன்னுதான் னா

ஸ்டாப்! தெரியும் லெ, ஒன்னுக்கு ரெண்டுக்குன்னா தெரியும் லெ? ஸ்டார்ட்!!

இந்த ஒன்னுக்கு மாத்திரம் நீயும் நின்டெ "டி"யும் ஜுடி பட், ரெடி ஷுட்ன்னா பின்னெ என்ன மான், ஒன்னுக்கும் ரெண்டுக்கும்தான் வரும்! ரைட்? அச்சா பாய்! பை பை! இது என்ன? வெள்ளெ இல்லெ; பின்னெ என்ன நிறம், சட்

கியாபகம் வல்லெ மனுஷ்யா; கேட்டோ சங்காதி; இது எந்தானே சாயம்; சுவப்போ, அல்லெ கேட்டோ நாயரே குருவாயூர் போயிட்டுண்டோ? அத்யேகத்தைக் கண்டுட் டுண்டோ? யார்ரா அது? அம்மிணிக் குட்டியோ?

சூசிப் பெண்ணே
ரோசாப் பூவே

எந்தா இது? எந்தா சடங்கு? புடவெடயா? யார்ரா கட்டியவன்? அது யார்ரா முஸலியாரோ? ஜிங்ளி ஜிங்ளி ஜிங்ளி! பட் பட் பட பட் ஒன்னு, ரண்டு, மூணு, ஐந்து, நாலு எந்து நாராயணகாரு? தெலுசினா? ஏக் தோ தீன் சார் பாஞ்ச்... பட்... வா அம்மா எழுந்திரு குழந்தெ! சௌபாக்கியவதியாப் பத்தும் பெற்று பெருகி வாழ்!

கனாக் கண்டேன், தோழி
மன்னன் மதுசூதனன்

பாக்கிக் கியாபகம் வல்லெ... கோடு கிழிச்ச மாதிரி இருந்தவ... இப்பப் பாரு, அண்ணாச்சி... பூச்சி புகுந்தப்பறம்... ஐயோ பாவம் இந்த வயத்தையும் சாச்சிண்டு நெற்றிலெ சந்தனக்கீத்தும்... மெள்ள மெள்ள... சாமி கடவுளே... ஒன்னு ரண்டானாப் போதும்... ரெண்டு ஒன்னானாப் பின்னெ ஒன்னு ரெண்டாகனும்லெ... என்னவோய் சொல்லுதீர் ஒன்னுக்கும் ரெண்டுக்கும்னா... சரிதான் வேய்... சங்கதி நம்ப கையிலெ இல்லெ... சூசிப் பெண்ணே ரோசாப் பூவே... இது என்ன சுத்திச் சுத்தி வளைய வரது... புனுகுப் பூனை மாதிரி; ஐயே, இதென்ன அசிங்கம். கையெல்லாம் பகர ஈகாரம்! அம்மா சொல்வா ... சின்னப் பாப்பா இப்படிப் பண்ணினா சந்தனக் காப்பு, பன்னீர்ன்னு...

அப்படியா,

சூசிப் பெண்ணே
ரோசாப் பூவே

பூப்பிஞ்சு... கோழிக்குஞ்சு... நானானா கடுவன் பூனை அட சை. ஜிங்ளி, ஜிங்ளி, ஜிங்ளி! அவரு பேரென்னா? ஆமாம் வந்திடுச்சு! வந்திடுச்சு!! வந்திடுச்சு!!! இதென்ன ரோசாப்பூ? அதுக்குமேலே ஐயே அசிங்கம்... சை வெக்க மில்லை... குண்டியை மானத்துக்குத் தூக்கிட்டு மண்டையைப் பூக்குள்ளே விட்டு இது என்னா செய்யறது? களுக்... என்னா?

சூசிப் பெண்ணே
ரோசப் பூவே

சிரிப்பாணி; நீயும் அப்படித்தானா... விசயமா... சரிசரி சரி... எட்டுக்காப்பூச்சி கவ்விப் பிடிக்குது இல்லெ... வண்டு

பூவைக் குடையுது இல்லெ ... அப்புறம் பால் உறைஞ்சா பனிக்கட்டி ... யாரு சச்சிதானந்தம் அண்ணாச்சியா? ... சிவோஹம்! சிவோஹம்!! இந்த விசயமே அசிங்கந்தான் இல்லை நடேசா ... ஆ அவருதான் ... பேரு நல்லாப்பிள்ளை... என்னா சொன்னாரு ... கூத்திச்சி வீட்லெ போயிட்டுக் கூடத்திலே சம்மணம் போட்டுக்கிட்டு சமாதிலெ இருந்தாரு இல்லெ ... என்னவோ சாரெ ஒண்ணும் விளங்கல்லெ ... சாக்கடைத் தண்ணிலெ அழுகின வாழைப்பழம் ... சாமி நைவேத்தியம் ... சிவனுக்கு மூணு கண்ணு ... சந்தனக் கீத்து ... கீழே ... யோனி இல்லெ ... சிவன் என்ன சொன்னான்.

ரோஜாவுக்கு முள்ளு
மல்லிகைக்குக் கைப்பு மணம்
கொங்கை குலுங்க
நடை பயிலும்
கொங்கு நாட்டுப் பெண்ணே
நினக்குக் கண்ணாலம்.

அஞ்சு நிமிஷம் பொறுங்கோ அத்தான் ... இப்படி ஆத்திரப் பட்டா! ஜிங்ளி! ஜிங்ளி! ஜிங்ளி!!!

ராத்திரி வெயிலடிக்கும்
பகல்லெ பயித்தியம் பிடிக்கும்.

அப்ப – எப்பொ – நப் போல் வளை – நண்டு போல் வளைக்குள் நுழை – என்ன சொல்லிண்டு வந்தேன் – எனக்கு நிஜமாவே ஒரு சந்தேகம் – அப்ப ஒரு சந்தேகம் – பொய்யா ஒரு சந்தேகம் – இருந்தா அது பொய்யா சந்தேகமா – இதென்ன சந்தேகம் – அடே லூஸ்டா – யாரோ பைத்தியம் – யாருக்குப் பைத்தியம் சூசிப் பெண்ணே ரோசாப்பூவே – ஒரு நா அவ தோள்மீது கண் சஞ்சாரித்தது ... காலணா அளவுக்கு ஒரு அம்மைத் தழும்பு ... உங்களுக்கும் பார்க்கணும்னு ஆசையாயிருக்கு இல்லையா ... சுகபோக ஜன்னி ... அப்படின்னா பகல்லெ பைத்தியம் ராத்திரி வெய்யில் ... அப்பவே சிவன் சொல்வான் ... நானே ஒரு மாதிரி ... ஒரு மாதிரி, ஒரே மாதிரி ... எது தேவலமாம் ... பச்சையா, சிவப்பா, ஊதாவா நீலமா ... பூனையா, நாயா ... நானா நீயா ... விஷயத்தை விட்டுட்டேனா ... விட்டுட்டா நாயானா ஓடிப்போயிடும் ... ஞாபகமானா மறஞ்சு போயிடும் ... என்ன சொல்லிண்டு வந்தேன் ... அப்பன்னு தானே ஆரம்பிச்சேன் ... அதுக்கு முன்னாடி ஒரு ஐடியா ... உங்ககிட்ட எனக்கு 75 வயசுன்னேன் இல்லையா ... எனக்கே இப்ப ஒரு சந்தேகம் ... 75 இல்லெ 57 இல்லெ 35 ஆ இல்லெ, இல்லெ 27 ஆ ... அது எப்படியாவது இருக்கட்டும் ... அம்மா அடிக்கடி சொல்வா ... வயசு ஒரு கணக்கா ... எந்த

அர்த்தத்திலெ சொன்னான்னு தெரியல்லெ ... கணக்கில்லையா ... நேக்குச் சில சமயம் தோணறது ... நான் ஒரு இக்கிளியூண்டு பாப்பாவோன்னு ... அப்பன்னா சூசிப்பெண் கிட்ட பால் குடிக்கலாம் இல்லையா ... ஒரு நா இப்படித்தான் போயிண்டிருக்கப்போ அவ பாடறது கேட்டது ... யார்? – சூசிக்குட்டி ரோசாப்பூ ... பாட்டு நல்லாவே இருந்தது ... குழந்தையை விளையாட்டுக் காட்டற பாட்டு ... கேளுங்கோ, உங்கோ, போங்கோ, வாங்கோ, உட்காருங்கோ ... ஓசை வழியாத் தான் பாஷை போறது இல்லையா மான் ... ஆனாக்கெ ஒன்னு ... ஓசையே பாஷையா...?

ஏன் மான் இல்லெ ... ஒன்னும் ஒன்னும் ரெண்டுங்கறது இங்கெ தர்பார் நடத்தாது மான் ... பாடினா, பாடினா அப்படிப் பாடினா

வாவா ஜகஜண்டி மாடே
மரத்துக்கு மரம் ஏறும் சம்மந்திக் குரங்கே
ஆனை புகுந்ததாம் தோப்பிலெ
அழுகப் பழுத்ததாம் மாம்பழம்
குதிரை புகுந்ததாம் தோப்பிலெ
குலுங்கப் பழுத்ததாம் மாம்பழம்
சித்தானைக்குட்டிக்குக் கொம்பு முளைச்சுதாம்
பட்டணமெல்லாம் சுத்திச் சுத்தி வந்ததாம்
கையில் வெண்ணெய் சிந்திற்றோ
கமல முகம் வாடித்தோ
துயில் பட்ட தங்கமே
சங்கூதி ஜலம் தெளித்து ...

பாட்டு ஜோர் இல்லே, மான் – ஆனா மணி 5• ஆச்சு – இன்னும் ரொம்ப தூரம் போகணும் ... சூரியன் மேற்கே சாயற சமயம் ... ஜிங்ளி, ஜிங்ளி, ஜிங்ளி! இப்ப அம்மா பாடினது ஞாபகம் வந்துல்லெ ... அப்ப எனக்கு ஒரு பாட்டு பிச்சுண்டு வரது ... பார் பார் பட்டணம் பார்!

ஜிக்கி மிக்கி ஜேலோக்கி
மக்குப் பளாஸ்திரி நம்பர் டு
எக்மோர் ஸ்டேஷன்
ஃபாக்ஸ் ட்ராட் டபிள் அப் ஸலூட் எபௌட்டேர்ன்

எப்படி எப்படி! பஹுத் அச்சா! குட்டிச்சாத்தன் குட்டிக் கரணம் போட்டுண்டே போச்சாமே

சின்ன சின்னச் சிற்றெறும்பு
சிங்காரக் குறும்பு
படுக்கப் படுக்கை
கட்டித் தழுவ
கொட்டுக் குழம்பு.

(கை தட்டல்) இங்கெ யாரு? ஆடியன்ஸ் இருக்கா என்ன? அப்படின்னா கன்னா பின்னா மன்னார் கோவில்னு ஏதாவது பாடியிருப்பேனே – நான்தான் கிராமபோன் ஊசி.

சூசிப் பெண்ணே
ரோசாப் பூவே
செட்டிப் பாளையத்திலெ
குண்டூசி மாப்பிளெ
குழைந்து குழைந்து ஆடினாராம்
சுற்றிப் பற்றிக் கேட்ட
பத்தெட்டுப் பேரும்
சொக்கிச் சொக்கி விழுந்தாராம்.

எங்கெ ஆரம்பிச்சேன்? மானாமதுரையிலெ ஆரம்பிச்சுச் சோணாசலத்துக்குப் போயிட்டேனோன்னு ஒரு சந்தேகம்.

மெய்யா பொய்யா
ஜிக்கி மிக்கிஜேலோக்கி

ஸாரே! எனக்கப்போ மூணும் ரண்டும் அஞ்சு வயசு... வாசத்திண்ணெலே ஐம் ஐமான்னு உக்காச்சிக்கோன்னு சொன்ன இடத்திலெ இருந்தேன்... எதிரெ ஒரு சாக்கடை...

அதைப்பாத்தா இப்பத் தோணுது.

கங்கா யமுனா
காவேரி பாலாறு
எல்லாம்
சட் பட் சட சடா
சுடுகாடு.

பெரிய வெள்ளச் சேதம் மாதிரி சாக்கடைத் தண்ணி குமிழி போட்டுண்டு எச்சிற் குப்புளம் மாதிரி விர்ரென்று ஸ்டைலன் கணக்கிலெ போகும்... பகர ஈகாரம் பங்கு போட்ட மாதிரி, சின்னச் சின்ன அல்வாத் துண்டு மாதிரி... இப்ப நினைச்சாலும் நாக்கிலெ ஜலம் சொட்றது... பின்னெ அழுகல் பழம் நாக்குப் பூச்சி, எண்ணெய்க் கடலாசு இப்படி இப்படி... இது பாத்து போன ஜன்மத்திலேயா எங்கற மாதிரி ஒரு மங்கலான நினைவு ... ஆனாப் பாருங்கோ, ருங்கோ, உங்கோ, எங்கோ, யாராவது சிவு அண்ணாச்சி கவிதைக்கு மூலம் கேட்டா இந்தக் காட்சிதான் ஞாபகம் வரது. இது ஏன் மான்? அழுக்கில்லெ அழகைப் பெத்துத் தள்ளுது? இல்லெ, சூசிப் பெண்ணே... ரோசாப் பூவே – வண்டு பூவைக் குடையது; ஆனாப் பாரு பூ இன்னும் ஜிவுஜிவுன்னு ஜீரச் சிவப்பிலெ துடிக்குது! வண்டு குடைய இண்டி கடகடன்னு ஆடுது... போதுமய்யா போதும் இந்தக் கோணங்கிக் காதல் விவகாரம்! ஜிங்ளி! ஜிங்ளி!! ஜிங்ளி!!!

இன்னிக்கென்னா இப்பபடிப் பழைய மனுஷங்க நினைவா மண்டிக்கிட்டு வரது! நடேசா, அடே போடா! அது என்னங்க இப்படிச் சமூகம் கெட்டுப் போச்சுன்னா சோடா பாட்டிலையா உடைக்கணம்! நீங்க இலக்கியம் விமர்சனம்னு ஊரெல்லாம் சண்டை பிடிச்சுக்கிட்டா, அடுக்கி வைச்ச புஸ்தகமெல்லாம் அடுப்பிலெ வைக்கவா? நாலுகாசு பண்ணத் துப்பில்லெ, இவரு நியாயம் பேச வந்துட்டாரு! பாட்டுப்பாடாம வேறெ ரகைஷயில்லை! அதுக்கேத்தாப்லெ இப்ப என்னடான்னா துபுதுபுன்னு விமர்சனம் வேறெ.

கொங்கை குலுங்க
நடை பயிலும்
கொங்கு நாட்டுப்பெண்ணே

அதி நூதன விமர்சனம்
அப்பட்டமான விபசாரம்

அடிச்சு வாருடா சிங்கக்குட்டி
சொல் ராஜா சொல்
சின்னச் சின்ன எறும்பு
சிங்காரக் குறும்பு;

உன் விரல் கோணுது மச்சான்
உன் நாக்கு உள்ளே இழுக்குது மச்சான்

கண்ணாடிப் பாத்திரம்
பள பளா
கை தவறினால்
டண் டணார்

அப்பளக் குடுமிச் சன்னல் ஊடே, பாடே, நாடே, வாடா, போடா, எண்ணாப் போலெ சப்ளாக் கட்டை மாதிரி இந்தச் சந்திரன் ராஸ்கல் திருட்டுத்தனமா எட்டிப் பார்க்கறான். பாக்கட்டும் பாக்கட்டும்; யாருக்கு என்ன மோசம். வார்த்தை யெல்லாம் ஜில் குதிரை; அதுக்கு மேலே ஐயா ஒரு ஜாலி ரைட்! ரைட்!!

ஜிக்கி மிக்கி ஜே லோக்கி
மக்குப் பளாஸ்திரி நம்பர் டு.

"சேட்டா"

"எந்தா என்டெ ஓமனெ!"

அவன் முகத்தை என் தீர்க்கமான விரல்கள் வருடுகின்றன. அவன் சட்டைப் பொத்தான்களை வருடிய வண்ணம்

"ஓமனே!"

"எந்தா சேட்டன் இங்ஙனே!"

அவர்கள் இருவர்க்கிடையிலும் ஒரு இடையீடுகூட இல்லை.

"ஓமனே! அங்ஙனெ நீயினி நோக்கருதே!"

"சேட்டன் ரமாகாந்தன் கவிதை வாயிச்சுட்டுண்டோ?"

"எந்நாலும் ஞான் நின்டெ சேட்டனல்லே!"

"ஞானிப்பம் நுள்ளும்."

"நுள்ளிக்கோ பெண்ணே!"

ஆ! என்ன சுகம்!! வேய் மென் தோள்!!!

"சேட்டா! குஞ்ஞுண்ணியுடே கவிதை வாய்ச்சுட்டுண்டோ?"

"எந்த என்டெ ப்ரியே! நீ பரயுன்னுது"

"பரயாம் சேட்டா! பரயாம்!"

"பரயூ என்டெ ப்ராணசஹீ!"

"அத்தேகம் பரயுன்னு

அந்திக்குப் புஷ்பங்கட்டு
சந்தம் ஒண்ணு இரட்டிக்கும்

என்னு மாத்திரம்!"

ஜிங்ளி! ஜிங்ளி!! ஜிங்ளி!!! அவர்களைக் காணவில்லை? சூசிப் பெண்ணே! ரோசப்பூவே!! எனக்கு இப்பப் பாட்டுப் பிச்சுண்டு வரது!!!

நீல வானில்
ஆகாயக் குளமதில்
அல்லி மலர
அப்படியில்லை
இப்படி யென்று
அடுக்கிய நக்ஷத்திரங்கள்
சொடுக்கும் நேரத்தில்

ஜொலி ஜொலிக்க
சூசிப் பெண்ணே
ரோசாப் பூவே
சயனக் கிருகத்தில்
பாயல் இரண்டு
வா வா
ஆதி கவிஞன்
காளிதாஸன்
அவன் ஆணை

குலுங்கக் காண்பது
மங்கையர் கொங்கை
தூங்கக் காண்பது
மாம்பழக் கொத்து
ஓடக் காண்பது பூம்புனல் வெள்ளம்
ஒடுங்கக் காண்பது யோகியர் உள்ளம்

ஒடுங்கக் காண்பது ... ஒடுங்கக் காண்பது ... யோகியர் உள்ளம் ... ஐயோ நான் கொம்பொடிஞ்ச மாடு ... ஐயைய்யோ! ஓஓஓஓ ... என்ன பிசாசா? நிழல்கள், நிழல்கள், நிழல்கள் பூதாகாரமான நிழல்கள், விகாரமான நிழல்கள், கரைந்த நிழல்கள், நினைவிழந்த நிழல்கள், பட்டம் பட்டமாய், பட்டாள மாய், மகாப் பிரளயமாய் வருகின்றன ... நான் ஓடிப் போய்ட்டா! எங்க ஓடறது? யார் ஓடறா? ஆ என்ன! சூசிப் பெண்ணே! ரோசாப் பூவே!! நீதானா? உன் நிழல் இல்லையே! குட்டிச் சாத்தன் குட்டிக்கரணம் போடலையே அது யார் அங்கே தலையை விரிச்சுப் போட்டுண்டு பேய் மாதிரி உட்காந் திருக்கா? என்ன சூசிப் பெண்ணே! கூந்தல் பனையா? பயந்துட்டேன் சூசிப் பெண்ணே! கிட்ட வா! இது என்ன உன் கையா! என்ன மிருது! சூ ஆசிப் பெண்ணே! அந்த அம்மை வடுத் தழும்பைப் பார்த்துக்கொண்டே இருக்கணம் போல் இருக்கு! போங்க அத்தான்! நீங்க எப்பவுமிப்படித் தான்!! உனக்கு என்ன தெரியும் சூசிப் பெண்ணே!

சிங்காரச் சொல்லழகி
சொக்கு நடைக்காரி
மிக ஒய்யாரி
மாயமோ மருட்கை தானோ
ஒரு கனாக் கண்டேன் தோழி!

உனக்கு முத்துசாமியைத் தெரியுமா சூசிப் பெண்ணே! என்ன நினைவுகள் பெண்ணே! "என்னடா, முத்துசாமி! இவர் – பார் – சென்னைப் பட்ணத்தில் வயல் காடெல்லாம் அடிச்சுக் கொளுத்தற வெயில்லெ பாளம் பாளமா வெடிச்சுக் கிடக்கு! தந்திக் கம்பத்திலெல்லாம் காக்காயும் குருவியும் செத்துக் கிடக்கு! இவர் என்னடான்னா கவிதை மழையாய்ப் பொழியறார்! என்னடா செய்யறது முத்துசாமி!! ஜிங்ளி! ஜிங்ளி!! ஜிங்ளி!!!

கட்! கடகட்! கட்! கட்! கடக்! கட்!
கடக்! கக்கட! கட்! கட கட கட!

ஜில் குதிரை! ஜாலி ரைட்! நடேசா! நடேசா! மண் குதிரைய நம்பி நடுக்கடல் தாண்டலாமோ! என் கண்ணோ இல்லையோ! நான் உன் ஆச்சிடா! சொல்றதைக் கேள்டா!

எங்கேடா போறே! ராமன் கதை ராப்பகலாச் சொன்னேனேடா! இதுதானாடா பலன்! வளர்த்த கிடா மாரிலையா பாயணும்; மாரிலே தானேடா பாயறது! அங்கு போய்ட்டா மாத்திரம் போருமாடா? அது பத்துமாடா? நான் உங்கிட்ட வந்தேனா நீ எங்கிட்ட வந்தயா? யார்கிட்ட யார் வந்தா என்னடா? இருந்தாத்தானேடா எடுக்க முடியும்? சூசிப் பெண்ணே! ரோசாப்பூவே! அந்தக் குறவன் வால்மீகியா இல்லெ கம்பன் தானடா என்ன சொன்னான்!! எங்கிருக்குடா பொன்மான் அதைத் தேடிப் பிடிக்க வயிறு குடல் தெறிக்க நாலுகால் பாய்ச்சில்லெ போறெ! மாயமான் மாய மான் ஆனான்!

கட்கட்! கடகட்! கடகடகட்! கட்! கட்! கடக்! சிவசிவா! என்னமா பேச்சு! என்னமா சுருட்டிண்டு போறது சூசிப் பெண்ணே! ரோசாப்பூவே, மறுபடியும் பாட்டுப் பிச்சுண்டு வரதுடி! என்னடி செய்ய! நிழல்கள்! நிழல்கள்! பூதாகரமான நிழல்கள்! விகாரமான நிழல்கள்! கரைந்த நிழல்கள், நினை விழந்த நிழல்கள் பட்டம் பட்டமாய் பட்டாளமாய் மகாப் பிரளயமாய் வருகின்றன! போடா பேமானி! ...விடியா மகனே! நீ படிக்கணமாம் நான் எழுதணமாம்! என்னடா பேச்சு! உன்னைக் கேட்டுண்டா உன்னுடைய ஆத்தா உன்னைப் பெத்தா! போடா உதவாக்கரைப் பயலே!

ஜிக்கி டிக்கி ஜெலோத்தி
மக்குப் பிளாஸ்திரி நம்பர் டு.

சிவா கேளுடா! என்னுடைய செல்லமே கேள்! வேண் டாண்டா இந்தத் தங்கமான் வியாபாரம்! வேண்டாண்டா! பாம்புன்னா அது அப்படித்தான் சுருண்டு கிடக்கும்! சீறிப் பாயும்! ஒவ்வொத்தியும் இடுப்புலெ ஒரு பாம்பை வெச்சுண்டு தானேடா நட நட நடன்னு நடக்கிறா; அதைக் கண்டு உனக்கு ஏண்டா இப்படி வெட வெட வெடன்னு நடுக்கம்! வேணு முதலி பாடிக் கேட்டிருக்கையாடா! சொல்லட்டுமாடா!

நாலு துணையிருந்தாலும்
சொந்த புத்தி வேணும் பெண்ணே

பாட்டுடா, பாட்டு, பிச்சுண்டு வறது

போடி நீயும் உன் பாம்பும்
நின் மின்னழகும்
கறுப்புக் கூந்தலழகும்
முலைக் குவடும்
மலைச் சரிவும்
தேரோடும் தெருவீதியும்
எனக்கு எட்டிக் காய்
போல் கட்டிக் கரும்பு

நீ அப்படிப் போனா; அவ இப்படி வருவாடா! நின்னா நிப்பா, இப்படி உட்கார்னா உட்காருவா! அப்புறம் வான்னா சரிம்பா! நீ வரைக்கிற கோடு தாண்ட மாட்டாடா; இல்லை எப்பவும் அவ பாம்பைப் பிடிக்கப் போனே சமாச்சாரம் வேறே; கேள்:

ஊழாம் பேய்தான் "ஓஹோ ஹோ"
வென்றலைய – வெறித்
துறுமித் திரிவாய் செருங்கூத்தே புரிவாய்.

பின்னர்

ஆகாயமெல்லாம் அம்மைத் தழும்பு
தெருவெல்லாம் தேர்க்கோலம்
கண் கண்ட இடமனைத்தும்
தலை விரித்துத் தனியிருந்து
கண் பறிக்கும்
பெண் கோலம்

என வாங்கு

இவ்விடம்
திசை மாறி
நீ வரின்
ஐயோ! ஆதி பகவதி! சாமுண்டீ!
மாகாளி!
நான் செத்தேன்
என்பாய்,
நின் சதையனைத்தும்
வெள்ளெலும்பாகும்
நீயும்
வெறும் நிழலாவாய்.

ஜிங்ளி! ஜிங்ளி! ஜிங்ளி! ஜில் வார்த்தைகள்: ஜாலி ரைட்! நான்தான் என்ன? வெறும் ஜூடி பட்! ரெடிஷூட் பைசா நை! கள்ளுத்தண்ணி; காஷாய வஸ்திரம்; அங்கே பாரு முள்ளுச் செடி; இங்கே பார் பொட்டல் காடு; ஆட்டு மந்தை; மாட்டிடையன்; சப்பாத்தி முள்; சப்ர மஞ்சங்கள்; நெளிந்து செல்லும் நாகங்கள்; பேய்த்தேர்; ஆகாயத்தாமரை; அகன்று செல்வாரைக் கௌவிப் பிடித்து ரத்தமுறிஞ்சும் மோகினிப் பிசாசு; மஞ்சப் புடவை; ரத்தச் சந்தனம்; அரளிப்பூ மாலை; வேப்பிலைக் கொத்து; மகாமாயி; ஆகாயமெல்லாம் சீதளமுத்துக்கள்; முக்கோணத் துவாரத்தில் அமுத தாரை; கிழட்டு முலைகள்; வண்டிக்காரன் சண்டி; இரண்டு மாடும் நொண்டி; பாட்டுப் பிச்சுண்டு வறது . . .

சடக் படக்
கொளக்

எட்டடி வீரியன்
பத்தடி பாயும்
கண்ணில்
ஜொலிக்கும் வைரம்
நாக்கில்
ஆலகால விஷம்
பிலவாயில்
நெளியும் அரவு
கடித்தால்
அடுத்த நிமிஷம் சாவு

நிரந்தர ரோகி
சுசுசு
வா வா
என் எழுத்து
நை நை.

என் கழுத்து நரம்புகள் வீங்கிப் புடைக்கின்றன: கண்கள் பிதுங்கி வெளிவர, அவன் கைப்பிடி குரங்குப் பிடி; துபுதுபு விமர்சனம்; வெறும் விபசாரம்; பச்சை மூங்கில்; கணப்புச் செட்டி கோடித்துணி; என்னைப் பாடையில் வைத்துக் கட்டிட வாயில் துணி அடைத்து, பாடையருகில் போட்டுவிட்டு; நல்ல தாம்புக் கயிறு வாங்கக் குடல் தெறிக்க ஓடினான்; ஐயோ பிழைத்தேன் என்று நானும் சிட்டுக்குருவியாய் விட்டு விடுதலையாய்ப் பறக்கிறேன். சாத்தா, எனக்குப் பைலார்க்கஸ் பைத்தியம் நன்றாகப் பிடித்துவிட்டது; எனக்கு உன் தத்துவச் சாம்பல் கொஞ்சம் தா; இல்லாவிட்டால் பிழைக்க முடியாது!

ஏன்? எதனால்? இதன் அர்த்தம்? சூசிப் பெண்ணே ரோசாப்பூவே! நீ யார்? யார் யார்? கால் பாவாமல், உயிர் மூச்சின் வெப்பமான ஆவி நிழல் தட்டாமல், மனம் வரையும் கோலமாய்: கனவுகண்ட நினைவாய், நினைவு கண்ட கனவாய் நிற்கும் நீ யார்? எனக்குப் புரியவில்லை. ஆனால் புரிவது மாதிரி இருக்கிறதே! புரிந்தும் புரியாததை எப்படிப் புரிய வைப்பது என்பதுதான் தெரியவில்லை; அப்படியானால் எல்லாம் பழக்கத்தின் வேகம், வழக்கத்தின் வாசனை; ஆனால் குடிக்காத பால் திரிந்து போகும்; மோராகும்; புழு நெளியும். ஆனால் இங்கு அப்படியில்லையே. அதனால்தான் வினாடி உருட்டிச் செல்லும். அனுபவத்தைப் பிடித்து வைத்துப் பிரதிஷ்டை செய்கையில் என்னென்ன அனுபவங்கள்; ஜடத்தை சிந்தனை வரிக்காவிட்டால் பின் என்ன, என் அன்பே? ஏன் இந்தக் கேள்விகள்? அதைவிட அவுட் பாஸ் வாங்கிக்கொண்டு வெளியே திரிகிறேன். ஜிங்ளி! ஜிங்ளி!! ஜிங்ளி!!! இந்தத் தெரு வழியாக இதற்கு முன் நான் வந்ததேயில்லை. அதனால் தான் எல்லாமே ஒரு மாதிரி என்னவோ பார்க்காததைப்

பார்த்த மாதிரி ஒரு கோடி அகன்று பரந்து மறு கோடி கத்தி முனைபோல் ஒரே கூர்மையாக இருக்கிறது. அதற் கப்பால் கிடுகிடு பாதாளம். வழி நெடுக இரு சரிவிலும் மண்டிக்கிடக்கும் புதர், பாம்பு பதுங்கியிருந்தாலும் தெரியாது. இதன் வழியாகத்தானே கோடி கோடி வருஷங்கள் போவதும் திரும்பி வருவதும் என்றுமே அலுக்காத விவகாரமாக நடந்து கொண்டிருப்பதைப்போல் ஒரு உணர்ச்சி கடைசி வரையில் போய் திரும்பி வரும்பொழுது மெய் சிலிர்க்கும் மயிர்க் கூச்சம்; இன்ப லகிரி!! என்றாலும் ஒரு சிலர் திரும்பி வர வழி மறந்தவர்கள்; மறுத்தவர்கள் யாரோ சொன்ன மாதிரி அடுத்த நாள் காலை தாமரைக் குளத்தில் அக்னி எரித்த மரக்கட்டை கரித்துண்டாகக் கிடந்ததுபோல் கிடந்தார்களாம். என்னடா இது. ஒன்னும் புரியவில்லையே. இங்கிலீஷ் கவிதை, இங்கிலீஷ் கவிதை படிச்சிருக்கேளா? ஞாபகம் இருக்கா ஞாபகம்? நீளக்கால் மோகினி, மீன் பிடிக்கத் தூண்டில் வைத்த மாமிசக் கொத்து! அதில் தேடிப் போன, அதில் சிக்கியவன் பாடு கசாப்புக்கடையில் கட்டிவைத்த காளை மாடு! ஜில் வார்த்தை! ஜாலி ரைட்!

ஒரு வெட்டில்
துண்டு ரெண்டு
'அம்மே' என்று
அழுது விழும்
குழந்தை.

போடா போ! இது என்ன எழுத்துடா? எழுத்தா இது? உன் தலை? என் தலையா?

தலையா
பூவா
தலை விழுந்தால்
முதல் பரிசு
பூவிழுந்தால்
முதலுக்கு
மோசம்.

இன்னுங்கேக்கரயா வாடா, வா என்னுடன் நீ போகாத இடத்துக்கெல்லாம் அழைத்துச் செல்கின்றேன். நீ திமிறினாலும் உன்னால் முடியாதுடா. நீ பாம்பு ஆனால் நான் பிடாரன். தலையைத் தொங்கவிட்டுக்கொண்டு ஸலாம் போடுவேடா, போடுவே, எனக்குத் தெரியும்டா. உன்னை ஆட்டிவைக்கும் மோகினிப் பிசாசு நான்தாண்டா. என் கையில் அகப்பட்டால் உனக்கு வேறு கதிமோக்ஷமில்லேடா; என்பின் வருவதுதான் உன் சுபாவ விசேஷம் என்பதைக் கண்ணிமைக்கும் நேரத்தில் உணர்வாய். வா வா இன்னும் சொல்கிறேன். நீ போகாத இடத்திற்கெல்லாம் அழைத்துப் போகிறேன்.

கொங்கை குலுங்க
நடை பயிலும்
கொங்கு நாட்டுப் பெண்ணே
நீ போவதெங்கே?
வாங் மச்சான்
வாங்க
நான் கை சொடுக்கினால்
கண்ணிமைத்தால்
வாலைக் குழைத்து
குழையடித்து
பின் வருவாய்
மச்சான் நீ

ஜில் வார்த்தைகள்! ஜாலி ரைட்! இது என்னடான்னா மானா மதுரைக்கு வழி கேட்டால் சோணாசலத்திற்கு இட்டுச் செல்கிறாய்? அதிகம் பேசாதே வாடா. அதிபுத்திசாலி நீ வெறும் அசட்டுக் கழுதை! வை ராஜா வை! பார், பார், பட்டணம் பார்! பாட்டுப் பிச்சுண்டு வருதுண்டா! பிச்சுண்டு!

வெறும் சிதல்;
ஈரமற்ற
திரவித்துப்போன
காய்ந்த எச்சில்
போல் சுரசுரத்த
வெறுங்கறையான்,
தட்டிப்பார்
வெளூ வெளுத்த
கிருமி கும்பல்
யார் அங்கே?
“கல கல” வென்ற
சிரிப்பின்
நாதங் கேட்டு
மின் வெட்டும்
நேரம்
பின் நோக்கிச்
சென்று மறைந்தாள்
சுசீலா

வாவா! இன்னுங் காட்டுகிறேன்! நீ இன்று நன்றாக என் கையில் நன்றாகச் சிக்கிக்கொண்டாய். பேசாமல் துபுதுபு விமர்சனம் எழுதும் அதிபுத்திசாலித்தனமாக எழுத்துப் பயிலும் ஏகாதி சக்ரவர்த்தியின் பின் கைகட்டி, கால்சேர்த்து, வாய் பொத்தி, விலைக்கு வாங்கின அடிமைபோல் இல்லாமல் நீ உன்வழி சென்றிருந்தால் உனக்கு ஏண்டா இந்த அவதி? அவரைப் போல் நீயும் கேட்பாய்: எழுத்தா இது? இவன் பேசவா செய்கிறான்? வாய்க்கு வந்தது கோதைப் பாட்டு என்றல்லவா செய்கிறான். சரிதாண்டா; நீ அவர் போன

வழி போகவில்லை; பிரிந்தவர் எல்லாம் பிரிந்தவர்தான். வா, வா என் எழுத்து நை, நை; என்றாலும் நீ வருவாய்! அது எனக்குத் தெரியும்; உனக்கும் தெரியும்; நடுவில் சற்று முறைத்துப் பார்த்தாய்; அவ்வளவுதான்! கொக்கென்று நினைத்தாயோ கொங்கணவா! ஊர் திரண்டாலும், நான் தடுமாற மாட்டேன்! எனக்குத் தெரியுண்டா நான் போக வேண்டிய வழி. என்ன சொல்லிக்கொண்டு வந்தேன். ஆ, அதுவா சொல்கிறேன், போகும் பாதையெல்லாம் பாட்டு வழி; சொல்வதெல்லாம் சப்த கோலாகலம்; நில், கேள், போ, சா! பக்கத்தைத் திருப்புகிறேன் அதுவரையில் நீ காத்திருப்பாய் அது எனக்குத் தெரியும்.

வெள்ளைச் சுவரில்
ஒரு கறுப்புப் பூச்சி
அதற்குக் கைபோல்
முகஞ் சுற்றிக்
கால் எட்டு
அதன் அடிவயிற்றில்
ஒரு வண்ணான் பொதி
போல்
ஒரு பிரமாண்ட
மூட்டை
அதைத் தட்டினால்
சின்னச் சின்னப்
பூச்சி கோடி கோடி
அது இருந்து வளர
வெள்ளைச் சுவரில்
பெரிய
எட்டுக்கால் பூச்சி

மறுபடியும்
கல கல சப்தம்
சிரிப்பின் பிரளயம்;
யார் அங்கே?
கேட்டதும்
சென்று மறைந்தாள்
சூசிப் பெண்ணவள்
ரோசாப் பூ அவள்!

தெரிகிறதா இப்பொழுது, இன்னும் வா அழைத்துச் செல்கிறேன்; ஏன் இந்த நிசப்தம்; பரிசுத்த ஆவிப் பிதாவின் பரமண்டலம்போல்; இங்கு சுவாசிக்க முடியுமா? பச்சைத் தண்ணீர் அமிர்த பானம்; வெந்நீர் வெறும் 'சப்'பென்றுதான் இருக்கும். ஆனாலும் வாடா 'ஓம்' என்பது பிரளய மந்திரம்; சுரம் தவறுகிறது; தெரியாமல் இல்லை. வேறு வழியில்லை. வா. ஜில் வார்த்தை! ஜாலி ரைட்! ஜிங்ளி! ஜிங்ளி!! ஜிங்ளி!!!

அசோக வனத்துச்
சீதை
அயோத்தியால்
அதி விரைவில்
அன்புடன் வந்தாள்;
ஆனால்
அதிபுத்திசாலி
அசட்டுக் கழுதை
ஒருவன் சொன்னான்
ஜகன் மாதா
ஆனாலும்
அவளுக்குமுண்டு
ஒரு ஜகனம்
அத்துடன் முடிந்தது
இராமன் கதை.
யார் அங்கே?
ஏன் இந்தக் கலகலச் சிரிப்பு!

கொங்கை குலுங்க
நடை பயிலும்
கொங்கு நாட்டுப்
பெண்ணவள் சொல்லி
மறைந்தாள்

தட்டாமாலைச் சுற்று
தட்டாமாலைச் சுற்று
சற்றுத் தயங்கினால்
தலைசுற்றும்
தலைசுற்றும்.

யார் அங்கே? என்ன கூத்து? உங்களைத்தான் கேட்கிறேன். அடிக்கடி வந்து பார்த்துவிட்டுப்போகிறான், ஒரே இருட்டுக் குகை. இல்லை கேட்கிறேன். தெரியாமத்தான் கேட்கிறேன். கக்கூஸில் வைத்துச் சாதம் போட்டால் – நீங்க தான் போடுவேளா அல்லது நான்தான் சாப்பிடுவேனா? இதுக்கு நடுவிலெ அடிக்கடி வந்து எட்டிப் பார்க்கிறான் தடியன். சாப்பிடறேன், சாப்பிடாமபோறேன் இவனுக்கு என்ன சேதம். அப்படி வயிறு சுருட்டறபோது இலையைப் பாத்தா சாப்பிடற மாதிரியா இருக்கு? அப்பளத்திற்குப் பதிலாக அட்டையைப் பொரிச்சு வைத்திருக்கிறான். குடிக்கிறதுக்குச் சாக்கடைத் தண்ணி; ஸாம்பாருக்குப் பதிலாக பகர ஈகாரத்தைக் கலக்கி வச்சிருக்கான். உருளைக் கிழங்குக்குப் பதிலாக ஸன்லைட் ஸோப்பைத் துண்டு துண்டா நறுக்கிப் பேருக்குக்கூட எண்ணெய் விடாம கடுகில்லாமல் பச்சையா வெட்டி வெச்சிருக்கான். இதுக்கு நடுவிலெ எங்கிருந்தோ ஒரு நாய் வாலை ஆட்டிண்டு வந்து நிக்றது. இந்த ஜன்மத்திற்கு இது போதும். இந்த

அழகிலெ அஞ்சு நிமிஷத்துக்கு ஒரு தடவை எட்டிப் பாக்கறான் தடியன் நான் சாப்படாட்டா சுருட்டிண்டு போறதுக்கு. எனக்கு என்ன ஆச்சரியம்னா, எனக்கு இன்னும் வாந்தி எடுக்கலையே என்பதுதான். எங்கெல்லாமோ என்னல்லாமோ நடக்கிறதுன்னு வாய் கிழியப் பேசறான்க. இங்க வந்து பாத்தாத் தெரியும். இல்லை நான் கேக்கறேன், நான் மனுஷனா மிருகமா ?

    ஜிக்கி மிக்கி ஜெலோக்கி
    மக்குப் பளாஸ்திரி நம்பர் டு

பகல் ஒரு மாதிரியாப் போறதுன்னு வச்சுக்கோங்கோ - உங்கோ, மங்கோ, பங்கோ! ராத்திரியானாக் கேக்க வேண்டாம். நீங்க நம்ப மாட்டேள். ஆனா நம்பாட்டா நடந்தது நடக்கல்லென்னுட்டு ஆயிடுமா என்ன? சொல்றதுக்குக்கூடப் பயமா இருக்கு. அநாச்சாரம்; கிரகச்சாரம்; மகாச்சாரம்; தாத்பர்யம்; மாற்சர்யம்; வெறும் பிரசாரம்; பாருங்கோ அன்னியே பிடிச்சு இந்த வியாதிதான். ஒன்னைச் சொல்லணும்னா அது மறந்துடறது; எதைச் சொல்லாமெ மறைக்கணம்னு இருக்கோ அதுதான் முன்னாடி வந்து நிக்கறது; வாயைத் திறந்தா அதுதான் வெளியே வறது; அம்மா அடிக்கடி சொல்வா: நான் பட்டது நாய் தான் பட்டதோ, பேய்தான் பட்ட தோன்னு; அதுவும் இங்க வந்தப்பறம் போதும் போதும்னு ஆயிடுத்து.

    ஜிங்ளி! ஜிங்ளி!! ஜிங்ளி!!!

  அரகர மகாதேவா
  யாருடா
  நீ சகாதேவா

  கழுத்தை அறுத்து
  மண்டையைப் பிச்சு
  மூளையைப் பறிச்சு
  வெறுங் கபாலமாக்கி
  "அம்மா தாயே"
  பிச்சை பிச்சை
  என்று கால் வீசி
  கை நீட்டி
  எல்லாம் இந்த வயிறு
  வளர்க்க
  நான் பட்ட பாடு
  பட்ற பாடு
  அரகர மகாதேவா
  யாருடா
  நீ சகாதேவா

குட்டிச்சாத்தன் குட்டிக்கரணம் போடறது; அப்படித் தான் இங்க வந்தப்பறம் எல்லாம்; எதையோ சொல்ல ஆரம்பித்து எதையோ சொல்லிண்டு போறேன். சும்மாவா சொன்னார் அந்த நல்லசிவன் பிள்ளை.

ஒரு உண்டை
சிட்டுக்குருவி லேகியம்
அதை வாயிலெ
போட்டா
அண்ட பகிரண்டம்
எல்லாம்
என் முன்
கை கட்டி
வாய் பொத்தி
நான் சொல்வதைத்
தான்
செய்யும்!

ஆனா அது இல்லையே நான் சொல்ல வந்தது; ராத்திரி வேளை வாறதுதான் கஷ்டமா இருக்கு; வெளிச்சத்துக்கு அந்த அப்பளக்குடுமி மாத்திரம்; 8 மணிக்கே உள்ளே தள்ளிக் கதவைப் பூட்டிடுவான் பின்னெ அந்தத் தடியன். உக்கார மாத்திரம் ஒரு ஸ்டூல்; அப்பப் பாருங்கோ, நடுநிசிலே கண்ணைத் துறந்து பாத்தபோது யாரோ அந்த ஸ்டூல்லே உக்காந்திருக்கிற மாதிரி. இதைச் சொல்றபோதுகூட வெயர்த்துக் கொட்றது; அந்தப் பக்கம் பாக்கக்கூடப் பயமாயிருந்தது; ஆனால் பாக்கப் பயமாகவும் இருந்தது. பார்க்காம இருக்கவும் முடியல்லே. சரிதான்டு பாத்தா தூக்கிவாரிப்போட்டது. அப்படி ஒரு சொரூபம். மனுஷனா, மிருகமா, பறவையா, பாம்பா ஒன்னுமே சொல்ல முடியலெ என்றாலும் ஒரு ரூபம். அப்படி ஒரு ரூபம் இருக்கும் என்கிறதுகூட இதைப் பாத்தப்பறந்தான் தெரிஞ்சது. கையிருக்கிற இடத்தில் காலும், கால் இருக்கிற இடத்திலெ கையும், மூக்கு இருக்கிற இடத்திலெ நாக்கும், நாக்கு இருக்கிற இடத்திலெ மூக்கும், காலுக்குப் பதிலா வாலும், முகத்துக்குப் பதிலா வயிறும் – போங்கோ எனக்கு ஒண்ணுமே சொல்லத் தெரியலெ. ஆனா அது ஒரு உருவம் என்கிறதை யாருமே ஒப்புத்துக்காம முடியாது. எனக்குப் பாதிப் பிராணன் போயிடுத்து. இந்தப் பக்கம் பாத்தா வேறு ஒரு சொரூபம். இதைப் பாத்தா பெண் மாதிரி இருந்தது. கதவுப் பக்கம் திரும்பி உட்கார்ந்திருந்தது. கால்வரை கூந்தல் வெடவெடவென்று உயரமாயிருந்தது. அது உக்காந்திருந்தாலும் எனக்கு அது தெரிஞ்சது. அது மெள்ளத் திரும்பினது பாருங்கோ. என்னுடைய தேகத்தில் ஒவ்வொரு மயிர்க் காம்பும் விரைச்சு நின்னது. ஒரே எலும்புக்கூடு; பல்லிளிக்கும்

மண்டையோடு, வரிவரியா விலாவெலும்பு. இடுப்பிலெ இரண்டு பக்கத்தில் ஓட்டை; குழிதான் கண், இரண்டும் என்னைச் சட்டை பண்ணவே இல்லை. எங்கேயோ ஒரு ஆந்தை அலறினது. எனக்குக் கண்ணை மூடவே பயமாயிருந்தது. காலம் நத்தை ஊரற மாதிரி நகர்ந்தது. 1 மணி; 2 மணி; 2• மணி இருக்கும். அந்த எலும்புப் பிசாசு பாட ஆரம்பித்தது.

ஜிங்ளி! ஜிங்ளி!! ஜிங்ளி!!!

ஜில் குதிரை! ஜாலி ரைட்!!

அன்பே
ஆரமுதே
என்னை வாழ்விக்க வந்த
அருந் தெய்வமே
உன்
மண்டைக் கொழுப்பும்
சுருண்ட குடலும்
சுடு இரத்தமும்
என்னைப் பார்த்து
“வா, வா,” கூற
என் நாக்கில்
ஜலம் சொட்டும்;
அன்பு ஜொலிக்கும்
உன்னைக் கட்டித் தழுவித்
தோலுரித்து
சதை பறித்துக்
குருதி குடிக்க
மச்சான்
எனக்கு
ஆசை அலையடிக்கிறது
மச்சான்
மிக மையல்
கொண்டேன்
மச்சான்
நீயும் பிணமாவாய்
நானும் நிழல்தானே

வா, வா, வா மச்சான்
டம் டம் டமாரம்
ததிங் கண தோம்

நீங்களே நினைத்துப் பாருங்கள் – எனக்கு எப்படியிருந் திருக்கும் என்பதை – வாயைத் திறந்து கத்தக்கூடச் சக்தி யில்லை. இடுப்புக்குக் கீழ் என்னவோ துருத்திற்று; இந்தச் சமயத்தில்கூட இப்படியிருக்குமா என்ன? பிறகு அந்தச் சொரூபம் மெள்ள என்னிடம் கிட்ட வந்து உட்கார்ந்தது; அதன் அருகில் அந்த எலும்புப் பிசாசு. முதல் பிரேதம் என்னைத்

தூக்கி எடுத்து அவள் எலும்பு மடியில் என்னைக் கிடத்தியது. நான் போட்ட கூச்சல் உலகையே விழச் செய்திருக்கும். ஆனால் அந்தத் தடியன் வந்து டார்ச் அடித்துப் பார்த்துவிட்டு "நம்ப ஜென்மம்! பைத்தியங்களை வைத்துக்கொண்டு மாரடிக்க வேண்டியிருக்கு" என்று முணுமுணுத்துக்கொண்டே போனான். எலும்பு பிசாசோவென்றால் தன் இரும்புக் கரங்களால் என் முகக்தை மெதுவாக வருடிக்கொண்டிருந்தது; என் வயிற்றையும், கழுத்தையும் மெதுவாக அழுத்தி, மற்ற சொரூபத்தை நோக்கி வேகமாகச் சந்தோஷமாகத் தலையை ஆட்டிக்கொண் டிருந்தது. அதுவென்றாலோ என் இடுப்பினடியில் தன் கையைவிட்டுப் பரிசோதித்துக்கொண்டிருந்தது. எனக்குச் சர்வ நாடியும் தளர்ந்துவிட்டது. கண் விழித்துப் பார்க்கையில் இங்கு யாருமில்லை. இருந்தாலும் முகத்தையும் தடவிப் பார்த்துக்கொண்டேன். இப்படித்தான் ஒவ்வொரு இரவும் இந்தப் பேய்களின் சேஷ்டை! எப்படித்தான் இதையெல்லாம் தாங்கிக்கொண்டேனோ! ஆனால் நடந்ததை நடந்தது என்றுதானே சொல்ல வேண்டியிருக்கிறது; முடியும்!

இடைக்கிடை எனக்கு எல்லாம் தெளிவா ஞாபகம் வறது, ஒரு நாள் அப்படிப்பட்ட சமயத்தில் நடேசனும் சிவனும் என்னைப் பார்க்க வந்திருந்தார்கள். அவர்களைப் பார்த்ததும் இப்பொழுது சொல்கிறேனே தவிர அப்பொழுது அவர்கள் பெயர்கள் ஞாபகமே வரவில்லை. அவர்களைக் கேட்கவும் தைரியமில்லை, டாக்டரிடம் சொல்லிவிட்டாலோ என்று. சிவன் ஒரு கட்டுப் பீடியில் ஒன்றை உருவி வாயில் வைத்துக் கொண்டான். அதைக் கொளுத்திவிட்டு அவன் நடேசனிடம் "பாவம்" என்றான்.

நடேசன்: ஏன்?

சிவன்: யார் நினைத்தார்கள் இவர் இப்படி ஆவார் என்று?

நடேசன்: நாம் நிர்மூலமாவதற்கும் இவர்தான் காரணம்.

சிவன்: ஏன் அப்படிச் சொல்லுகிறாய்? நாம் நன்னா எழுதறோம் என்று இவர்தானே சொன்னார்?

நடேசன்: எழுத்தைக் கொண்டு நெருப்புலெ போடு; மனுஷன்னா கொஞ்சம் விவரம் வேணம். இப்படி எல்லோ ரோடையும் சண்டை பிடிச்சுண்டா போற வழி?

சிவன்: அப்படியா சொல்றே.

நடேசன்: அப்படியும் சொல்லலெ இப்படியும் சொல்லலெ. மனுஷனுக்கு மூளையிருக்குன்னா அதை இப்படியா செல வழிக்கணும், ஒரு கட்டம் வரை சட்டைப்பையைப் பிடி. சண்டைபிடி . . . சரி. கடைசிவரையிலுமா. நாம்ப நன்னா எழுதறோம்னு இவன்லாம் சொன்னாப் போருமா. என்னவோ

நாலு காசு செலவழிச்சுப் புஸ்தகம் போட்டா அது விக்காட்டா, அப்பவே எனக்குச் சந்தேகம். இவனுக்குக் கொஞ்சம் பைத்திய மோன்னு.

சிவன்: நான் அவ்வளவுதூரம் போகமாட்டேன்; ஆனா எனக்கும் சில சமயங்களிலே ஆள் ஒருமாதிரின்னுதான் படறது.

நடேசன்: என்னதான் சொல். எந்த வண்டியும் பைசா இல்லாம ஓடாது. இந்த லூசுக்கு அது தெரியாது.

எனக்கு இவர்கள் யாரைப்பற்றிப் பேசிக்கொண்டு இருக்கிறார்கள் என்று புரியவில்லை; ஆனால் திடீரென்று எனக்கு ஒரு சந்தேகம்; அது கணந்தோறும் ஊர்ஜிதமாயிற்று. இவர்களில் ஒருவர் அந்த ரூபமும், மற்றவர் அந்த எலும்புப் பிசாசும் என்பதைப் பற்றிச் சந்தேகம் இல்லவே இல்லை. நான் போட்ட கூச்சல் எனக்கே பயமாயிருந்தது. நான் கண்விழித்தபொழுது அந்தத் தடியன்தான் என் அருகில் இருந்தான்.

ஜிங்ளி! ஜிங்ளி!! ஜிங்ளி!!!

நண்ப! எனக்குப் பல சமயங்களில் போதம் தெளி வாகவே வேலை செய்தது. அப்பொழுது இந்த மாதிரி ஒரு இடத்தில் ஒவ்வொரு எழுத்தாளனும் கொஞ்ச நாட்கள் இருந்துவிட்டு வந்தால் அவன் ஆரோக்கியத்திற்கு நல்லது என்றே நான் நினைத்தேன். இங்கு எனக்குக் கிடைத்த சில அனுபவங்களை உங்களுடன் பகிர்ந்துகொள்ள விரும்புகிறேன். நான் இங்கு வந்து சேர்ந்தபிறகு இரண்டு நாட்கள் கழித்து இங்கு ராமசுவாமி சாஸ்திரிகள் என்பவர் வந்துசேர்ந்தார். நல்ல வைதீகப் பிராம்மணர்; தினந்தவறாமல் காலையில் நாலு மணிக்கு எழுந்து நல்ல பச்சைத் தண்ணீரில் நன்றாகக் குளித்துவிட்டு விபூதியைப் பட்டை பட்டையாகத் தரித்துக் கொண்டு பூஜை செய்ய உட்காருவார். அவருக்கு அதற்கு இங்கே வசதிசெய்து கொடுத்திருந்தார்கள். இவர் ரிடையரான ஒரு தாசில்தார். இவர் மகன், மருமகள் எல்லோரும் இவரிடம் அன்பாகத்தான் இருந்தார்கள். எல்லோரிடமும் இவர் சந்தோஷத்துடன்தான் பேசிக்கொண்டிருந்தார். ஆஸ்பத்திரியில் உள்ள சிப்பந்திகளும் இவரிடம் மிகவும் மரியாதையாகவே பழகிவந்தார்கள். அதனால் இவருடைய வியாதி என்ன என்று எனக்குப் பிடிபடவில்லை. ஒருநாள் இவருடன் கூட இருந்து ரிடையரான சுவாமிநாத சாஸ்திரிகள் என்பவர் இவரைப் பார்க்க வந்திருந்தார். இருவரும் மிகவும் சுவாரஸ்யமாகவே பேசிக்கொண்டிருந்தார்கள். சற்றுக் கழிந்து நடந்ததுதான் என் கண்ணைத் திறந்தது. சுவாமிநாதய்யர் பேசிக்கொண்டே இருந்தவர் இவரிடம் திடீரென்று, “ராமசாமி! இது உனக்கு நன்னாருக்காடா. நீ உயிருடன் தானே இருக்க.

அந்தப் பிள்ளையாண்டனும் உங்கிட்ட உயிரை வைச்சிருக் கானேடா" என்றார்.

இவர் "யார், அவன்தான் உங்களை இங்கே அனுப்பிச் சானா?" என்றார்.

சுவாமிநாதய்யர்: "ஏண்டா இப்படிக் கூத்தடிக்கிறே. இப்படி உயிரோடெ இருக்கிறபோதே உனக்குத் தினம் அவன் சிரார்த்தம் பண்ணலேன்னு வீட்டை இராண்டாக்கலாமாடா" என்றார்.

ராமசாமி அய்யர் ஒன்றும் பேசவில்லை. அவர் கோபப் படவுமில்லை. அவர் மிகவும் சாந்தமாகவே சுவாமிநாதய்யரிடம், "சுவாமிநாதா, நீங்கள் எல்லாம் எனக்குப் பைத்தியம் என்று நினைக்கிறேள். அது பரவாயில்லை. உங்களுக்கு உண்மை தெரியாது. நான் சொன்னாலும் நம்பற மனஸ்திதியில் நீங்கள் இல்லை. பிதுரர்களை வஞ்சிப்பவன் நரகத்தில்தான் போய்ச் சேர்வான், அது சரி; நீ கோபப்படமாட்டென்னா நான் உன்னை ஒன்னு கேக்க விரும்புகிறேன்" என்றார்.

சுவாமிநாத சாஸ்திரி கேள் என்ற பாவனையில் தலையை அசைத்தார். உடனே ராமசாமி அய்யர் அவர் அருகில் சென்று மிகவும் ரகசியமாய் அடக்கமான குரலில், "ஏண்டா, உன் பிள்ளை உனக்குச் சிரார்த்தம் செய்யறானாடா?" என்று கேட்டார். இதற்குப் பிறகு அவர் அதிக நேரம் அங்கு நிற்க வில்லை.

ராமசாமி ஐயரைப் பார்க்கும் பொழுதெல்லாம் "இந்த 20ஆம் நூற்றாண்டிலும் இப்படியும் ஒரு பைத்தியமா?" என்று நானே என்னைக் கேட்டுக்கொள்வதுண்டு. இந்த ஒரு விஷயத்தைத் தவிர அவர் மற்றப்படி சர்வசாதாரண மாகவேதான் இருந்தார்.

பைத்தியம் பலவிதம் என்பார்கள். அது எவ்வளவு உண்மை என்பது இங்கு வந்த பின்தான் தெரிந்தது. இந்த டயரியில் நான் உங்களுக்கு இன்னும் இரண்டொரு பைத்தியங் களை அறிமுகப்படுத்த விரும்புகிறேன். இது உங்களுக்குச் சற்று ஆச்சரியமாகப்படலாம். எதையுமே நாம் ஒரு அசட்டு உணர்ச்சியுடன்தான் பார்க்கக் கற்றுக்கொண்டிருக்கிறோம். வியாதியைக் கண்டு பயப்படுகிறோம்; அபிப்பிராயத்திற்குப் பயப்படுகிறோம். நமது அறிவின்மையைக் கண்டு பயப்பட்டு அதையே நமது அறிவென்று மயங்குகின்றோம். உண்மையை நேர் நின்று கண்டு அதனை அடைவதற்கு வழிநிற்கும் பிரதிகூலங் களை விவேகங் கொண்டு விலக்க முயற்சிக்கவில்லை. தத்துவத்திற்குப் பெயர்போன இந்த நாட்டில் ஒவ்வொரு தனி மனிதனும் தனக்கென்று ஒரு தத்துவம் வகுத்துக்கொள்ள

மறுத்துவிட்டான் – மறந்துவிட்டான். அதையும் உணர்ச்சிக் கடிமைப்பட்டு, நமக்குரிய வழியை நாமே தேர்ந்தெடுத்துக் கொள்ளும் ஆற்றலை வளர்க்கப் பழக்கிக்கொள்ளவில்லை. உங்களுக்குத் தோன்றலாம் – பைத்தியம் ஒன்று தெளிந்த நிலையிலும் இவ்வளவு தெளிவாகப் பேச முடியுமா என்று நினைக்கலாம். ஆனால் எனக்கும் பைத்தியங்களுடன் சற்றுப் பழக்கமுண்டு; எந்த மனிதனையும் நான் அவனை அடிப் படையில் மனிதன் என்ற அடிப்படையால்தான் அணுக முடிகிறது. பைத்தியங்களிலும் தரமானவர்கள் தரமற்றவர்கள் இருக்கின்றனர். சாதாரண மனிதர்களிலும் எவ்வளவு பைத்தியக் காரர்களை நான் இந்த இருபது வருஷங்களில் பார்த்திருக்கிறேன். உண்மையைச் சொல்லப் போனால் எந்த மனிதனும் தன்னைத் தானே காதலிப்பது போல் வேறு ஒருவரையும் காதலிப்ப தில்லை. இங்கு சச்சிதானந்தம் பிள்ளை அடிக்கடி சொல்வது ஞாபகம் வருகிறது – ஒரு பொருளை ஒரு பொருள் என்று நீ அறிவதே அது உன்னிடமிருந்து வேறுபட்டிருப்பதால்தான் (மாறுபட்டு என்று அவர் மறந்தும் சொல்ல மாட்டார்) என்றும் அதிலிருந்து அவர் தன் தத்துவ விசாரத்தை அடுத்த படிக்குக் கொண்டுசெல்வார். ஆனால் அது இங்கு தேவை யில்லை என்பதால் அதை இங்கு தொடரவில்லை. தனி மனிதன் தன்னைவிட வேறு யாரையும் அதிகபக்ஷம் நேசிப்பதில்லை. ஆனால் அவன் சமூக ஜீவியாதலால் தன் இச்சையைக் கட்டுப் படுத்திக்கொள்கிறான். இவனுக்கு அடுத்தப்படியாகக் கலைஞன் தன்னிச்சையில் ஒரு அடி மிஞ்சுகிறான். சமூகத்தின் தளையை ஏற்றுக்கொண்டாலும் அவனுக்குத தன் – தன்மை முக்கியம் என்பதால் எப்பொழுதுமே அவன் எந்தச் சமூகத்திற்கும் அரசியலுக்கும் ஒருவகையில் எதிர்க் கட்சியைச் சார்ந்தவனாகவும், எதிர்க் கட்சியைத் தன் கட்சிக்குக் கொண்டுவருவதே அவன் அடிப்படை நோக்கம் என்று செயல்படுகிறான். இது அவனது ஆற்றலைப் பொறுத்தது. ஆனால் மனம் பேதலித்தவனுக்கு தன்னைத் தவிர வேறு யாருமே இங்கில்லை, இந்தக் கட்டத்தில்தான் கலைஞனும் பைத்தியக்காரனும் சந்திக்கிறார்கள்! இருவருமே தங்கள் உலகில் ஏகாதிபதிச் சக்கரவர்த்திகள்! இதனால்தான் பிளேடோ கலைஞர்களைத் தனது பொதுடைமை ஸ்தானத்திலிருந்து நீக்கியிருக்க வேண்டும். இது எப்படியாவது இருக்கட்டும். வழக்கம்போல மானாமதுரைக்குப் போக ஆரம்பித்துச் சோணாசலத்திற்குப் போய்க்கொண்டிருக்கின்றேன் என நினைக்கிறேன்!

அப்துல்காதர் ராமசுவாமி அய்யரிடமிருந்து முற்றிலும் வேறுபட்டவன். நல்ல கட்டுமஸ்தான உடல். ஒரு லுங்கி; குட்டைக்கைப் பனியன். எப்பொதும் பீடி குடித்துக் கொண்

டிருப்பான். கடைத் தெருவில் வண்டி இழுப்பவனாக இருந்தான். இவனுக்கு மிகவும் அழகான ஒரு மனைவி இருந்ததாகவும், தெருவிலேயே இவனைக் கண்டால் பலருக்கும் பொறாமை ஏற்பட்டதாகவும் இவனுக்கு அப்படிச் சரஸ ஸல்லாபத்தில் நாட்டமில்லை என்றும் பலர் பலவிதமாகச் சொன்னார்கள். எது எப்படியிருந்தாலும் இவன் மனைவி வேறு ஒருவனுடன் ஓடிப்போனதிலிருந்து இவன் மனம் பேதலித்துவிட்டது. வண்டி இழுக்கப் போவதை விட்டுவிட்டான். கடைத் தெருவில் நின்று கொண்டு எந்தப் பெண் போனாலும், “மின்னா மினுக்கிக; வெறுங்கின்னாரப் பேச்சு, பாரும்வே அவ கண் வெட்றதையும் இண்டியைக் குலுக்கறதையும்” என்று சொல்வதுடன் நில்லாமல் கை விரல்களால் மாறி மாறி சைகை காட்டவும் ஆரம்பித்தான். இவனைக் கடைத்தெருப் பையன்கள் எல்லாம் கேலிபண்ண ஆரம்பித்ததும் ஒரு நாள் இந்தப் பையன்கள் யாரோ மீன் காரியைக் காட்டி காதர், அதோ பாருடா உன்ன கட்டியவ என்றதும், இவன் அவளைத் துரத்த ஆரம்பித்ததும் பிறகு ஆட்கள் கூடி இவனைச் சேர்த்துப் பிடித்ததாகவும் கேள்வி. இதுதான் அவன் இங்கு வந்த கதை. எப்பொழுதும் இவன் பேச ஆரம்பித்தால் கை சைகைப் பிரயோகம் துரிதமாகச் செயல் தொடங்கும்; இவனைக் கண்டாலே எல்லோரும் ஓடி வருவார்கள். ஏனென்றால் இவன் பேச ஆரம்பித்தால் மின்னா மினுக்கியில் இருந்து தெரு நாய்களின் சேஷ்டைகள் வரை வளரும்; இதில் சைகை வேறு. மற்றப்படி இவனால் வேறு ஒரு உபத்திரமும் இல்லை. எப்பொழுதும் தனியாக நடந்துகொண்டு கைச் சைகைகள் செய்துகொண்டு, தனியாக இருந்து கூடப் பாட வாய் கூசும் பாடல்களை உரக்கப் பாடிக்கொண்டு திரிவான். எந்த விதி ராமசுவாமி சாஸ்திரி யையும் அப்துல் காதரையும் இந்த இடத்தில் கொண்டு சேர்த்ததோ அதன் பயங்கரமான பரிகாச உணர்ச்சியை, அட்டகாசத்தை நினைக்குந்தோறும் எனக்கு ஒருவராலுமே இந்த உலகின் அடிப்படை ஒழுங்கை நிர்ணயிப்பது அப்படி எளிதன்று என்றுதான் தோன்றியது.

அப்புறம் இந்தப் பைத்தியங்களின் பழக்கவழக்கங்கள். ஒருவன் எப்பொழுதும் டாக்டரிடம் தன் வயிற்றில் பாம்பு சுருண்டு கிடக்கின்றது என்பான்; ஒருவன் தான் தன் காலைக் கடனை முடித்துக்கொள்ளவேண்டி விழித்தால் தேகம் சீணித்து விட்டதாகச் சொல்வான். அவன் முகத்தில் பீதி நிழலிடும்; டாக்டரிடமிருந்து இவர்கள் மலஜல விஸர்ஜனத்தைக்கூடத் தொடர்ந்தாற்போல் கட்டுப்படுத்தும் ஆற்றல் பெற்றிருந்தார்கள் என்பதை அறிந்தேன். சிலர் எப்பொழுதும் வேலை செய்து கொண்டிருந்தார்கள். சிலர் அறைகளில் சென்று பார்த்தால் பார்ப்பவர்களுக்குப் பைத்தியம் பிடித்துவிடும் – சுக்குச்சுக்

காகக் கிழித்த துணிக் கந்தல்கள், உடைந்த குப்பிகள், வர்ணக் காகிதங்கள், துண்டு பீடிகள், பத்திரப்படுத்தி வைத்து அழுகின தின்பண்டங்கள் இத்யாதி இத்யாதி. சிலர் வருபவர் போகிறவர்களிடம் எல்லாம் பிச்சைக்காரர்கள்போல் பிச்சை கேட்பார்கள். சில பைத்தியங்கள் வெறும் மூர்க்கர்கள். அவர்களைக் கண்டு மற்ற பைத்தியங்கள் விலகி நிற்பதைப் பார்த்தேன். சில பைத்தியங்கள் குடம் குடமாகத் தண்ணீர் குடிப்பதையும், சிலர் அந்த ஆஸ்பத்திரியே குலுங்கும்படி அமானுஷ்யமாக அலறுவதையும் பார்த்தேன். ஒரு பிராமணப் பையன் முதலில் இங்கு வந்த சேர்ந்ததும் மண்டையைச் சுவரில் வைத்து மோதிக்கொண்டு மண்டை முழுவதும் ரத்த விளாறியானதும், ஆஸ்பத்திரியில் அவன் செத்ததும் நான் கண்ட காட்சி. எனக்கு இன்று நினைத்தாலும் அந்தக் காட்சி மனம் புரட்டுகிறது. பெண் பைத்தியங்களுக்குத் தனியாக ஒரு கட்டிடம்; அதில் சிலர் அடுத்தடுத்து பல பிரசவத்தால் பைத்தியம் பிடித்து எந்த ஆண்களைக் கண்டாலும் பச்சையாகத் திட்டுவதையும் (அப்துல் காதரைப் போல்) பார்த்தேன். இது ஒரு தனி உலகம் என்பது இங்கு இருந்து பார்த்தால்தான் தெரியும். இருந்தாலும் இவர்களிலும் எனக்குப் பிடித்தவர்களும் பிடிக்காதவர்களும் இருந்தார்கள்.

இன்று காலை டாக்டர், "மிஸ்டர் நவீனன், உங்களுக்கு ஒன்றுமில்லை. இன்று வேண்டுமென்றாலும் நீங்கள் திரும்பிப் போகலாம்" என்று சொன்னார்.

நான்: "டாக்டர், சந்தோஷம். நீங்கள் சம்மதித்தால் இன்னும் ஒரு வாரம் இங்கு தங்க விரும்புகிறேன்."

"உங்களிஷ்டம்" அவர் போய்விட்டார்.

ஆமாம் என் மனம் மீளவும் தன் லயத்திற்கு வந்து விட்டது. இருந்தாலும் நான் இங்கு இருக்கவே விரும்பினேன். என் முடிவு பின் நிகழ்ந்ததைக் கோடிட்டுக் காட்டியதைப் போலிருந்தது. நான் இவ்வாறு நினைவின் சூழலில் சுற்றிக் கொண்டிருக்கையில்தான் அந்த இளைஞனைப் பார்த்தேன். அவன் நேற்றுத்தான் இங்கு வந்து சேர்ந்தான். யாருமே அவனைப் பைத்தியம் என்று சொல்லமாட்டார்கள். அவ்வளவு களை வடியும் முகம். அவன் நேராக நான் இருக்குமிடத்திற்கு வந்தான்.

"சார், நீங்கள் இன்று போகிறீர்களா?"

"அப்படித்தான் இருந்தது. நான் ஆனால் ஒரு வாரம் கழித்துப் போகலாம் என்று இருக்கிறேன்."

"ஏன்?"

"நீங்கள் ஒரு எழுத்தாளர். சரி?"

“சரி!”

“அதனால் . . .”

“அதனால்?”

“ஒவ்வொரு எழுத்தாளனும் வருஷத்திற்கு ஒரு மாத மாவது ஒரு பைத்திய ஆஸ்பத்திரியில் இருக்க வேண்டும் – அப்படிச் செய்வது மிக முக்கியம் என்றுதான் நான் நினைக் கிறேன்.”

“உங்கள் பெயர்?”

“எஸ். நாயர்.”

“எஸ். நாயர். அப்படி எனக்கு ஒரு சினேகிதன் உண்டு. அது சரி நான் ஒன்று கேட்கலாமா?”

“தாராளமாக.”

“நீங்கள் ஏன் இங்கே வந்தீர்கள். உங்களைப் பார்த்தால் . . .”

“(சிரித்துக்கொண்டே) பைத்தியம் மாதிரி இல்லை; இல்லையா? ஆனால் எனக்கு அடிக்கடி பைத்தியம் வருவது உண்டு. அது எப்பொழுது வரும் என்பது எனக்குத் தெரியும். அதனால் பைத்தியம் வரும் என்று உணர்வு வரும்பொழுதே இங்கு வந்துவிடுகிறேன். அது சரி. உங்களுக்கு இங்கு ஒரு மாதம்போல் மனம் பேதலித்திருந்தது. சரி.”

“சரி.”

“இப்பொழுது நினைத்தாலும் பயமாக இருக்கிறது, இல்லையா?”

“மாத்திரமில்லை.”

“மேலும் அப்பொழுதுள்ள அழுத்தம் இப்பொழுது இல்லை. இல்லையா?”

“இல்லை.”

“சரி. இதைக் கேளுங்கள். எங்கள் குடும்பம் ஒரு சமயம் வறுமையில் கிடந்து உழன்றுகொண்டிருந்தது. அப்பொழுது சில சமயம் என் அண்ணன் – அவன்தான் அப்பொழுது குடும்பப் பொறுப்பை ஏற்றுக்கொண்டிருந்தான் – ஏதாவது அம்மா சில்லறை கேட்பாள் என்று தெரிந்தால் கக்கூஸிற்குள் போய்விடுவான்.”

“ஏன் எனக்குப் பைத்தியம் பிடித்துவிட்டதோ என்று நினைக்கிறீர்களோ?”

"இல்லை. சொல்லுங்கள்."

"ஒரு பிரசித்தி பெற்ற ஃபிரெஞ்சுக் கவிஞன் ஒரு கவிதையில் தான் தன் தாயாருக்குப் பயந்து கக்கூஸில் போய் ஒளிந்து கொள்வது வழக்கம் என்று எழுதியிருக்கிறான்."

"நீங்கள் என்ன சொல்கிறீர்கள்?"

"இப்பொழுது பாருங்கள்."

(பையிலிருந்து ஒரு டயரியை எடுத்துப் படிக்கிறான்.)

டயரி

28.2.'70 பச்சைச் செடியில்
ஒரு ரோஜாப்பூ
இலைப் பச்சை
கிளிச் சிவப்பு;
இன்னுங் கேளுங்கள்;
இரண்டு குழந்தைகள்
நாலு குரங்குகள்.

7.5.'63 சுவரில் பதிந்திருக்கும் சிலந்தி
செடியில் சிரிக்கும் செம்பருத்தி.

தெருவில் துயிலும் நம்மவரும்
கருவில் கண்வளரும் சிசுவும்

இருட் கூந்தல் மென்னகைக்கும்
கண் மருட்டும் மல்லிகை மொக்கு

வந்துபோகும் நாட்களும்
சிந்தையும் செயலுமாகச் சலிக்கு முலகும்

கைவிட்டுச் சென்றபோதும்
கண்டு நின்று களிக்கும் பேருவகை

10.8.'63 நின்று சிரிக்கும் பேராற்றலும்
நல்லவர் என்ற சொல்லும்

21.9.'63 ஏடுகளைத் திருப்பும் எழில் விரல்களும்
ஆடித்திங்களில் அக்கிரமம்
செய்துவிட்டார்
போடி நீ, போடி நீ! என்றார்.

15.2.'64 அடிப்புழுதியும், அடிக்குங் காற்றும்
நின்றெரியும் தீயும், தீப்போல் தகிக்கும்
பனியும்

ஒன்றும் சிலவும் சிலவும் பலவும்
என்று பகரும் நினைவு புகட்டும்

ஏடுகள் பல விரியக் கண்டேன்
மீண்டும்;

23.2.'64 நாயாகப் பிறந்தால்
நகரெல்லாந்திரியலாம்

14.4.'64 பேயென்று சொன்னேன்
பிக்கன் சேயென்று அவன் சிரித்தான்

பாழ் என்று புலம்பினேன்
ஊழ் என்று கூறென்றான்.

22.4.'64 நூறு நூறு தெய்வங்கள்
கைதட்டிக் கூவியழைக்க
திசை மாறிச் செல்வேன் நான்

இது ஏன் என்று சொல்வார்
யார் வல்லார் சொல் என்றான்.

16.10.'64 பூவினுள் புழுவைக் கண்டேன்
முக்கோண துவாரத்தில் மூவுலகைக்
கண்டேன்

12.5.'65 என்றும் போல்
இன்றுங் காண்
உன்னை நான்

14.5.'67 வந்த வழியே போனவாறும்
வருகின்ற வழியே சென்றவாறும்
இன்று வரும்;
நாளை போகும்;
நாளை வரும்
இன்று போகும்.

"எனக்குப் புரியவில்லை."

"உங்களுக்குப் புரியும். நான் படித்துக் காண்பித்த போதே பல சமயங்களில், பல தேதிகளில், எப்படி எங்கிருந்து வந்தன என்று எனக்குத் தெரியாமல் வந்த வரிகள் இவை. இரு வரியை வைத்துக்கொண்டு அதை நச்சு நச்சுச் செய்து . . . அது இருக்கட்டும். இந்த அனுபவம் உங்களுக்கு ஏதாவது ஞாபகம் கொண்டுவருகிறதா?"

"இந்தக் கேள்வி எனக்கு ஆச்சரியமாயிருக்கிறது. ஏனென்றால் எனக்கு அப்படி ஒரு ஞாபகம் வந்தது."

"எனக்குத் தெரியும். நீங்கள் என்ன சொல்லப் போகிறீர்கள் என்பதும் எனக்குத் தெரியும்."

"என்ன?"

"இந்த மாதிரி, இதைவிடச் சிறப்பாக போன இருபது நாட்கள் நீங்கள் பைத்தியம் பிடித்துப் பாயைப் பிறாண்டிக் கொண்டிருந்தபோது கணக்கற்ற வரிகள் வந்தன. இல்லையா?"

"ஆமாம்."

"மேலும்?"

"சொல்லுங்கள்."

"கண்முன் ரூபங்கள் – விகாரமான விசித்திரமான ரூபங்கள் – தோன்றின. இல்லையா?"

"இதெல்லாம் உங்களுக்கு எப்படித் தெரியும்?"

"எனக்கும் பைத்தியம் பிடித்திருக்கிறது!"

"அப்படியானால் பைத்தியந்தான் சாகித்தியத்தின் அடிப் படை என்கிறீர்களா?"

"ஆமாம்."

"ஆனால் *W.B. Yeats* பற்றி நீங்கள் என்னவோ சொல்ல வந்தீர்களே. அது எனக்குத் தெரியும். அந்த அடிப்படையில் . . ."

"நீங்கள் முடிக்க வேண்டிய அவசியமில்லை. அதுவும் எனக்குத் தெரியும். போன வாரம் இங்கிலாந்தில் இருந்து ஒரு கவிஞர் வந்திருந்தார். அவருடன் ஒரு அரை மணி நேரம் பேசிக்கொண்டிருக்க நேர்ந்தது. இன்று மேல்நாட்டில் இந்த வரப்பிரசாதம் என்பதே ஒரு தேய்ந்துபோன விஷயம். அதை நம்மவரும் ஏற்றுக்கொண்டுவிட்டார்கள். மேல் நாட்டில் மனிதனின் ஆற்றலை மிகைப்படுத்துகிறார்கள். அதன் அடிப் படையில் இந்த வாதம் வளர்ந்தது. ஆனால் அடிப்படை நான் சொன்னதுதான்."

"எனக்குப் புரியவில்லை. சற்றுக்கூட விளக்கமாகச் சொல்வீர்களா?"

"ஐஸக் நியூட்டனைப் பற்றி ஒரு கதை சொல்வார்கள். ஆப்பிள் மரத்திலிருந்து மேலே போகாமல் ஏன் கீழே விழுகிறது என்று கேட்டானாம். பார்க்கப்போனால் ஒரு பைத்தியக் காரத்தனமான கேள்வி. யேட்ஸ்தான் 4 வரிக் கவிதையை ஒரு நாள் பூராவும் வைத்து நச்சுச் செய்கிறான் என்றால், அதற்கு அர்த்தம் அவன் புத்திசாலியாக இயங்குகிறான் என்று அர்த்தம் இல்லை. மீண்டும் தன் மனதைப் பேதலிக்கச் செய்கிறான் என்பதுதான். அந்தப் பேதலித்த நிலையிலும்கூடச் சில சமயம் கவிதை பிறக்கிறது. சில சமயம் இல்லை."

“நீங்கள் பல விஷயங்களைத் தெரிந்து வைத்துக்கொண்டிருக்கிறீர்கள்.”

“அப்படி ஒன்றுமில்லை. நானும் ஒரு பைத்தியத்தைப் போல் என்னையே மிகக் காதலிக்கிறேன். என்னுடனேயே பேசிக்கொள்கிறேன். உங்களுடன் பேசும்பொழுதுகூட மனிதனாகப் பிறந்த தோஷத்தால்; நான் என்னுடன்தான் பேசுகிறேன். பின்னும் . . .”

“சொல்லுங்கள் சுவையாக இருக்கிறது.”

“நீங்கள் இப்படிச் சொல்கிறீர்கள். ஒரு விமர்சகர் என் நாவல் ஒன்றில் நான் எப்பொழுதும் எழுதுவதைத்தான் மாற்றி எழுதுகிறேன் என்றார். ஒரு கவி நான் எழுத்தைப் பற்றியே எழுதுகிறேன் என்றார். வேறு போம் வழி? எனக்குத் தெரிந்தது சொற்பம். அதுவும் அப்பட்டமான அயன் அனுபவம் இல்லை நான் ஒன்றைப் பார்த்தேன். பல எழுத்தாளர்களைச் சந்தித்தேன்; உடன் பழகினேன். சற்று எழுத்துச் சித்தியானவுடன் அவர்களால் திரும்பவும் முதல் வெற்றியைச் சமாளிக்கும்படிப் பின்னால் எழுத முடியவில்லை. ஏன் என்று என்னையே கேட்டுக்கொண்டேன். ஒன்றுமே இல்லாத சமயத்தில் நன்றாக எழுதினவர்கள், ஒருமுறை நன்றாக எழுதி அது பலித்ததும் எழுத்தை வேறொன்றாக இரண்டாம்பக்ஷமாகக் கருதினார்கள். பணம், புகழ், தான் – இப்படிப் பல வெள்ளிக்காசுகளின் பின்சென்று எழுத்தை மறந்தார்கள். எழுதப் பயப்பட்டார்கள். எழுத்துப் பலித்ததும் தான் எழுதியதாகவும், பிழைத்ததும் தான் அதற்கு ஜவாப்தாரி இல்லை என்றும் பேசினார்கள். எதைப் பற்றி எழுதுவது எழுதுவதற்கு லிஷயமில்லையே என்று அங்கலாய்த்தார்கள். எழுத்தைச் சட்டையில் மாட்டிக் கொள்ளும் ஒரு ரோஜாப் பூவாகக் கருதினார்கள். மிகவும் புத்திசாலித்தனமாகப் பேசினார்கள். ஆங்கிலப் பழமொழி ஒன்று “எங்கு முட்டாள்தனம் சுவர்க்க சுகம் அளிக்கிறதோ, அங்குப் புத்தி தீட்சண்யம் வெறும் அசட்டுத்தனம்” என்பது மற்ற “எல்லாவர்கள்” விஷயத்தில்விடக் கலைஞர்களுக்குப் பொருந்தும் என்பதை மறந்தார்கள். புத்திசாலித்தனமாக இயங்கும் உலகில் பைத்தியங்களாக இருப்பதற்கு மறந்தார்கள் / மறுத்தார்கள்!”

“பெரிய லெக்சரே அடித்துவிட்டீர்களே!”

“உங்களுக்கென்ன தெரியும்! பத்து வருஷக் கசப்பு அடிவயிற்றிலிருந்து குமட்டிக்கொண்டு வருகிறது. நான் எழுத ஆரம்பித்ததும் சில மேதைகள், நீ போக வேண்டிய ஊர் எழுத்துப் பிரதேசம் இல்லை என்றார்கள். ஒரு இலக்கியப் பத்திரிகையில் ஒரு நாலு வரிக் கதையை நாலு வருஷம் வைத்துப் போட்டதும், நடு நடுவில் அதன் ஆசிரியர் தான்

இலக்கியத்திற்காகத் தன் வாழ்க்கையை அர்ப்பணித்துக் கொண்டு விட்டதால் 50, 100 என்றும் கடன் கேட்டு வந்தார். ஒரு கட்டத்தில் எங்கள் இருவருக்கும் இலக்கிய விஷயத்தில் அபிப்பிராய விஷயத்தில் வித்தியாசம் வந்ததால் என்னுடைய பந்தத்தையே அறுத்துவிட்டார். இன்று, நேற்று தன் எதிரிகள் என்றும், இலக்கியக் காளான்கள் என்றவர்களுடன் தோள் போட்டுக் குலாவுகிறார். இன்றும் தன்னை ஒரு அயனான கலைஞனாகக் கருதுகிறார். (ஏன், மனிதன் எந்த விதமாகப் பார்த்தாலும் ஒரு பைத்தியம், ஒரு தீராத மனோவியாதிக் காரன்); ஜனரஞ்சகமான பத்திரிகைகள் என் எழுத்தைக் கண்டதும் சிரிக்கிறது. பிரசுராலயங்கள் என் புஸ்தகங்கள் விற்பனை ஆகாது என்ற சர்வ நிச்சயத்தால் அவைகளைப் பிடிவாதமாகப் பிரசுரிக்க மறுத்தன. இந்த அழகில் யாரோ ஓரிருவர் என்றோ நான் எழுதிய ஒன்றிரண்டை ஆத்மார்த்த மாகச் சிலாகித்ததன் பயனாக ஒரு சிறு வட்டாரம் என்னைப் பெரிதுபடுத்தியது. உடன் வந்தது வினை. நேற்று எனக்கு முன்பின் தெரியாத ஒருவர் தன் கட்டுரைத் தொகுதிக்கு அதைப் படிக்கும் முன்பே நான் ஒரு சிலாக்கியமான மதிப்புரை எழுத மறுத்ததால், ஒரு அரை மணி நேரம் மேஜைமுன் உட்கார்ந்துகொண்டு என்னைக் கன்னாபின்னா என்று திட்டி ஒரு கடிதம் தீட்டி அதை எனக்கு அனுப்பியும் வைத்தார். என்றாலும் நான் எழுதினேன்; என் வயிறு எரிந்தது; என் நெஞ்சில் இரத்தத்திற்குப் பதில் கசப்புத்தான் சுரந்தது. ஒருவரும் நான் எழுதினதைப் படிக்கமாட்டார்கள் என்று தெரிந்தும், நான் எழுதினேன். ஆழ்ந்த வியாகுலத்தில் என்ன செய்கிறோம் என்று அறியாமலேயே, எழுதுவது பலிக்குமா பலிக்காதா என்று புத்திசாலித்தனமாகச் சிந்திக்காமல் நான் தனியாக உட்கார்ந்துகொண்டு, பைத்தியம் பிடித்தவன் மாதிரி, வெறும் பைத்தியமாக, அசல் வெறியில் பக்கம் பக்கமாக எழுதினேன்."

"நிறுத்தாமல் பேசு; நிறுத்தினால் சுருதி குலைந்துவிடும்."

"அப்படித்தான் இங்கு வருவதற்கு முன் எனது இன்னும் பிரசுரமாகாத நாவலை எழுதி முடித்தேன். 400 பக்கங்கள் எதைப்பற்றி எழுதுகின்றோம், ஒரு லேசான கோடு. தொடங்கும் பொழுதும் எழுதிக்கொண்டே போகும்பொழுதும், சிந்தித்தும் சிந்திக்காமலும், எழுதுவது பலிக்குமா பலிக்காதா என்று ஒரு சூதாட்டம் போன்ற இந்த எழுத்தை எழுதிக்கொண்டே இருந்தேன். தினம் ஒவ்வொரு பகுதியை எழுதி முடித்ததும் "பிழைத்தேன்" என்றுதான் தோன்றியது. கடைசிக் கட்டத்தை நெருங்கிக் கொண்டிருந்தேன். வழக்கமாகப் பார்க்கிறவர் களைக்கூட அதிகமாகப் பார்க்காமல் மேஜையின் முன் உட்கார்ந்துகொண்டு என்னுள் ஐக்கியமானேன். பேனா,

குதிரை நாலுகால் பாய்ச்சலில் செல்வதைப் போல், வெகு துரிதகதியில் சலித்துக்கொண்டே இருந்தது. ஒரு நிமிஷம்கூட இடைவெளி இல்லாமல் மன அவசங்களை எழுதித்தள்ளினேன். நான் எழுதியதை நான் படிப்பதற்கே சிரமமாக இருந்தது. கடைசிக்கட்டத்தில் ஒரு பைத்தியத்தின் மனதைப் படம்பிடிக்கவேண்டியிருந்தது. நீ சொன்னால் நம்பமாட்டாய் – மத்தியானம் 1 மணியிலிருந்து 5 மணி வரையில் என் பேனா பேப்பரின் மீது விர்ரென்று ஓடிற்று. 5 மணி இருக்கும். தலையின் பக்கவாட்டில் இரு பொட்டுகள் விண்விண்ணென்று தெறித்தது. மிதமிஞ்சிக் குடித்தால் உன்னிடமிருந்து நீயே கழன்றுவிடுவதாக ஒரு உணர்ச்சி. ஆனால் இது முற்றிலும் வேறுபாடான உணர்ச்சி. நான் எழுதிய எழுத்து, நான் பார்க்காத, போகாத இடங்களுக்கு எல்லாம் என்னை அழைத்துச் சென்றது; எல்லாமே புதிதாக இருந்ததாகவும், இதற்கு முன் எப்போதோ ஞாபகத்தின் எல்லையைத் தாண்டிய ஒரு பிரதேசத்தில் கண்டதாகவும், ஒரு அதீத உணர்வு. எனக்கு ஒரு உதயம். அது என் மனதைக் கௌவிப் பிடித்தது. தலை சுழன்ற பின்னும் சுற்றிச் சுற்றிக் கொண்டிருப்பதாக ஒரு உணர்ச்சி; எல்லாமே என் அறை, என் நாற்காலி, என் தாயார் தகப்பனார், என் ஸைகிள் – எல்லாமே இதற்கு முன் பார்த்தும் பார்க்காதவைகளாக, வெறும் நிழல்களாகத் தோன்றின. எனக்கு என்னிடமிருந்தே தப்பிவிட்டால் போதுமென்ற ஒரு மனநிலை. அப்படி மாத்திரம் இல்லாமல் இருந்தால் ஒரு அரை மணி கூடுதல் உட்கார்ந்து எழுதியிருப்பேன்; ஆனால், வேக வேகமாகத் தட்டாமாலை சுற்றுபவன் கடைசியில் மயங்கி வீழ்வதைப்போல, தலை சுற்றிக் கீழே வீழ்வதைப்போல் விழுந்திருப்பேன். இந்த அனுபவத்தை வெறும் பைத்திய நிலை அன்றி வேறு என்ன சொல்வது?"

"தயவு செய்து நிறுத்தாதே. மீண்டும் தொடர்."

"இந்த நாவல் எழுதி இரண்டு நாட்கள் பிறகு ஒரு பார்க்கில் என் நண்பன் ஒருவன் – அவன் ஒரு கவிஞன் – அவனைப்பற்றி ஒரு பத்திரிகையும் தலையங்கம் எழுதவில்லை – அவன் படத்தைப் பிரசுரிக்கவில்லை – ஏன் அவன் ஒன்றிரண்டு பத்திரிகைகளில் தவிர வேறொரு பத்திரிகையிலும் வரவில்லை – அவனைப் பிடித்தவர்கள் பட்டணத்தில் ஓரிரு நண்பர்கள் – காஷ்மீரில் ஒரு இலக்கியப் பைத்தியம் – என்னுடன் பேசிக்கொண்டிருந்தான். திடீரென்று அவன் என்னிடம், "நான் எழுதிய ஒரு அப்ஸர்ட் டிராமா என்னிடமிருக்கிறது. படித்துப் பார்க்கிறாயா" என்றான். நான் அவனிடம் இதற்கு முன் ஒரு கல்லூரி ஆசிரியன் என்ற அளவில் அது ஒரு தத்துவ – இலக்கிய இயக்கம் என்ற

அளவில் பேசியிருக்கிறேன் – அவனும் ஒரு அப்ஸர்ட் நாடகம் படித்திருக்கிறான். அப்படிப் பிரஸித்தமான அப்ஸர்ட் டிராமாவும் இல்லை – டிராமாவை அங்கேயே படித்தேன் – டிராமா ஒரு வெற்றியில்லை – ஆனால் அதில் அப்ஸர்ட் சாயை இருந்தது – நான் அவனிடம் கேட்டேன் – அப்ஸர்ட் என்றால் நீ என்ன நினைக்கிறாய் – நான் தெரிந்துகொண்ட வகையில் எழுதுவது அப்ஸர்டாக இருக்க வேண்டும்; ஆனால் விஷயம் – உள்வரிக்கோலம் அப்ஸர்ட் இல்லை – இதைச் சொல்லிவிட்டு அவன் சிரித்துக்கொண்டே "நான் எழுதுவதெல்லாம் ரொம்ப ஸென்ஸிபிளாகவே இருக்கிறது" என்றான் – அவன் சொன்ன "அப்ஸர்ட்" என்பதன் விளக்கம் – அதைப் பற்றிப் பக்கம் பக்கமாகப் படித்த எனக்கு – அவைகள் எல்லாவற்றையும்விடச் சிறப்பாக இருந்தது – ஆறு மாதங்களுக்குப் பிறகு நான் எழுதிய ஒரு நாவலில் – சிலந்தி என்பது என் எழுத்தில் அடிக்கடி வரும் படிமம் – சிலந்தியைப் பற்றி முதல் தடவையாக ஒரு கவிதையில் "தன் முகத்தைச் சுற்றி எட்டுக் கால்கள்" உடைய ஒரு அப்ஸர்ட் படிமமாக வந்ததைக் கண்டேன் – இது ஏன்? அவன் சொன்னது சிறப்பா? அதை நான் வாங்கிக்கொண்டது சிறப்பா? – இந்த மாதிரிக் கேள்விகளே இலக்கியத்திற்குப் புறம்பானது என்றே நினைக்கிறேன் – எழுத்தாளன் கெட்டிக் காரனா? வாசகன் கெட்டிக்காரனா? என்பது போல்தான் எழுத்துலகில் இவன் இவனைவிடக் கெட்டிக்காரன் என்ற "நீதி" பேசலே கிடையாது – இரண்டுபேருமே கெட்டிக்காரர் களாக இருந்தால்தான் இலக்கியம் வளரும் என்பது என் உணர்வு – இதை எழுதும்பொழுது இன்னொரு ஞாபகம் – எனக்கு இன்னொரு எழுத்தாள நண்பர் உண்டு – அவர் கதை எழுதும் முன்பும் எழுதிய பின்பும் அதைப் பற்றி என்னிடம் பேசுவார் – அவர் ஒருமாதிரிப் பேர்வழி – ஒரு தடவை "இதற்கு இந்தக் கதைக்கு" என்ன தலைப்பு வைக்கலாம் என்பார் – நான் சிரித்துக்கொண்டே "அது நீங்கள் செய்ய வேண்டிய விஷயம்? என்னை ஏன் கேட்கிறீர்கள்?" என்பேன் – பின் அவர் ஏமாற்றத்தைக் கண்டுவிட்டு "சரி, உங்களுக்குச் சரி என்று தோன்றினால், இந்தத் தலைப்பை வையுங்கள். ஆனால் நான் சொன்னேன் என்பதற்காக வைக்காதீர்கள்" என்பேன் – அவரைப்பற்றியவரை நான் சொல்வதற்கு அப்பீலே கிடையாது! – அடுத்த தடவை பார்க்கும்பொழுது தலைப்பைப் பற்றி யாராவது சிலாகித்துப் பேசியிருந்தால் என்னிடம், "அப்பொழுதே நான் இந்தத் தலைப்பைச் சொல்லிவிட்டு, இது நன்றாக இருக்கிறது இல்லையா என்று கேட்டதற்கு நீங்களும் ஒப்புக்கொண்டீர்கள் ஞாபகம் இருக்கா?" – நான் ஒன்றும் சொல்லாமல் சிரிப்பேன் –

ஆனால் தலைப்பைப் பற்றி எதிர் குரல் விமர்சனம் எழுந்தால் அவர் என்னிடம், "நீங்கள்தான் இந்தத் தலைப்பும் பொருந்தும் என்று சொன்னீர்கள் ஞாபகம் இருக்கா" என்பார்! - சில சமயம் இதற்கு மேற்சென்று இந்தத் தலைப்பைச் சரிப்படுத்துவது உங்கள் பொறுப்பு - பிறகு ஏதோ வேறு பேச்சுக் கிடையில், "நமது எழுத்தாளர்களுக்கிடையில் பரஸ்பர ஒற்றுமையே கிடையாது" என்பர் - நான் பேசாமலே சிரிப்பேனே அன்றி ஒன்றும் சொல்லமாட்டேன் - மனதிற்குள் "மனுஷன் விமர்சனத்திற்கு அதிமுக்கியத்துவம் கொடுக்கிறான்" என்று சொல்லிக்கொள்வேன் - இதெல்லாம் பார்க்கையில் எழுத்தாளர்கள் இல்லை நாம் எல்லாருமே பைத்தியங்கள் என்றுதான் தோன்றுகிறது."

"தயவு செய்வு நிறுத்தாதீர்கள்."

"அதிசயமாகத்தான் இருக்கிறது. நான் ஒரு எழுத்தாளன். ஒவ்வொரு எழுத்தாளனும் தன் உள்ளத்தைப் பேப்பரில் கொட்டித்தான் தன் பொறியைத் தொலைக்கிறான்; கர்மப் பலனைக் கழிக்கிறான். நீங்கள் ஆனாலோ "பேசு, கேட்கிறேன்" என்கிறீர்கள்; பின் நான் பேசுவதற்கென்ன? நான் அடுத்த படியாகக் கூறுவதை நீங்கள் நம்பக்கூட மறுக்கலாம். ஆனால் அது நடந்தது. ஒரு தடவை ஒரு ஜனரஞ்சகப் பத்திரிகை - பெயர் "பெருஞ்சுடர்" என்று ஞாபகம் - பரீட்சார்த்தமாக என் கதை ஒன்றைப் பிரசுரித்தது - அடுத்த தடவை அதன் சற்குலேஷன் பத்தாயிரத்திலிருந்து ஆயிரத்துக்குச் சரிந்தது என்றால் பார்த்துக்கொள்ளுங்கள். ஏன் பத்திரிகைகளையும் பிரசுராலயங்களையும் குறைகூறவேண்டும்! நீங்களும் நானும் இப்படி மணிக்கணக்காக உட்கார்ந்து பேசிக்கொண்டிருப்பதைப் பார்த்தால் ஒரு சாதாரண மனிதன் ஸ்ரீமான் பொது ஜனம் ஒரு பைத்தியம் இன்னொரு பைத்தியத்துடன் பேசிக் கொண்டிருக்கிறது என்று நகர்ந்துவிடுவான். ஆனால் நமக்குத் தெரியும். ஒவ்வொரு பைத்தியமும் தனக்குத்தானே - உங்கள் அப்துல் காதரைப் போல் - பேசுவதைத்தான் விரும்புகிறது என்பது. அப்படியே அவை இரண்டும் பேச ஆரம்பித்தால் அது எங்கே சென்று முடியும் என்பதும் நமக்குத் தெரியும். எப்படிப் பார்த்தாலும் எழுத்தாளர்கள் பைத்தியங்கள்தான்! ஏனென்றால் ஒரு ஒரு எழுத்தாளன் விழுந்தால் வேறு யார் சிரித்தாலும் அவன் சகதொழிலாளி சிரிப்பதைப் போல் வேறு யாருமே சிரிக்கமாட்டார்கள்!"

"தொடருங்கள் உங்கள் அனுபவம் மிகவும் சுவையாகவே இருக்கிறது."

"அது உங்களுக்கு அப்படித்தான் இருக்கும்! போன மாதமோ அதற்கு ஒரு மாதத்திற்கு முன்போ சரியாக ஞாபகம்

இல்லை சென்னைக்கு ஒரு சம்பிரதாய காரணத்தை வைத்துக் கொண்டு போகவேண்டி வந்தது. உண்மையான காரணம் நான் முன்னே பிரஸ்தாபித்த கவியைப் பார்ப்பதற்கு. ஆனால் அவரைப் பார்க்கவுமில்லை. போன இடத்தில் – சரியாகத் தான் இருக்கவேண்டும் – என் கால்கள் அழைத்துச் செல்ல மூர் மார்க்கெட் போய்ச் சேர்ந்தேன். அங்கே ஒரு இடத்தில் ஒரு வண்டிக் கடைக்காரன் “எதெடுத்தாலும் ஒண்ணரை அணா” வியாபாரம் நடத்திக்கொண்டிருந்தான். அவனைச் சுற்றி ஒரு பெருங்கூட்டம். என்ன செய்கின்றோம் என்று உணர்வில்லாமலேயே என் கண்கள் அசிரத்தையாக அந்த வண்டிக் கடைமீது பாய்ந்தன – எவ்வளவு விதமான சாமான்கள் – அட்டைக் கண்ணாடி, இமிடேஷன் பட்டு ரிப்பன், கொண்டை ஊசி, சிறுவர்கள் ஊதும் விஸில், குழந்தைகள் தாய்ப்பால்குடி மாற்ற ஒரு சரமாகத் தொங்கவிட்டிருந்த வெற்று நிப்பிள் – இதற்கெல்லாம் அவலக்ஷணமாக நானே என் சொந்தச் செலவால் பிரசுரித்திருந்த 5 கவிதைகள் அடங்கிய (அதன் விலையும் ஒண்ணரை அணாதான்) “சதுரங்கம்” என்ற என் கவிதைத் தொகுதி. பிறகு அங்கு நடந்த வியாபாரத்தைப் பார்த்தேன். என்னவெல்லாமோ வாங்கினார்கள். அட்டைக் கண்ணாடி, அந்த இமிடேஷன் பட்டு ரிப்பனுக்கு யோகம் தூக்கி அடித்தது. ஆனால் எல்லா வற்றையும்விட மார்க்கெட்டையே ஒரு கலக்குக் கலக்கியது வெற்று நிப்பிளின் வியாபாரம்தான். ஐந்து நிமிஷத்தில் அங்கு கட்டித் தொங்கியிருந்த 10 சரம் வெற்று நிப்பிள் காலி. கடைக்காரன் பக்கத்துக் கடையில் போய் கமிஷன் பேஸிஸில் கூடஒரு பத்து சரம் வாங்கி வந்தான். அதுவும் சட்புட் என்கிற மாதிரி நிமிஷத்தில் காலி. ஒருவராவது “சதுரங்கம்” இருந்த இடத்தில்கூடக் கண்ணை ஓட்டவில்லை. நானும் நின்றுகொண்டே இருந்தேன். உள்ளுக்குள் ஒரு நப்பாசை – இவ்வளவு பெரிய நகரத்தில் ஒண்ணரை அணாக் கொடுத்து என் சதுரங்கத்தை வாங்குவான் – ஒரு அப்பாவி இலக்கிய ரஸிகன் என்று நினைத்தேன். என் ஆசை வீண் போகவில்லை. அங்கு கன்னத்தில் கிருதா வைத்துக்கொண்டு ஒரு திடகாத்திரரான ஹிப்பி போன்றவர் வந்து சேர்ந்தார். அவரைப் பார்த்ததுமே அவரிடம் எனக்கு ஒரு மதிப்புத் தோன்றியது. அவர் வேறொன்யையும் பார்க்கக்கூட இல்லை. நேராகச் “சதுரங்கத்”தை எடுத்தார். சாவதானமாகவே கவிதைகளைப் படித்தார். சாவதானமாகவே அதை இருந்த இடத்திலேயே வைத்தார். சாவதானமாகவே நகர்ந்தார் அவ்விடம் விட்டு. ஆனால் மறுபடியும் என்னவோ நினைத் தவர்போல் திரும்பி வந்தார். என் மனதில் ஆசை மீண்டும் துளிர்த்தது. ஒரு எழுத்தாளனாவது இந்த நம்பிக்கை என்ற

லகரி பிடிப்பிக்கும் வஸ்து இல்லாவிட்டால் வாழ முடியாது என்று சொல்லிக்கொண்டேன். வந்தவர் கடைக்காரனிடம் மிகவும் சாவதானமான தொனியில் "எனக்கும் ஒரு வெற்று நிப்பிள் தா அப்பா." என்று ஒண்ணறை அணாவை விட்டெறிந்து வாகை சூடிய வீரனைப்போல் போனார். அதன் பிறகு நான் அங்கு நிற்கவில்லை; கடைக்காரனும் தன் கடையை மூடிக்கொண்டிருந்தான்."

"நீங்கள் ஒரு முதல் தரமான எழுத்தாளர். என்ன லாகவமாகக் கயிறு திரிக்கிறீர்கள்."

"இப்பொழுது சொன்னீர்களே இதுதான் மிகவும் ஆச்சரியம். நான் சொன்னது உண்மையாக நடந்தது. ஆனால் இதைக் கேட்ட ஒருவராவது நான் சொன்னதை நம்ப மறுக்கிறார்கள்." இதன் பிறகு எஸ். நாயர் மௌனத்தில் ஆழ்ந்தான். நானும் பேசவில்லை. சிறிது நேரம் கழித்து.

நான் சிரித்துக்கொண்டே "ஸ்டாக் தீர்ந்து விட்டதா?" என்றேன்.

அவன்: "உன் கேள்விக்குப் பதில் கூறுவதற்கு முன் நான் உன்னை ஒன்று கேட்க விரும்புகிறேன். உன்னால் எப்படிச் சிரிக்க முடிகிறது? உன்னைப்பற்றி எனக்கு ஒன்றும் தெரியாது என்று நினைக்காதே!"

"நான் பிரம்மச்சாரி, ஏதோ கையில் ஒரு வேலையிருக்கிறது. பிறகு இந்தச் சுசீலா விஷயம்; இதைக் குறித்து எத்தனை பேர் என்னைப் பரிகசித்திருப்பார்கள் என்று உனக்குத் தெரியாது. இன்று சுசீலாவிற்கு இரண்டு குழந்தைகள்; எனக்கு இன்னும் கல்யாணம் ஆகவில்லை. நாயர், எனக்கு இலக்கியத்தில் மாத்திரம் இல்லை; காதலிலும் தோல்விதான்! ஆனால் நீ சொன்ன மாதிரி, மாதிரி என்ன நானும் ஒரு அசல் பைத்தியக்காரன். எவ்வளவுக்கெவ்வளவு தோல்வி அடைகிறேனோ அவ்வளவுக்கவ்வளவு என் வலி கூடுகிறது இலக்கியத்திலாவது எனக்கு ஓரளவு வெற்றி கிடைக்கலாம். ஆனால் சுசீலா விஷயத்தில் என்று கேட்பாய். நான் கூறும் விடை உனக்கு ஒருவேளை வியப்பை அளிக்கலாம். ஆனால் என்னைச் சூழ்ந்து வரும் உண்மையாகவே, ஒரு வெறும் வார்த்தைப் பிரயோகமாக இல்லை, அடுத்த ஜென்மத்திலும் நான் அவளைத் தொடர்வேன் என்று என்னுள் ஒன்று கூறுகிறது."

"அதைப்பற்றி எனக்கு ஒன்றும் தெரியாது. அதெல்லாம் இலக்கியத்திற்கு அப்பாற்பட்ட விஷயம். இலக்கியத்திற்கு இந்த உலகம்தான் முக்கியம். நவீனா, கசப்பு, எட்டிக்காய்க் கசப்பு, எனக்கு அது அடிவயிற்றிலிருந்து வருகிறது. என்னைச்

சுற்றிலும் நான் என்ன பார்க்கிறேன் நான் மதித்த, என்னை ஒரு கட்டத்தில் ஆதரித்த, நான் இன்னும் மதிக்கும் (இவர்கள் இதை ஒத்துக்கொள்ளவில்லை என்றால் உண்மை பொய்யாகி விடாது. நமது சொந்த விருப்புவெறுப்புகளைத் தாண்டியது இந்த உண்மை என்ற விஷயம்) எழுத்தாளர்கள் எல்லாம் வரும் தலைமுறைகளை – எந்தத் தேசமும் பெருமைப்படக் கூடிய சிருஷ்டிகளைப் படைக்க முடியும் ஆற்றல் உடையவர்கள் என்று தங்கள் எழுத்து மூலம் காட்டிவரும், வரும் தலைமுறை களைப் பார்த்து – இங்கிருக்கும் ராமசாமி ஐயரைப்போல் நீங்கள் ஏன் எங்களுக்குத் தினம் தினம் சிரார்த்தம் செய்ய மாட்டீர்கள் என்று கேட்கும்பொழுது எனக்கு அழுவதா சிரிப்பதா என்று தெரியவில்லை! உன்னைப்போல் சிரிக்க மாத்திரம் முடியுமானால்!"

"நாயர்! நாமெல்லோரும் வெறும் பொம்மைகள். சூத்திரதாரி வேறு. அவன் சமயம் வரும்பொழுது எல்லாவற்றையும் சரியாக்கிவிடுவான்."

நவீனா! இந்த 20ஆம் நூற்றாண்டில் பிறந்த என்னால் இந்த வரட்டு வேதாந்தத்தை ஏற்றுக்கொள்ள முடியவில்லையே, மனிதன் சிருஷ்டித்த பிரச்னைகளுக்கெல்லாம் மனிதன்தான் பரிகாரம் தேடவேண்டும் என்று என் உள்ளம் ஏங்குகிறது."

"எனக்குத் தெரியவில்லை! எனக்கு இன்று வயது 49; உனக்கு 39. பத்து வருஷ அனுபவம் கூடுதல் என்னிடம் இருக்கிறது. இந்த மனிதன்மீது நீங்கள் வைக்கும் அழுத்தம் எனக்கு என்றுமே பிடிபட்டதில்லை. பைத்தியத்திற்குப் பைத்தியத்தைக் கொண்டே எங்கும் சிகிச்சை செய்யச் சொல்வதில்லை!"

"மறுபடியும் சொல்கிறேன் நவீனா! உன்னுடைய சச்சிதானந்தம் பிள்ளை எனக்கு என்றுமே ஒரு ஆதர்ச புருஷனாக இருந்ததில்லை! மேலும் இதெல்லாம் இலக்கியத் திற்கு அப்பாற்பட்ட விஷயம். நவீனா! தத்துவம் வேறு; இலக்கியம் வேறு. கலைஞன் வாழ்க்கையின் விவிதாம்சத்தை ஒழுங்குபடுத்தி அதற்கு ஒரு உருவம் கொடுக்கிறான். அதைத் தாண்டி அவன் போவதில்லை. வாழ்க்கையிலிருந்து புறப்பட்டு வாழ்க்கைக்குத்தான் வந்து சேர்கிறான். எனக்கே நான் சொல்வது முற்றிலும் விளங்கவில்லை. உனக்கு எப்படியோ."

"எனக்குப் புரியாமல் இல்லை. ஆனால் இதில் எல்லாம் நான் மேல் நாட்டு வாடையைத்தான் பார்க்கிறேன். நானோ அதன் அடிப்படையான அர்த்தத்தில் ஒரு இந்தியன் – ஆனால் இதைச் சொல்லும் அதேசமயத்தில் அது ஒரு செல்லாத விலையிழந்த காசு ஆகிவிட்டது என்று ஏற்றுக்கொள்ளாமல்

வழியில்லை. நானும் உன்னைப்போல் அதைத் தொடர்ந்து ஆராய விரும்பவில்லை. அது இலக்கியத்தின் வேலையுமன்று."

"பைத்தியம் என்று பரிகசிக்கிறாய். ராமசாமி ஐயரும், அப்துல் காதரும், அந்த மண்டையை உடைத்துக்கொண்ட பிராம்மணப் பையனும் ஆதர்சவாதிகள். அவர்கள் ஆதர்சம் பற்றி அபிப்பிராயம் இருக்கலாம். ஆனால் அவர்கள் தங்கள் ஆதர்சத்தை மாற்றிக்கொண்டு வாழவில்லை. தங்கள் ஆதர்சத்தின் பொருட்டு உயிருடனேயே செத்தார்கள். அவர்கள் எனக்கு வெற்றி வீரர்களாகவே தோன்றுகிறார்கள்."

"நாயர், உன்னுடன் பேசி என்னால் ஜெயிக்க முடியாது. ஆனால் என் வருத்தம் உன்னைப்போல் பைத்தியங்கள் அதிகமில்லை. பைத்தியம் பலவிதம்."

நாயர் சிரித்தான்.

அடுத்த வாரம் – சனிக்கிழமை 28.2.'70இல் நவீனன் நாயரிடமிருந்து விடை பெற்றுக்கொண்டு அந்த இடத்தை விட்டு அகன்றான். அவனுக்கு அப்பொழுது தன் ஒவ்வொரு நாவலை எழுதி முடித்த பிறகு பைத்தியக்கார ஆஸ்பத்திரியிலிருந்து விடுதலை பெற்று வீடு திரும்புவது போல்தானே என்று ஒரு உணர்ச்சி தோன்றியது.

○